കർത്താവ്
ആരെയെല്ലാം സംരക്ഷിക്കും

**karthavu areyellam samrakshikkum**
novel
•
ananya g
•
*first edition*
january 2016
•
*typesetting & published*
chintha publishers, thiruvananthapuram
•
*printed*
akshara offset, thiruvananthapuram
•
*cover*
midas



*വിതരണം*
**ദേശാഭിമാനി ബുക്ക് ഹൗസ്**
H O തിരുവനന്തപുരം-695 035
phone: 0471-2303026, 6063026
www.chinthapublishers.com
chinthapublishers@gmail.com

*ബ്രാഞ്ചുകൾ*
ഹെഡ്ഡാഫീസ് ബ്രാഞ്ച് കുന്നുകുഴി • സ്റ്റാച്യു തിരുവനന്തപുരം • കെ എസ് ആർ ടി സി ബസ് സ്റ്റേഷൻ ആലപ്പുഴ • കെ എസ് ആർ ടി സി ബസ് സ്റ്റേഷൻ എറണാകുളം • മച്ചിങ്ങൽ ലെയ്ൻ തൃശൂർ • ഐ ജി റോഡ് കോഴിക്കോട് • മാവൂർ റോഡ് കോഴിക്കോട് • എൻ ജി ഒ യൂണിയൻ ബിൽഡിങ് കണ്ണൂർ • സെൻട്രൽ ബസ് ടെർമിനൽ കോംപ്ലക്സ് താവക്കര കണ്ണൂർ

CO - 2289 / 3783

# കർത്താവ്
# ആരെയെല്ലാം സംരക്ഷിക്കും

(നോവൽ)

അനന്യ ജി

ചിന്ത പബ്ലിഷേഴ്സ്
തിരുവനന്തപുരം-695 035

## അനന്യ ജി

അച്ഛൻ: ഡോ. ഗോപി പുതുക്കോട് (മലപ്പുറം ഡയറ്റ് ഫാക്കൽറ്റി). അമ്മ : പി ഗീത (ചേളാരി ഗവ: ഹയർ സെക്കന്ററി സ്കൂൾ ടീച്ചർ).

കോഴിക്കോട് പ്രൊവിഡൻസ് വിമൻസ് കോളേജിൽ മൂന്നാം വർഷ ബിരുദ (ഇംഗ്ലീഷ്) വിദ്യാർത്ഥി. വിദ്യാവാണി കഥാപുരസ്കാരം, ഡി സി ബുക്സ്- കുഞ്ഞുണ്ണിമാഷ് വായനാപുരസ്കാരം, കുട്ടേട്ടൻ പുരസ്കാരം, ഭീമ സാഹിത്യപുരസ്കാരം എന്നിവ നേടി. *കുട്ടികളുണ്ടാക്കുന്ന യുറീക്കയുടെ* പത്രാധിപസമിതി അംഗമായി മൂന്നുതവണ പ്രവർത്തിച്ചു. ജവഹർ ബാലഭവന്റെ ആഭിമുഖ്യത്തിൽ ദില്ലിയിൽ നടന്ന ബാലപ്രതിഭാ സംഗമത്തിൽ ദക്ഷിണേന്ത്യൻ പ്രതിനിധിയായി പങ്കെടുത്തു.

കൃതികൾ: *പട്ടുപാവാട, ചിരിയുടെ തുടക്കം* (കഥകൾ) *സ്വസ്തി, ഞാൻ സീത* (നോവൽ)

വിലാസം : ഗുരുസാഗരം
രാമനാട്ടുകര പി ഒ
കോഴിക്കോട് - 673633
e-mail : ananyagopi @gmail.com

# പ്രസാധകക്കുറിപ്പ്

**ആ**കാശത്തോളം ഉയരമുള്ള, വലിയ ചിറകു വിരിച്ച് അക്ഷോഭ്യനായി നിന്ന കാറ്റാടിക്കുമേൽ ഇരുന്ന് ലോകത്തിന്റെ സൗന്ദര്യം ആസ്വദിക്കുന്ന, സ്വപ്നം കാണുന്ന മൈക്കൽ എന്ന ബാലൻ അധിനിവേശ സേനയുടെ അതിക്രമങ്ങൾക്ക് ഇരയാവുന്നതിന്റെ ഹൃദയാവർജ്ജകമായ വിവരണമാണ് ഈ നോവൽ. ഒടുവിൽ അവൻ ശൈശവത്തിൽ നഷ്ടപ്പെട്ടുപോയ മാതാപിതാക്കളുടെ അടുക്കൽ എത്തിച്ചേരുന്നു. യുദ്ധവെറിയന്മാരുടെ തടവറയിൽ അനുഭവിക്കുന്ന നരകയാതന മികവോടെ വരച്ചു കാട്ടുന്ന ഈ നോവൽ ഒറ്റ ഇരുപ്പിൽ വായിച്ചു തീർക്കാനാവും.

ഭാവനയുടെ പൂർണ്ണത നേടുന്ന ഈ നോവൽ ഒരു പുതിയ വായനാനുഭവമാണ്. നോവലുകളുടെ ലോകത്ത് വിലപ്പെട്ട വാഗ്ദാനമായ അനന്യ എന്ന ബിരുദ വിദ്യാർത്ഥിനിയുടെ ഈ നോവൽ സഹർഷം ഞങ്ങൾ വായനക്കാർക്കു സമർപ്പിക്കുന്നു.

**ചിന്ത പബ്ലിഷേഴ്സ്**

# ഒന്ന്

**അ**തൊരു നല്ല സ്വപ്നമായിരുന്നു. ഒരു പുതിയ ലോകം. അവിടെ വേറെയാരുമില്ല. ഒറ്റയ്ക്ക്. ചുറ്റിലും പച്ചപ്പ്. ആ സുഖമുള്ള സ്വപ്നം ആർക്കും എളുപ്പം മറക്കാൻ കഴിയില്ല. അത് എത്ര നല്ലതായിരുന്നു! പക്ഷേ, മുത്തച്ഛനതറിയില്ലല്ലോ. അതുകൊണ്ടാണല്ലോ കുലുക്കി വിളിച്ചത്. പരിഭവം മാറാത്ത പാതി അടഞ്ഞ കണ്ണുകൾ സ്വപ്നത്തിലെ ബാക്കി കാണാൻ കൊതിച്ചു.

ആകാശത്തോളം ഉയരമുള്ള വമ്പൻ കാറ്റാടി. അതു കറങ്ങുന്നുണ്ടായിരുന്നില്ല. വലിയ ചിറകുവിരിച്ച് അക്ഷോഭ്യനായി നിന്ന കാറ്റാടിക്കുമേൽ അവനിരിപ്പുണ്ടായിരുന്നു. മേഘങ്ങൾ പലതും അവനെ തൊട്ടുരസിച്ചുപോയി. അവ പല രൂപങ്ങളിലുമുണ്ടായിരുന്നു. മുയലിന്റെയും സാന്തായുടെയും രൂപത്തിൽ മേഘശകലങ്ങൾ കൺമുന്നിലൂടെ ഒഴുകിപ്പോയി. അവ അടുത്തു വരുമ്പോൾ ഒരു പ്രത്യേക രസമുണ്ടായിരുന്നു. തൂവൽ കൊണ്ട് ഇക്കിളിയിടുന്നപോലെ.

രാത്രിയായപ്പോൾ അമ്പിളിയമ്മാവനെയും കണ്ടു. മുഖത്ത് കുഴികളുള്ള തിളങ്ങുന്ന അമ്പിളി. നക്ഷത്രങ്ങൾക്ക് അത്ര സൗന്ദര്യമുണ്ടോ എന്ന് സംശയം. പക്ഷേ, അവൻ കണ്ണിറുക്കിക്കാട്ടി. കാണാൻ നല്ല രസമൊക്കെ തോന്നിയെങ്കിലും അവനൊന്ന് തൊട്ടുനോക്കിയില്ല. വീണുപോയാലോ? താഴേക്കു നോക്കിയാൽ ലോകം മുഴുവൻ കാണാം. ഒരു പുക പോലെ മഞ്ഞിന്റെ മറ കാണാം.

അങ്ങനെ സന്തോഷിച്ചു കിടക്കവെയാണ് മുത്തച്ഛൻ തട്ടിവിളിച്ചത്. പിന്നെ എങ്ങനെയാണ് ദേഷ്യം വരാതിരിക്കുക!

"മൈക്കേൽ."

വിസമ്മതിക്കുന്ന മുഖഭാവം വരുത്തി ഒത്തിരി പിണക്കവുമായി

എഴുന്നേറ്റു. കമ്പിളി മുത്തച്ഛൻ മാറ്റിയിട്ടുണ്ട്. ജനാലയിലൂടെ വെളിച്ചം എത്തിയിട്ടുതന്നെയില്ല. മുത്തച്ഛനിന്നു നേരത്തെയാണ്. അവൻ പിറുപിറുത്തു.

എന്നത്തെയും പോലെ പുറത്ത് നല്ല തണുപ്പുണ്ട്. കൈയുറകളുടെ അടിയിൽ കൈകൾ മരവിക്കുന്നു. കുറച്ചു നേരം വെറുതെ കട്ടിലിൽ തന്നെയിരുന്നു. മുത്തച്ഛൻ വീണ്ടും വരുന്ന വരെ. ഇന്നെന്തിനാ നേരത്തെ വിളിച്ചതെന്നു ചോദിക്കണമല്ലോ. വെറുതെയാണെങ്കിൽ ഇനിയും കിടന്ന് സ്വപ്നം മുഴുമിപ്പിക്കാം.

പക്ഷേ, തനിക്കൊരബദ്ധം പറ്റിയ ഭാവമേ മുത്തച്ഛനില്ല. എല്ലാം പതിവു പോലെയെന്ന മട്ട്. തർക്കിച്ചാലോ എന്നു മൈക്കേൽ കരുതി. പക്ഷേ, ക്ലോക്കിലെ സമയം കിറുകൃത്യമായിരുന്നു. എന്നത്തെയും തന്റെ സമയം. ചമ്മലോടെ തലതാഴ്ത്തി. ഒന്നും ചോദിക്കാതിരുന്നത് നന്നായി. സ്വപ്നം മുറിഞ്ഞ നിരാശയിൽ അബദ്ധം തനിക്കുതന്നെയാണ് പറ്റിയത്.

ചൂടുപാൽ കുടിച്ചുകൊണ്ട് വാതിലിനരികിൽ നില്ക്കുമ്പോൾ മേലാകെ ഉന്മേഷം ഉണരുന്നു. ഉറങ്ങണമെന്നേ തോന്നുന്നില്ല. മുത്തച്ഛൻ പാലിൽ നന്നായി മധുരമിടും. തനിക്കത് ഇഷ്ടമാണെന്ന് അദ്ദേഹത്തിനറിയാം. വാതിലിലൂടെ കാഴ്ചകൾ ഏറെനേരം കണ്ടു നില്ക്കാനാകില്ല. അപ്പോഴേക്കും മഞ്ഞുകൊണ്ട് കാഴ്ച മറയും. പിന്നെ ചില്ലു തുടയ്ക്കേണ്ടിവരും. അതിനൊന്നും മിനക്കെടാൻ വയ്യ. ഏറിയാൽ അരമണിക്കൂർ. അതിനകം മഞ്ഞു വിട്ടുപോകും. പിന്നെ യഥേഷ്ടം കാണാമല്ലോ.

വീടിനകത്ത് നെരിപ്പോട് എരിയുന്നുണ്ടായിരുന്നു. അതു നിർബ്ബന്ധമാണ്. അല്ലെങ്കിൽ ഈ തണുപ്പത്ത് എങ്ങനെ കഴിയും! കൈകൾ ചൂടുപിടിപ്പിക്കാനായി നെരിപ്പോടിനരികിൽ ചെന്നിരുന്നു. സാമാന്യം വലിപ്പമുള്ള നെരിപ്പോട് ആ ചെറിയ വീടിനെ ഒന്നാകെ ചൂടുപിടിപ്പിച്ചു. നെരിപ്പോടിനടുത്താണ് മുത്തച്ഛന്റെ കിടക്ക. അല്ലെങ്കിൽ അദ്ദേഹത്തെ എളുപ്പം പനി കീഴടക്കിക്കളയും.

നിലത്ത് മുത്തച്ഛൻ വെട്ടിയിട്ട തുകൽ കഷണങ്ങൾ. എത്ര കൃത്യമായാണ് അദ്ദേഹമതു ചെയ്യുന്നത്. അതിനടുത്ത് താൻ വെട്ടിയ കഷണങ്ങൾ കിടക്കുന്നതായേ കണ്ടില്ല. അവ വികലങ്ങളായിരുന്നു. ഇന്നലെ മുതലാണ് അദ്ദേഹമവനെ ഷൂ തുന്നുന്നത് പഠിപ്പിക്കാൻ തുടങ്ങിയത്. അതൊരു എളുപ്പ ജോലിയല്ലെന്ന് ഏറെ താമസിയാതെ തന്നെ മുത്തച്ഛന് സമ്മതിക്കേണ്ടി വന്നു.

കഴുത്തു ചെരിച്ച് കുറേ നേരം തുകലിൽ ശ്രദ്ധ കേന്ദ്രീകരിക്കാനൊന്നും മൈക്കേലിനായില്ല. അവന്റെ കുഞ്ഞിക്കണ്ണുകൾ കത്തിപ്പിടിക്കുന്ന വിറകിലേക്കും പുറത്തെ കട്ടി മഞ്ഞിലേക്കും പാഞ്ഞു കൊണ്ടിരുന്നു. ആ തിരക്കിനിടയിൽ തുകൽ മുറിഞ്ഞതു തന്നെ അത്ഭുതമായിട്ടാണ് തോന്നിയത്. മുത്തച്ഛന്റെ പണി വലിയ പ്രയാസമാണെന്ന് ആയിരം പ്രാവശ്യമെങ്കിലും മനസ്സിൽ പറഞ്ഞിരിക്കും.

തന്റെ സ്വഭാവം നന്നായി അറിഞ്ഞിട്ടും ഈ ബുദ്ധിമുട്ടുള്ള പണിക്ക്

അദ്ദേഹം വിളിച്ചതെന്തിനാണെന്ന് മനസ്സിലായില്ല. മുത്തച്ഛന് ഒറ്റയ്ക്കിരുന്നു മടുത്തിട്ടാകും. പാവം! രാവിലെ കുറച്ചുനേരമാണ് അവനു വീട്ടിലിരിക്കാനാകുക. അതിനുശേഷം കാരലിനൊപ്പം മലമുകളിൽ പോകും. അവിടന്ന് മടങ്ങിവന്നാൽ പിന്നെ കൂട്ടുകാർക്കൊപ്പം കളിയാണ്. തളരുമ്പോൾ മാത്രം മടങ്ങിവരും. രാത്രി തണുത്തു തുടങ്ങുമ്പോൾ കമ്പിളിക്കുള്ളിൽ ചുരുളും.

കാരൽ അവരുടെ ആട്ടിൻകുട്ടിയാണ്. ഒരുപാടെണ്ണമുണ്ടായിരുന്നു. എന്നാൽ, കഴിഞ്ഞ തണുപ്പുകാലത്ത് അവ കൂട്ടത്തോടെ വിറങ്ങലിച്ചു ചത്തു. ഈയൊരെണ്ണം മാത്രം അവശേഷിച്ചു. തൂവെള്ള നിറമുള്ള സുന്ദരിയാണ് കാരൽ. അവൾ വലിയ ചുറ്റുകെട്ടിനുള്ളിൽ ഏകാകിയായിക്കഴിഞ്ഞു. താൻ ചെന്നു കാണുമ്പോൾ ആ പാവം എന്തെല്ലാം ആഹ്ലാദചേഷ്ടകളാണു കാട്ടുന്നത്! അവളുടെ ഒറ്റപ്പെടൽ പൂർണ്ണമായും മാറുന്നത് തനിക്കൊപ്പം മലമുകളിലെത്തുമ്പോഴാണ്.

ഏബൽ ഗ്രാമം പൂർണ്ണമായും മറച്ചുപിടിക്കുന്ന ആ മലയെ എന്തു വിളിക്കണമെന്ന് ആർക്കും നിശ്ചയമില്ലായിരുന്നു. മഞ്ഞുവീണാൽ താടിപോലെ വെളുക്കുന്ന മലയിടുക്കുകൾക്ക് ആരോ കിഴവൻമലയിടുക്കെന്നു പേരിട്ടു. പിന്നെയതങ്ങു സ്ഥിരമായി. കിഴവൻമല ഗ്രാമത്തിന്റെ അഭിമാനമാണ്. മഞ്ഞുവീഴ്ച കഴിഞ്ഞാൽ മലയുടെ സൗന്ദര്യം കാണാം. നിറയെ വയലറ്റു പൂക്കൾ. അവയ്ക്കൊരു പ്രത്യേക ഗന്ധമുണ്ടായിരുന്നു. ആരെയും ആകർഷിക്കുന്ന ഗന്ധം. അവിടത്തെ പുല്ല് കാരലിനെ കൂടുതൽ സുന്ദരിയാക്കി. നീണ്ടു കിടക്കുന്ന കിഴവൻമല മുഴുവൻ ഒറ്റയടിക്ക് ആർക്കും കണ്ടുതീർക്കാനാകില്ല. ഓരോ അടി വയ്ക്കുമ്പോഴും കണ്ണു കവരുന്ന എന്തെങ്കിലുമൊന്നുണ്ടാകും.

കിഴവൻമലയുടെ മുകളിലെത്തിയാൽ കൈകൾ വിടർത്തി ശ്വാസമെടുക്കുന്നത് മൈക്കേലിന് ഏറെയിഷ്ടമായിരുന്നു. തണുത്ത സുഗന്ധമുള്ള വായു അവന്റെ ശരീരത്തെയും മനസ്സിനെയും ഒരുപോലെ ആരോഗ്യമുള്ളതാക്കി. കയറ്റം കയറാൻ വയ്യാത്തതുകൊണ്ട് മുത്തച്ഛനൊരിക്കലും കിഴവൻമല കയറിയില്ല. ഒരുപക്ഷേ, ജീവിതത്തിലൊരിക്കലും അദ്ദേഹം അവിടെ കണ്ടിട്ടുണ്ടാകില്ല. അത്രമേൽ അപരിചിതമായ മുഖത്തോടെയാണ് അദ്ദേഹമവന്റെ വിവരണങ്ങൾ ശ്രവിക്കാറ്.

കാരലിന്റെ വയറുനിറഞ്ഞെന്ന് തോന്നുമ്പോൾ അവൻ മടങ്ങും. താഴെ വൃദ്ധൻ പൈൻമരത്തിനരികിൽ കൂട്ടുകാർ കാത്തുനില്പുണ്ടാകും. അവന്റെ ചങ്ങാതിമാർ നാലുപേരുണ്ട്. നാലുപേരും നാലു തരക്കാരാണ്. ഡിക്ക്, ഹാരി, ജോർജ്ജ്, ജോർജിയാന. ജോർജ്ജിന്റെ അനുജത്തിയാണ് ജോർജിയാന. അവളാണ് കൂട്ടത്തിലേറ്റവും ചെറുത്. അതുകൊണ്ട് പല കളികളിലും മറ്റുള്ളവർക്ക് തോല്വി വഴങ്ങേണ്ടി വരാറുണ്ട്. അല്ലെങ്കിൽ, അവളുറക്കെ കരയും. പിന്നെ ആ കൊച്ചു തൊണ്ട പ്രവർത്തനമവസാനിപ്പിക്കണമെങ്കിൽ വലിയ പാടാണ്.

ഡിക്ക് മൈക്കേലിന്റെ അതേ പ്രായമാണ്. അവൻ അമ്മാവന്റെ കൂടെ

യാണ് താമസിച്ചിരുന്നത്. അമ്മയെയോ അച്ഛനെയോ കുറിച്ചൊന്നും തന്നെ അവനറിയില്ലായിരുന്നു. ഹാരിക്കൊപ്പം അവന്റെ കുടുംബം മുഴുവനുമുണ്ട്. ആ ഗ്രാമത്തിലെ ഏറ്റവും വലിയ കുടുംബം അതാണ്. അവന്റെ വീട്ടിൽ പന്ത്രണ്ടുപേർ താമസിച്ചിരുന്നു. ജോർജ്ജിന്റെ വീട്ടിൽ അവന്റെ അച്ഛൻ ഞായറാഴ്ചകളിൽ മാത്രമേ വരൂ. അയാൾ ദൂരെയേതോ ഖനിയിലാണത്രെ പണിയെടുക്കുന്നത്! ഖനി എന്നാൽ വലിയ കുഴിയുണ്ടാക്കി നിധിയെടുക്കുന്ന സ്ഥലമാണത്രേ! കറുത്ത നെറ്റിയുള്ള അയാളെ മൈക്കേൽ ഭയന്നു. അയാൾ സംസാരിക്കുമ്പോൾ തന്റെ കാതുകൾ തകരുന്നതായും അവനു തോന്നി.

മൈക്കേലിനു മുത്തച്ഛൻ മാത്രമേ ഉണ്ടായിരുന്നുള്ളൂ. തന്റെ കുടുംബത്തെക്കുറിച്ച് അവനൊരിക്കലും മുത്തച്ഛനോടു ചോദിച്ചില്ല. ചില സമയത്തെ അദ്ദേഹത്തിന്റെ മൗനം അവനെ അതു ചോദിക്കുന്നതിൽ നിന്നും വിലക്കി. പക്ഷേ, ലോകത്തിലേറ്റവും സന്തുഷ്ടൻ താനാണെന്നു തന്നെ ആ കുട്ടി വിശ്വസിച്ചു. മുത്തച്ഛൻ അത്രയേറെ അവനെ സ്നേഹിച്ചിരുന്നു.

ഗ്രാമത്തിലുള്ള മറ്റുള്ളവർക്ക് മൈക്കേലിന്റെ മുത്തച്ഛനെക്കുറിച്ച് കാര്യമായ അറിവുണ്ടായിരുന്നില്ല. അയാൾ, അവർക്ക് നവാതിഥിയായിത്തുടർന്നു. അപരിചിതരോട് സംസാരിക്കാത്ത അയാളുടെ പ്രകൃതവും അതിനൊരു കാരണമായി. കുട്ടികളുടെ ബന്ധത്തിലൂടെയാണ് അയാൾ അവിടെയുണ്ടെന്ന ധാരണപോലും പലർക്കുമുണ്ടായത്. വെള്ളിത്താടിയും കനത്ത പുരികവും അയാളോടു സംസാരിക്കുന്നതിൽ നിന്നും ആളുകളെ പിന്നോട്ടു വലിച്ചു. എന്നിരുന്നാലും എല്ലാവർക്കും അയാളെക്കുറിച്ചു പറയുമ്പോൾ ബഹുമാനം തോന്നി. ഒരു കുഴപ്പത്തിലും ഇടപെടാത്ത മാന്യനായ വൃദ്ധൻ എന്ന് അയാൾ  പരക്കെ അറിയപ്പെട്ടു.

എന്നാൽ, മൈക്കേലിന് ആരും അപരിചിതരായിരുന്നില്ല. അവന്റെ നിർത്താതെയുള്ള സംസാരവും കുസൃതികളും ആളുകളെ ആകർഷിച്ചുകൊണ്ടിരുന്നു. ജോർജ്ജിന്റെ അമ്മ അവനെ സ്വന്തം മകനെക്കാളേറെ സ്നേഹിച്ചു. ജോർജ്ജിനോട് മൈക്കേലിനെ കണ്ടു പഠിക്കാൻ അവർ നിരന്തരം ഉപദേശിച്ചു. പക്ഷേ, ജോർജ്ജിന് തന്റെ കഴിവുകളിൽ അടിയുറച്ച വിശ്വാസമുണ്ടായിരുന്നു. “ഞാൻ ഞാനാണ്”. അവൻ കാരണമില്ലാതെ തർക്കിച്ചു.

ഏബൽ ഗ്രാമത്തെ ലോകത്തുനിന്നും ഒളിപ്പിക്കുംപോലെയാണ് കിഴവൻമലയുടെ നില്പ്. അതിനപ്പുറത്തേക്ക് ആരും കടന്നിട്ടില്ല. മലക്കിപ്പുറം മറ്റേതോ നാടാണെന്ന് ആരോ പറഞ്ഞുകേട്ടു. അതിനെക്കുറിച്ചൊന്നും മൈക്കേൽ ചിന്തിച്ചില്ല. അവന്റെ ലോകം അവന്റെ ഗ്രാമമാണ്. അവിടത്തെ ഓരോ പൈൻമരവും അവന്റെ സ്വന്തമാണ്. പാതയിൽ പാകിയ നിറമുള്ള കല്ലുകൾപോലും അവൻ സ്വന്തമെന്ന് കരുതി.

കുട്ടികളുടെ ലോകം എപ്പോഴും അങ്ങനെയാണ്, അവിടെ സ്വാർത്ഥതയില്ല. വിവേചനമോ ദുർവ്വാശിയോ ഇല്ല. അവരുടെ സ്വച്ഛമായ മനസ്സിന്

എല്ലാവരെയും സ്നേഹിക്കാൻ കഴിയും. പ്രകൃതിയോടിടപഴകി പക്ഷി കളുമായി സല്ലപിക്കാൻ കുട്ടികൾക്കു കഴിയുന്നത് അതുകൊണ്ടാണ്. പ്രകൃതി ഏറ്റവും നിർമ്മലയാണ്. അവളെ മനസ്സിലാക്കാൻ നിർമ്മല ഹൃദയം അനിവാര്യമാണ്. അത് അവനുണ്ടായിരുന്നു. എല്ലാ ഋതുക്ക ളെയും മൈക്കേൽ വരവേറ്റു. എന്നാലും ക്രിസ്തുമസ് കാലത്തെ തണുപ്പ് ഏറെ പ്രിയപ്പെട്ടതായി തോന്നി

ക്രിസ്തുമസിനെ വലിയ മുന്നൊരുക്കത്തോടെയാണ് അവൻ എന്നും സ്വീകരിച്ചത്. നക്ഷത്രദീപങ്ങൾ കൊണ്ട് വീട്ടുമുറ്റത്തെ പൈൻമരം അല ങ്കരിക്കുകയാണ് ആദ്യപടി. പിന്നെ മുത്തച്ഛനെക്കൊണ്ട് പുതിയ ഷൂ കെട്ടി ത്തൂക്കിക്കും. അതിൽ അപ്പൂപ്പൻ സമ്മാനപ്പൊതി നിക്ഷേപിക്കും എന്നാ ണല്ലോ വിശ്വാസം! പിന്നെയുമുണ്ട് തയ്യാറെടുപ്പുകൾ. അതിലൊന്ന് കേക്ക് തയ്യാറാക്കലാണ്. മുത്തച്ഛൻ എന്തു സ്വാദോടെയാണെന്നോ കേക്കുണ്ടാ ക്കുക! രാത്രി കണ്ണു മിഴിച്ചു വെച്ച് അവൻ സാന്തായുടെ വരവിനു കാത്തി രിക്കും. പക്ഷേ, ആ കൊച്ചുകണ്ണുകൾ ഉറക്കം വന്ന് അടഞ്ഞുപോകും. ഇതുവരെ ആ ഗ്രാമത്തിലാർക്കും സാന്തായുടെ സമ്മാനം കിട്ടിയിട്ടില്ല, മൈക്കേലിനൊഴികെ. കഴിഞ്ഞ തവണ കിട്ടിയതൊരു തൂവാലയായിരുന്നു. നിറയെ തുന്നലുള്ളത്. നിറഞ്ഞ മനസ്സോടെയാണ് അത് കൂട്ടുകാർക്ക് കാട്ടിക്കൊടുത്തത്. അതുപോലൊരെണ്ണം മുത്തച്ഛൻ തുന്നുന്നത് അവൻ കണ്ടിരുന്നു. സമ്മാനം കിട്ടിയപ്പോൾ രണ്ടാൾക്കും ഒരു പോലുള്ള തൂവാ ലയായല്ലോ എന്നാണവൻ ചിന്തിച്ചത്.

അന്നു മുതൽ അടുത്ത ക്രിസ്തുമസിനെ വരവേല്ക്കാനുള്ള തിടു ക്കത്തിലായിരുന്നു അവൻ. ഇനി എന്താണാവോ അപ്പൂപ്പൻ വലിയ ഭാണ്ഡത്തിലാക്കി കൊണ്ടുവരിക ? അപ്പൂപ്പന്റെ വണ്ടി വലിക്കുന്ന വലിയ ജീവിയെ എന്താണു വിളിക്കുക എന്നറിയില്ല. അതിന്റെ കുട്ടിയെ തന്നി രുന്നെങ്കിൽ കാരലിനൊരു കൂട്ടായേനെ. അവൾക്കു രാത്രി പേടിയാകില്ലേ? രാത്രി കണ്ണടയുംവരെ അവനു വെളിച്ചം വേണം. അല്ലെങ്കിൽ പേടിയാകും.

ക്രിസ്തുമസ് കഴിഞ്ഞാൽ വീണ്ടും പഴയപോലെയാകും. വലിയൊ രാഘോഷം കഴിഞ്ഞ ആലസ്യമുണ്ടാകും. എന്നാലും, അതൊരു രസം തന്നെയാണ്. പൈൻമരത്തിന് ആഭരണം നഷ്ടപ്പെടുമ്പോൾ വിഷമം തോന്നുന്നുണ്ടാകും. പെട്ടെന്നൊരു ദിവസം സുന്ദരിയാക്കി പിറ്റേന്ന് ആഭ രണങ്ങൾ മാറ്റപ്പെടുന്ന പെൺകുട്ടിയെപ്പോലെ. എന്തോ, അവനല്ലാതെ വേറെയാർക്കും അങ്ങനെ തോന്നാറില്ല. അല്ലെങ്കിലും ഇതൊക്കെ അവനേ തോന്നൂ.

മുത്തച്ഛന്റെ വക ഒരു ഷൂ ആണ് കിട്ടിയത്. അതിട്ടു കഴിഞ്ഞപ്പോൾ താനൊന്നു വളർന്നതുപോലെ തോന്നി. ജോർജ്ജിന്റെ അമ്മ ചുവന്ന കമ്പിളിത്തൊപ്പിയാണ് കൊടുത്തയച്ചത്. ആ നല്ല സ്ത്രീ ആ തൊപ്പി യിൽ "എം" എന്നു വലുതാക്കി എഴുതിയിരുന്നത് അവനെ വളരെയ ധികം സന്തോഷിപ്പിച്ചു. ഇനി കളിക്കുമ്പോൾ എന്തുതന്നെയായാലും ജോർജിയാനയ്ക്കുവേണ്ടി തോല്ക്കണമെന്ന് മനസ്സിൽ ഉറപ്പിച്ചു.

പുറമെ നിന്നാരും അവിടേക്കു വന്നില്ല. അവിടെയുള്ളവർ പുറത്തേക്കു പോകാൻ ഇഷ്ടപ്പെട്ടതുമില്ല. ഗ്രാമത്തിന്റെ വശ്യത അത്രമേലുണ്ടായിരുന്നു. ദൂരെയായി ഒരു പള്ളി സ്ഥിതിചെയ്യുന്നുണ്ടായിരുന്നു. സൗകര്യമുള്ളവർ ഞായറാഴ്ചകളിൽ അവിടംവരെ പോയി. പള്ളി കാണാനായില്ലെങ്കിലും അവിടുത്തെ മണിനാദം കിഴവൻമലയുടെ മുകളിൽ കേൾക്കുമായിരുന്നു. മുത്തച്ഛൻ അവിടെ പോകാൻ ഒരിക്കലും താല്പര്യപ്പെട്ടില്ല. അതിനാൽ അവനും ആ പള്ളി കാണാനായില്ല. തന്റെ ഗ്രാമത്തിന് പുറത്ത് അവൻ കാണണമെന്നാഗ്രഹിച്ച ഏക കാഴ്ച ആ പള്ളിയായിരുന്നു.

പള്ളിയിൽ പോകാൻ താല്പര്യപ്പെട്ടില്ലെങ്കിലും ഗ്രാമവാസികൾ നാസ്തികരല്ലായിരുന്നു. അവരുടെ ഉള്ളിൽ ദൈവം താമസിച്ചു. പരസ്പരം സ്നേഹിക്കാനും വിശ്വസിക്കാനും വെറുക്കാതിരിക്കാനും ദൈവം അവർക്കുള്ളിൽ ദേവാലയങ്ങൾ പണിതിട്ടു. ഓരോരുത്തരും സ്വയം മാലാഖകളായിരുന്നു. അവരുടെ ജീവിതമായിരുന്നു അവരുടെ പ്രാർത്ഥന. ആർക്കും അനിഷ്ടമായ ഒരു വാക്കു പോലും ആ ഗ്രാമത്തിലുയർന്നില്ല.

തന്നോടു കാട്ടിയ ഭക്തിക്ക് കർത്താവും അവരോട് കനിഞ്ഞു. കനത്ത കാറ്റോ മഞ്ഞുവീഴ്ചയോ ഉണ്ടായില്ല. പൈൻമരങ്ങൾ ഒരിക്കലും ഉലഞ്ഞാടിയില്ല. പ്രകൃതിയുടെ സകല സൗന്ദര്യങ്ങളും കർത്താവ് സമ്മാനിച്ചു. ആകാശത്തെ തന്റെ ചിത്രകലകൊണ്ട് വ്യത്യസ്തമാക്കി. സ്നേഹത്തെക്കുറിച്ചു പാടുവാൻ കിളികളെ അയച്ചു.

ഏബലിനു പുറത്തുള്ള ജനങ്ങൾ വരാനിരിക്കുന്ന ലോകാവസാനത്തെക്കുറിച്ചും പോരുകളെക്കുറിച്ചും ചർച്ച ചെയ്തു. അവർക്ക് ദാരിദ്ര്യവും രോഗങ്ങളും അകാലമരണങ്ങളും വിഷയമായി. എന്നാലിതൊന്നും അലട്ടാത്ത ഒരു ജനതയെ അവർക്ക് ഒരിക്കലും സങ്കല്പിക്കാൻ കഴിഞ്ഞില്ല. തങ്ങളുടെ ജീവനു ഭീഷണിയായേക്കാവുന്ന ഒരു ഭീകരയുദ്ധത്തെ അവർ കാത്തിരിക്കുകയായിരുന്നു.

സർവ്വവും കാൽക്കീഴിലമർത്താൻ ത്വരയുമായി ഒരു കൂട്ടം ആളുകൾ ജീവനെടുക്കുന്ന തോക്കുകളുമായി കടന്നെത്തുന്നുവെന്ന് അവർ അറിഞ്ഞു. ആ ചിന്ത അവരുടെ ഉറക്കത്തെ നിർദ്ദയം കഴുത്തറുത്തുകൊന്നു. രക്ഷിക്കണമേയെന്ന് അവർ പ്രാർത്ഥിച്ചുകൊണ്ടേയിരുന്നു.

യുദ്ധത്തിന്റെ കാറ്റ് കിഴവൻമല കടന്ന് ഏബലിന്റെ നിദ്രയെ അലോസരപ്പെടുത്തിയില്ല. അവർക്ക് ഒരാളുടെ കൊല ചിന്തിക്കാനേ കഴിയുമായിരുന്നില്ല. യുദ്ധമെന്ന വാക്കിന്റെ വ്യാപ്തി പോലും അവർക്ക് അജ്ഞാതമായിരുന്നു. എന്നാൽ, കിഴവൻമലയുടെ വാർദ്ധക്യത്തിനോ പൈൻമരങ്ങളുടെ ആഴമേറിയ വേരുകൾക്കോ വരാനിരിക്കുന്ന വിപത്തിന് തടയിടാനായില്ല. പതുക്കെയാണെങ്കിലും നാക്കു നീട്ടിയ സർപ്പത്തെപ്പോലെ അത് അടുത്തുവന്നുകൊണ്ടിരുന്നു.

# രണ്ട്

**ഏ**ബലിന്റെ പകലുകൾക്ക് ദൈർഘ്യം കുറവായിരുന്നു. കിഴവൻ മലയുടെ ഇടുക്കുകളിൽ നിന്ന് പുറത്തു വരാൻ സൂര്യന് ഏറെ സമയം വേണ്ടി വന്നിരുന്നു. തിരിച്ചു പോകാൻ തയ്യാറെടുക്കും മുമ്പുതന്നെ മറച്ചു കളയുകയും ചെയ്യും. എന്നിരുന്നാലും, ഓരോ പകലും അവിസ്മരണീയമായിരുന്നു. അവയ്ക്ക് തനതായ വശ്യതയുണ്ടായിരുന്നു.

അപരിചിതർ കാലുകുത്താത്ത ഗ്രാമത്തിന്റെ കല്ലു പാകിയ പാതയിൽ അന്നൊരാൾ കടന്നുവന്നു. തീർത്തും അജ്ഞാതനായ ഒരാൾ. അയാൾ നീണ്ട വെളുത്ത കുപ്പായം അണിഞ്ഞിരുന്നു. കൈയിൽ ഊന്നു വടിയും പിടിച്ചിട്ടുണ്ടായിരുന്നു. കണ്ടവർ കണ്ടവർ എത്തി നോക്കി. ആളുകളുടെ സംശയത്തോടെയുള്ള നോട്ടം അയാളെ ഒട്ടും അത്ഭുതപ്പെടുത്തിയില്ല. കൂസലില്ലാതെ കുറെയേറെ മുന്നോട്ടു നടന്നു.

പക്ഷേ, വഴി ചോദിക്കാൻ ആരെയും കണ്ടില്ല. തന്റെ നേരെ അനിഷ്ടത്തോടെ നോക്കുന്നവരോട് അയാളെന്തു ചോദിക്കാൻ? സ്ത്രീകളുടെ നീണ്ട നിരയെ അവഗണിച്ച് അയാൾ കുട്ടികൾക്കരികിലേക്ക് വന്നു. ജോർജിയാന വിറച്ചു.

"ഇയാൾ നമ്മളെ തട്ടിക്കൊണ്ടു പോവ്വോ?"

ആർക്കെങ്കിലും മറുപടി പറയാനാകും മുമ്പെ അയാൾ മൈക്കേലിനു മുന്നിലിരുന്നു. വളരെയധികം വാത്സല്യത്തോടെ അവനോടു ചോദിച്ചു.

"മോനേ, ഇവിടെ താമസിക്കുന്ന ആൽബസ് എന്ന മാന്യനെ അറിയുമോ. അയാളുടെ വീട് എനിക്കൊന്ന് പറഞ്ഞുതരാമോ?"

ആ ചോദ്യം മൈക്കേലിനെ വല്ലാതെ ഞെട്ടിച്ചു. തികച്ചും പുതിയ ഒരാൾ മുത്തച്ഛനെക്കുറിച്ചു ചോദിക്കുന്നു. ശബ്ദം വീണ്ടെടുക്കാൻ പോലും അവനു പ്രയാസം തോന്നി. അപ്പോഴും പുഞ്ചിരിക്കുന്ന അയാ

ളുടെ മുഖം നോക്കി വിറയാർന്ന ശബ്ദത്തിൽ ഒട്ടും മര്യാദയില്ലാതെ അവൻ ചോദിച്ചു.

"എന്തിനാ?"

"ഒന്നു കാണാൻ. ഞാനദ്ദേഹത്തിന്റെ പഴയ സുഹൃത്താണ്."

മൈക്കേലിന്റെ ശങ്ക മാറിയില്ല. ഈ വെളുത്ത കുപ്പായക്കാരനെ ങ്ങനെ മുത്തച്ഛന്റെ സുഹൃത്താവാൻ കഴിയും? ഇയാളെക്കുറിച്ച് ഒരിക്കലും മുത്തച്ഛൻ പറഞ്ഞിട്ടില്ലല്ലോ. അയാൾ മറുപടിക്കുവേണ്ടി കാത്തു നില്ക്കുകയാണ്. അതു കണ്ടപ്പോൾ പറയാൻ നിർബ്ബന്ധിതനായ പോലെ അവൻ മറുപടികൊടുത്തു.

"അറിയാം. ആൽബസ് എന്റെ മുത്തച്ഛനാണ്. ഞങ്ങൾ ദാ അവിടെ യാണു താമസിക്കുന്നത്."

വിരൽ ചൂണ്ടുമ്പോഴും അവന്റെ ദൃഷ്ടി അതിഥിയുടെ മുഖത്തു തന്നെയായിരുന്നു. അയാളുടെ വാത്സല്യഭാവം ഒന്നുകൂടി ശക്തിപ്പെടു ന്നതായി അവനു തോന്നി. താൻ മുമ്പിൽ നടക്കണമെന്ന് അയാൾ ആഗ്ര ഹിക്കുന്നുണ്ട്. അപരിചിതനെ വീട്ടിലേക്കു കൊണ്ടു പോകുമ്പോൾ മുത്ത ച്ഛനോടുള്ള പിണക്കം എങ്ങനെ പ്രകടിപ്പിക്കണമെന്ന് അവൻ ആലോ ചിക്കുകയായിരുന്നു.

പതിവില്ലാതെ അവൻ നേരത്തെയെത്തിയതിൽ അമ്പരന്നാണ് മുത്ത ച്ഛൻ വാതിൽ തുറന്നത്.

"ആൽബസ്...."

മുത്തച്ഛൻ അവന്റെ പിറകിലേക്കു കണ്ണുയർത്തി. ഒരു നിമിഷം. ആ കണ്ണുകൾ അമ്പരപ്പിൽ തിളങ്ങി. മുന്നോട്ടു നീങ്ങി പടികൾ ചാടിയിറങ്ങി അദ്ദേഹം ആ വെള്ളക്കാരനെ മുറുകെപ്പിടിച്ചു. മുത്തച്ഛന്റെ അലസമാ യുള്ള നടത്തം കണ്ടു ശീലിച്ച മൈക്കേൽ സ്തബ്ധനായി ആ കാഴ്ച കണ്ടു.

"റൂഥർ.......... നീയെങ്ങനെ.........?"

ആഹ്ലാദവായ്പ് കൊണ്ട് മുത്തച്ഛന്റെ ശബ്ദം ഇടറി. തനിക്കു സാന്താ യുടെ സമ്മാനം കിട്ടിയപ്പോൾപ്പോലും മുത്തച്ഛൻ ഇത്രയും സന്തോഷി ച്ചിട്ടില്ല. വെള്ളക്കുപ്പായക്കാരന്റെ പേര് റൂഥർ എന്നാണ്. അയാളെന്തി നാകും ഇപ്പോൾ വന്നിട്ടുണ്ടാകുക? മൈക്കേലിന്റെ തലയ്ക്കുള്ളിൽ ഒരായിരം ചോദ്യങ്ങളാണ് ഒഴുകി വന്നത്.

സുഹൃത്തിനെ അകത്തേക്കാനയിക്കുമ്പോൾ മുത്തച്ഛന്റെ കണ്ണിൽ തിളങ്ങുന്ന കണ്ണീർ മൈക്കേൽ കണ്ടു. സന്തോഷം വരുമ്പോഴും ആളു കൾ കരയുമോ? അവൻ ചിന്തിച്ചു തല പുകച്ചില്ല. പുതിയ മനുഷ്യന്റെ വരവിനെക്കുറിച്ചറിയാനാണ് അവൻ താല്പര്യപ്പെട്ടത്. നെരിപ്പോടിനരി കിൽ തന്റെ കസേരയിലാണ് സുഹൃത്തിനെ മുത്തച്ഛൻ ഇരുത്തിയത്. എന്നിട്ട് ചായക്കോപ്പ എടുക്കാനായി തിരക്കിട്ട് അകത്തേക്കു പോയി.

വീടു നോക്കിക്കാണുകയായിരുന്ന അതിഥി അപ്പോഴാണവനെ ശ്രദ്ധി ച്ചത്. സ്നേഹത്തോടെ നോക്കിയിട്ട് അയാൾ അടുത്തേക്കു വരാൻ

ആംഗ്യം കാട്ടി. മൈക്കേൽ ഒന്നു മടിച്ചു. അയാളുടെ വേഷം അത്ര ഭംഗിയല്ല. എന്നാലും മുത്തച്ഛൻ ഇത്രയും സ്നേഹത്തോടെ സ്വീകരിച്ചയാളല്ലേ. മുത്തച്ഛൻ നല്ലയാളാണ്. അപ്പോൾ മുത്തച്ഛന്റെ സുഹൃത്തും നല്ലയാളായിരിക്കും. പതുക്കെ പതുക്കെ അവൻ അയാളുടെ അടുത്തേക്കു നടന്നു.

"നിന്റെ പേരെന്താണ്?"

"മൈക്കേൽ"

"നിനക്ക് ഏറ്റവുമിഷ്ടം എന്താണ്?"

ആ ചോദ്യത്തിനു മുന്നിൽ മൈക്കേൽ ഒട്ടൊന്നാലോചിച്ചു. ഇഷ്ടം എന്താണെന്നല്ലേ ചോദിച്ചത്? മറുപടി അയാൾക്ക് പിടിക്കുമോയെന്ന വീണ്ടുവിചാരമില്ലാതെ അവൻ പറഞ്ഞു.

"കിഴവൻമലയിലെ വയലറ്റ് പൂക്കൾ."

കിഴവൻമലയേതെന്ന് അതിഥിക്കു മനസ്സിലായില്ല. അവിടുത്തെ വയലറ്റ് പൂക്കളും അയാൾക്ക് പരിചിതമായിരുന്നില്ല. എന്നാലും ബാല്യത്തിന്റെ സഹജമായ നിഷ്കളങ്കതയോടെ വന്ന മറുപടി അയാളെ ആകർഷിച്ചു. കിഴവൻമലയിലെ വയലറ്റ് പൂക്കളെ സ്നേഹിക്കുന്ന ബാലനെ അയാൾ പിടിച്ചു മടിയിലിരുത്തി.

പുതിയ സ്ഥാനം മൈക്കേലിനു വല്ലാതെ ഇഷ്ടപ്പെട്ടില്ല. കഴുത്തു തിരിച്ച് അയാളെ വിശദമായി നോക്കി. അയാളുടെ മുഖത്ത് മുത്തച്ഛന്റേതു പോലെ താടിയുണ്ടായിരുന്നില്ല. പുരികങ്ങൾക്ക് കട്ടിയും കുറവായിരുന്നു. മുടിയാകട്ടെ ചുവന്ന നിറത്തിലാണ്. ആകെക്കൂടി കണ്ടിട്ടുള്ള ആരുമായും അയാളെ താരതമ്യംചെയ്യാൻ വയ്യ. പരിചയമുള്ള ആരും ഈ നീണ്ട വെള്ളക്കുപ്പായം ഇടാറില്ല. അതൊന്നു ചോദിക്കണമെന്നു തന്നെ അവൻ കരുതി.

"ഈ വെള്ളക്കുപ്പായമെന്തിനാ ഇടുന്നേ? ഇതു പെട്ടെന്ന് അഴുക്കാകില്ലേ?"

അയാൾക്കു ചിരിപൊട്ടി. ചിരിച്ചാൽ കുട്ടിയെ വേദനിപ്പിക്കലാകുമോ എന്ന് കരുതി ചിരി പിൻവലിച്ചു. എന്നിട്ട് കാര്യം ഗൗരവത്തോടെ അവതരിപ്പിച്ചു.

"ഞാനൊരു വൈദികനാണ്. ഞങ്ങൾ ഇങ്ങനെയുള്ള വസ്ത്രങ്ങളേ അണിയൂ."

അതാണു കാര്യം. മൈക്കേൽ സ്വയം പറഞ്ഞു. ദൂരെയുള്ള പള്ളി ഇയാളുടേതാണ്. ആ വലിയ മണി മുഴക്കി ഇത്രയും വലിയ ശബ്ദമുണ്ടാക്കുന്നതും ഇയാൾ തന്നെയാകണം. അവന് അത്ഭുതമടക്കാനായില്ല.

"ഇത്രയും വലിയ മണി എങ്ങനെയാ ഒറ്റയ്ക്ക് അടിക്കുന്നത്?"

അയാൾ പിന്നെയും ചിരിച്ചു.

"മണിയടിക്കുന്നത് ഞാനല്ല, കപ്യാരാണ്. ഞാൻ വൈദികനല്ലേ?

മണ്ടത്തരമാണു ചോദിച്ചതെന്നു മൈക്കേലിനു തോന്നി. മുത്തച്ഛൻ ചായയുമായി വരുന്നുണ്ട്. അവൻ കുതറിയെണീക്കാൻ നോക്കി. പക്ഷേ,

അയാൾ പിടി അയച്ചില്ല.

"ഇരിക്കെടോ, എനിക്കു പറയാനുണ്ട്."

അയാളുടെ പറച്ചിൽ കേട്ട് മുത്തച്ഛൻ പുഞ്ചിരിച്ചു. തന്റെ ഈ അവസ്ഥയിൽ മുത്തച്ഛൻ ചിരിക്കുന്നത് കണ്ട് മൈക്കേലിനു കലി വന്നു. പിന്നെ അവിടെത്തന്നെയിരുന്നു. അയാൾക്കെന്താണ് പറയാനുള്ളതെന്നു കേൾക്കണമല്ലോ. ചിലപ്പോൾ എന്തെങ്കിലും കഥയായിരിക്കും. കഥ കേൾക്കുക അവനിഷ്ടമാണ്. കഥ കേട്ടുറങ്ങുന്നത് നല്ല കാര്യമാണ്.

അവന്റെ മനസ്സു വായിച്ചതുപോലെ അയാൾ പറയാൻ തുടങ്ങി.

"പണ്ടുപണ്ട് രണ്ടു കൂട്ടുകാരുണ്ടായിരുന്നു."

വിരലുകൾ ചൂണ്ടിക്കൊണ്ട് അയാൾ തുടർന്നു: "റൂഥറും ആൽബസും. അവർ എപ്പോഴും ഒരുമിച്ചായിരുന്നു. റൂഥറിന്റെ കൂടെ കളിക്കാനായിരുന്നു ആൽബസിനിഷ്ടം, അതുപോലെ തന്നെ തിരിച്ചും. ഒരിക്കലവരൊരു യാത്ര പോയി."

അയാൾ ചായ ഒരിറക്ക് കുടിച്ചു. മൈക്കേൽ മുത്തച്ഛന്റെ കഥ കേൾക്കാനായി കാതു കൂർപ്പിച്ചിരുന്നു.

"ഒരു മലമുകളിലേക്കു നടന്നു കയറാനായിരുന്നു പദ്ധതി. ആ മലയുടെ ഏറ്റവും മുകളിലെ മണ്ണിൽ അവരുടെ പേരെഴുതിയ ചൂണ്ടുപലക നാട്ടുവാനായിരുന്നു അവരുടെ പോക്ക്. മല വലിയതായിരുന്നു. അറ്റം കാണാത്തത്ര വലുത്."

മൈക്കേലിന്റെ മനസ്സ് കിഴവൻമലയെ ആവാഹിക്കാൻ ശ്രമിച്ചു. മുത്തച്ഛനും ഈ സുഹൃത്തും ഇവിടേയ്ക്കു തന്നെയാകുമോ വന്നത്? ആർക്കറിയാം.

"അവർ നടന്നു തുടങ്ങി. ഇടയ്ക്കിടെ തളർന്നു നിലത്തിരുന്നു. വെള്ളം കിട്ടാതെ തൊണ്ട വരണ്ടു. വിശന്നു കുഴഞ്ഞു. എന്നിട്ടും നടന്നു. നടന്നുകൊണ്ടേയിരുന്നു. ഏറ്റവും മുകളിൽ തങ്ങളുടെ പേരു വയ്ക്കാനുള്ള കൊതിയോടെ. അത് വേനൽക്കാലമായിരുന്നു. മുകളിലേക്കു നടക്കുന്തോറും ചൂടുകൂടി. ദാഹം കൂടി. തളർച്ച കൂടി. എന്നിട്ടുമവർ നിർത്തിയില്ല. വാശിയോടെ നടന്നു. വീഴുമെന്നു പേടിച്ച് കൈകോർത്തു നടന്നു. ആ നടപ്പിൽ അവരുടെ കൈയിലുണ്ടായിരുന്നതെന്തൊക്കെയോ താഴേക്കു വീണു. അവർ തിരിഞ്ഞു നോക്കിയില്ല. ഒരിക്കലും തിരിയരുത് എന്നു തീരുമാനിച്ചിരുന്നു."

അയാൾ പിന്നെയും ചായ കുടിച്ചു. മൈക്കേലിന് ആകാംക്ഷ സഹിക്കാനായില്ല. അയാളുടെ വെളുത്ത വസ്ത്രത്തിൽ മുറുകെപ്പിടിച്ച് അവൻ വിടർന്ന കണ്ണുകളോടെ ചോദിച്ചു.

"എന്നിട്ട്?"

"പിന്നെയും നടന്നു. അവസാനമില്ലാത്തപോലെ. വെയിൽ പോയി. ഇരുട്ടു പരന്നു. അവർ എന്നിട്ടും മലമുകളിലെത്തിയില്ല. ദൂരം ഇനിയും ബാക്കി. ആ കൂട്ടുകാർ മുന്നോട്ടു പോയി. കണ്ണു കാണാത്ത ഇരുട്ടിൽ അവർ തപ്പിത്തടഞ്ഞു നടന്നു. ഒടുവിൽ, അവർ ലക്ഷ്യസ്ഥാനത്തെത്തി."

മൈക്കേലിന്റെ ഹൃദയം തുടികൊട്ടി. എത്തിക്കഴിഞ്ഞു. ഇനിയവർ അതും ചെയ്യും.

"പക്ഷേ,....."

"പക്ഷേ," മൈക്കേൽ ഏറ്റുപറഞ്ഞു. അതൊരു ചോദ്യമായിപ്പോയി. അവന്റെ മുഖത്തേക്ക് നിരാശയോടെ അയാൾ നോക്കി. എന്നിട്ട് മുറിഞ്ഞുപോയ ആ വാചകം പൂർത്തിയാക്കി.

"പക്ഷേ, അവിടെ സ്ഥാപിക്കാൻ കൊണ്ടുവന്ന ചൂണ്ടുപലക വഴിയിലെവിടെയോ വീണുപോയിരുന്നു."

മൈക്കേലിനു ചിരിവന്നു. അവൻ ഉറക്കെ ചിരിച്ചു. എത്രയാണവർ നടന്നത്? എന്നിട്ടോ? അയാളുടെ ഉടുപ്പിൽ നിന്നു കൈയെടുക്കാനേ അവൻ മറന്നു പോയി. തന്റെ ചിരിയിൽ അഭിരമിച്ചു നില്ക്കുന്ന സുഹൃത്തുക്കളെ കാണുന്തോറും അവനു ചിരി വന്നു. മുത്തച്ഛനു മറവി പണ്ടേ ഉള്ളതാണല്ലോ...

മുത്തച്ഛനാണ് വീണ്ടും ഗൗരവപൂർവ്വം സംസാരിച്ചു തുടങ്ങിയത്.

"മൈക്കേൽ, പുറത്തു പോയിക്കോളൂ. ഞങ്ങൾ സംസാരിക്കട്ടെ." മനസ്സില്ലാമനസ്സോടെ അവൻ പുറത്തേക്കിറങ്ങി.

"അവർ എന്താകും സംസാരിക്കുന്നത്?"

മൈക്കേൽ പോയിക്കഴിഞ്ഞപ്പോൾ അദ്ദേഹം ഫാദറിനെ നോക്കി സംശയഭാവേന ചോദിച്ചു. "ഞാനിവിടെയുണ്ടെന്ന് നീയെങ്ങനെയറിഞ്ഞു?" ഫാദർ പുഞ്ചിരിച്ചു. രസമുള്ള ചോദ്യം. ഏതോ രഹസ്യം പറയുന്നപോലെ അയാൾ ഉത്സാഹത്തിലാണു സംസാരിച്ചത്.

"ഇവിടെ നിന്നു പള്ളിയിൽ വന്നവർ ആൽബസ് എന്ന മർക്കടമുഷ്ടിക്കാരനെക്കുറിച്ചു പറഞ്ഞു. അതു നീയാണെന്ന് എനിക്കൊരു തോന്നൽ."

ഫാദറിനു മറുപടി കിട്ടാൻ ഏറെ വൈകി. കിട്ടിയതോ അവ്യക്തമായ മറ്റൊരു ചോദ്യവും.

"ഞാൻ ജീവനോടെയുണ്ടെന്ന് നിനക്കു തോന്നിയെന്നോ?"

ഫാദർ തലകുലുക്കി. ഇത്തവണ പറയാൻ ഒന്നുമില്ലാത്തത് തനിക്കാണെന്നൊരു തോന്നൽ. ലോകം മുഴുവൻ ആൽബസിനെ മറന്നാലും തനിക്കു മറക്കാൻ കഴിയില്ലല്ലോ. എത്രയോ വർഷങ്ങൾ ഒരുമിച്ചു നിന്നവരാണ്. തങ്ങൾക്കിടയിൽ വാക്കുകൾ വേണ്ടെന്നുവരെ പലപ്പോഴും തോന്നിയിട്ടുള്ളതാണ്. ഒരു ചെറിയ മൂളലോ നോട്ടമോ മതി. വർത്തമാനം പറയേണ്ട കാര്യമേ വന്നില്ല. ഒരു ചെറിയ സ്പർശം തന്നെ വലിയ ആശ്വാസവും കരുത്തുമാണ്. ആകാംക്ഷകൊണ്ട് ഫാദർ സ്വയമറിയാതെ ചോദിച്ചുപോയി:

"എന്തിന്?"

ആൽബസ് തന്നെ നോക്കി വെളിപ്പെടുത്തിയ വസ്തുതകൾ കേട്ടപ്പോൾ ഫാദറിനു ചെകുത്താന്റെ കുസൃതികളെ അംഗീകരിക്കാതിരിക്കാൻ വയ്യെന്നായി. സ്നേഹത്തെയും വിശ്വാസത്തെയും അട്ടി

മറിക്കുന്ന ചെകുത്താൻവേലകൾ ആശ്ചര്യകരം തന്നെ. കർത്താവ് മന്ദ ഗതി കാട്ടുന്നുവെന്ന് ഫാദറിന് പരിഭവമുണ്ടായി. ഭൂമിയിൽ ഇവരെ വേരോടെ പിഴുതെറിയണം. സുഹൃത്തിനുണ്ടായ നഷ്ടങ്ങളും വേദന കളും ഫാദർ തന്റേതാക്കി. അവയുടെ മുറിവ് ഭയാനകമായ ആഴമുള്ള താണെന്ന് അദ്ദേഹം തിരിച്ചറിഞ്ഞു.

ആൽബസിനെ തനിച്ചുവിട്ട് ഫാദർ പുറത്തിറങ്ങി നിന്നു. കൗതുക മുള്ള കണ്ണുകളോടെ മൈക്കേൽ നില്ക്കുന്നു. അല്പം മുമ്പുണ്ടായ പരി ചയത്തിന്റെ അടുപ്പത്തിൽ ഫാദർ അവനെ കൈകാട്ടി വിളിച്ചു. അപരി ചിതത്വമൊന്നും കാട്ടാതെ അരികിലേക്കു പാഞ്ഞു വന്ന കുസൃതിപ്പയ്യനെ സ്നേഹത്തോടെ എടുത്തുയർത്തി. ഗാഢമായ സ്നേഹത്തിൽ തളിർത്ത ഒരുമ്മ സമ്മാനിച്ചു.

ബാല്യത്തിന്റെ സകല നിർമ്മലതയുമുള്ള അവനെ നോക്കിനിന്ന പ്പോൾ ഫാദർ ചില തീരുമാനങ്ങളെടുത്തു. നടപ്പിൽ വരുത്തേണ്ട ചിലത്. ആൽബസിനെ തനിക്ക് നന്നായറിയാം. അയാൾ എളുപ്പം വിട്ടുതരില്ല. മൈക്കേലിലൂടെ മാത്രമേ ആൽബസിനെ മെരുക്കിയെടുക്കാൻ കഴിയൂ.

ആൽബസിനു കേൾക്കാൻ കഴിയുന്ന ശബ്ദത്തിൽ ഫാദർ മൈ ക്കേലിനോടു, “നിന്റെ മുത്തച്ഛൻ അവിടെ നിനക്കൊപ്പം ചേരും. ആദ്യം മൈക്കേൽ വന്ന് അവിടെയൊക്കെ നോക്കണം എന്നിട്ട് നിനക്കിഷ്ടമാ യെങ്കിൽ നിന്റെ മുത്തച്ഛനും അവിടേക്കു വരും. നിന്റെ കൂടെ നില്ക്കാൻ.”

അതൊരു വലിയ സാദ്ധ്യതയാണെന്ന് മൈക്കേലിനു മിക്കവാറും ഉറപ്പു തോന്നി. ശരിയാണ്. മുത്തച്ഛനു പ്രായമായില്ലേ? ആദ്യം താൻ പോയി നോക്കി വരാം. എന്നിട്ട് മുത്തച്ഛനെയും കാരലിനെയും കൊണ്ടു പോകാം. കൂട്ടുകാരെയും വന്നു കാണാം.

അവന്റെ മുഖം തിളങ്ങി. സംശയത്തോടെയും പ്രതീക്ഷയോടെയും മുത്തച്ഛനെ നോക്കി.

മുത്തച്ഛന്റെ കണ്ണുകൾക്ക് അവന്റെ ഭാവം എളുപ്പം പിടികിട്ടി. അദ്ദേഹം വാഗ്ദാനം ചെയ്തു.

“തീർച്ചയായും.”

# മൂന്ന്

**ആ**ദ്യമായിട്ടാണ് അവൻ ഏബലിനു പുറത്തു പോകുന്നത്. അതും മുത്തച്ഛന്റെ കൂട്ടില്ലാതെ. ആകാംക്ഷയോ ഭയമോ ആഹ്ലാദമോ ഒക്കെ അവനു തോന്നി. പുറത്തെ ലോകം തീർത്തും അപരിചിതമാണ്. അവിടത്തെ ആളുകളും രീതികളും എങ്ങനെയാകുമെന്ന് അവൻ സംശയിച്ചു. അവരോട് ഇടപഴകേണ്ടി വരുമെന്ന ചിന്ത ഒട്ടൊന്നു സംഭ്രമിപ്പിക്കുന്നതാണ്.

അവരുടെ ചെറിയ വീട്ടിൽ അവന്റേതായി കുറച്ച് ഉടുപ്പുകളും ഷൂവും കൈയുറകളും കമ്പിളിയുമേ ഉണ്ടായിരുന്നുള്ളൂ. അവയെല്ലാം പൊതിഞ്ഞെടുക്കുമ്പോൾ മുത്തച്ഛന്റെ കൈകൾ വിറച്ചു. ഇത്രയും നാൾ കൺമുന്നിൽ സംരക്ഷണയോടെ വളർത്തിയതാണ്. ഇന്ന് കൺവെട്ടത്തു നിന്നും ദൂരേക്ക് അയക്കുകയാണ്. ചെറിയ പേടി തോന്നായ്കയല്ല. റൂഥർ കൂടെയുണ്ടെന്നതാണ് ബലം. അറുപതു വർഷത്തെ സൗഹൃദമാണ്. അയാൾ കൂടെയുള്ളത് താൻ കൂടെയുള്ള പോലെ തന്നെയാകും.

മൈക്കേൽ ആലോചനയിലായിരുന്നു. ആ വീടിന് അവന്റെ ഹൃദയത്തിൽ വലിയ സ്ഥാനമുണ്ട്. അവിടം വിട്ടുപോകുന്നത് ദു:ഖകരമാണ്. പക്ഷേ, എല്ലാം തനിക്കു വേണ്ടിത്തന്നെയല്ലേ! താൻ പഠിച്ച് വലിയൊരാളായി മുത്തച്ഛന്റെ മുന്നിൽ നില്ക്കുന്ന രംഗം അവൻ സങ്കല്പിച്ചു നോക്കി. അതു വളരെ നന്നായിരിക്കും. മുത്തച്ഛന്റെ കൂട്ടുകാരനെ ഇനി മുതൽ ഫാദർ എന്നാണു വിളിക്കേണ്ടത്. അയാൾ ആളു രസികൻ തന്നെ. വന്നിട്ട് ഒരുപാടു നേരമായില്ല. അതിനിടയിൽത്തന്നെ കൈയിലെടുത്തു കളഞ്ഞു.

"ഫാദർ.."

ആരോ വിളിക്കുന്നു. മൈക്കേൽ വാതിൽ തുറന്ന് തലയിട്ടു നോക്കി. ഹാരിയുടെ അച്ഛനാണ്. അവൻ അയാളെ അകത്തേക്കു ക്ഷണിച്ചു. ആദ്യ

മായിട്ടാണ് അയാളവിടെ വരുന്നത്. വന്നയുടൻ അയാൾ ഫാദറിന് അഭിവാദ്യമർപ്പിച്ചു.

"ഫാദർ, അങ്ങയെ തീരെ പ്രതീക്ഷിച്ചില്ല. ഞാൻ വീടിനു പുറത്തായിരുന്നു. പിന്നെയാണ് അങ്ങു വന്നെന്നറിഞ്ഞത്. ഫാദറെന്താ ഇവിടെ?"

ഫാദർ അയാളോട് ഇരിക്കാൻ പറഞ്ഞു. എന്നിട്ട് മുത്തച്ഛന്റെ നേരെ നോക്കി.

"ആൽബസ് എന്റെ സുഹൃത്താണ്. ഇയാളിവിടെ ഉണ്ടെന്ന് നിങ്ങൾ പറഞ്ഞാണു ഞാനറിഞ്ഞത്. ഇയാളെ ഒന്നു കാണുവാൻ വേണ്ടി മാത്രമാണ് വന്നത്. ഞാൻ മൈക്കേലിനെ കൂടെ കൊണ്ടുപോകുന്നു. ഏറെത്താമസിയാതെ ആൽബസും അവിടേക്കു വരും."

"പക്ഷേ, ഫാദർ... ഞാനങ്ങയോട്...?"

"നിങ്ങൾ തന്നെ. അതിവേഗം ഷൂ തുന്നുന്ന കാർക്കശ്യക്കാരൻ ആൽബസ് എന്ന അയൽക്കാരൻ വൃദ്ധനെക്കുറിച്ച് നിങ്ങളെന്നോടു പറഞ്ഞതായി ഓർക്കുന്നില്ലേ? എട്ടു വർഷങ്ങൾക്കു മുമ്പ് പിരിഞ്ഞുപോയ എന്റെ സുഹൃത്താണതെന്ന് എനിക്കു തോന്നി. നിങ്ങൾക്കു നന്ദി. ഞാനിയാളെ അന്വേഷിച്ചു നടക്കുകയായിരുന്നു."

ഫാദറിന്റെ നന്ദിപറച്ചിൽ കേട്ടപ്പോൾ അയാളുടെ തല അഭിമാനപൂർവ്വം കുനിഞ്ഞു. എന്തോ സംശയം തോന്നിയ പോലെ അയാൾ ചോദിച്ചു.

"അപ്പോൾ നിങ്ങൾ പോവുകയാണോ? ഇത്രയും നാൾ ഈ കുട്ടിയുമായല്ലാതെ നിങ്ങളുമായി ഞങ്ങൾക്കു യാതൊരു ബന്ധവും ഉണ്ടായിരുന്നില്ല. എന്നാലും, നിങ്ങൾ പോകുന്നുവെന്നു കേൾക്കുമ്പോൾ ഒരു വിഷമം."

മുത്തച്ഛന്റെ മുഖത്ത് ചിരിയുടെ ലക്ഷണം. അദ്ദേഹം മുന്നോട്ടു വന്ന് അയൽക്കാരന്റെ തോളിൽ കൈ വെച്ചു. പരസ്പരം മൗനം പാലിച്ചുവെങ്കിലും ആ സ്പർശനത്തിന് വല്ലാത്ത വാചാലതയുണ്ട്.

മുത്തച്ഛന്റെ കൈ തോളിൽ ഇരിക്കവെ തന്നെ അയാൾ മൈക്കേലിനോടു ചോദിച്ചു.

"നിനക്കു പോകാൻ താല്പര്യമാണോ? ഹാരിക്ക് നിന്നെ എന്തിഷ്ടമാണെന്നോ!"

അതു കേട്ടപ്പോൾ അവനു വിഷമം തോന്നി. ഹാരിക്കു മാത്രമല്ല, എല്ലാവർക്കും അവനെ ഒത്തിരി ഇഷ്ടമാണ്; തിരിച്ചും. താൻ പോയാൽ അവർക്ക് വല്ലാത്ത വിഷമം തോന്നുമായിരിക്കും. തനിക്കു പുതിയ കൂട്ടുകാരെ കിട്ടും. എന്നാലും, ഇനിയാരാണ് ജോർജിയാനക്കു മുമ്പിൽ തോറ്റുകൊടുക്കുക? പക്ഷേ, പോകാതിരിക്കാനും വയ്യ. മുത്തച്ഛനും അതുതന്നെയാണ് പറഞ്ഞത്.

"ഞാൻ പോകും, മുത്തച്ഛനും വരും കൂടെ. ഹാരിയെയും ഡിക്കിനെയും ജോർജിനെയും ജോർജിയാനെയുമൊക്കെ ഞാനെപ്പോഴും ഓർക്കും. എനിക്കവരെയും ഇഷ്ടമാണ്. അവരെ കാണാനും കൂടെ കളി

ക്കാനും വേണ്ടി ഇടയ്ക്കൊക്കെ ഞാൻ വരുമല്ലോ?"

പിൻബലത്തിനു വേണ്ടി അവൻ മുത്തച്ഛനെ നോക്കി. അദ്ദേഹം മിണ്ടിയില്ല. എന്താണ് മിണ്ടാത്തത്? ഇനി ഒരിക്കലും മടങ്ങി വരില്ലേ? ഇനിയൊരിക്കലും കൂട്ടുകാർക്കൊപ്പം കളിക്കാൻ പറ്റില്ലേ?

അവനു വീർപ്പുമുട്ടി. അന്തരീക്ഷത്തിനു കനം വെച്ചതുപോലെ..

ഹാരിയുടെ അച്ഛൻ യാത്ര പറഞ്ഞിറങ്ങിയപ്പോഴും മുത്തച്ഛൻ മിണ്ടിയില്ല. മൈക്കേലിനെ വേദനിപ്പിക്കാൻ അദ്ദേഹം ആഗ്രഹിച്ചില്ല. പൊതിഞ്ഞെടുത്ത സാധനങ്ങൾ അദ്ദേഹം അവന്റെ കൈയിൽ വെച്ചുകൊടുത്തു. ചുമരിന്മേൽ തൂക്കിയിട്ടിരുന്ന വലിയ തൊപ്പി തലയിൽ വെച്ചു കൊടുത്തു. ആ തൊപ്പി അവന്റെ കണ്ണുകൾ പാതിയും മൂടി.

ഫാദറിന്റെ കൈ പിടിച്ചു വാതിൽ കടക്കവെ മൈക്കേലിനു നിയന്ത്രിക്കാനായില്ല. അവൻ മുത്തച്ഛന്റെ അടുത്തേക്ക് ഓടിച്ചെന്നു. വിങ്ങലുകൾക്കിടയിലൂടെ അവൻ പറയുന്നതെന്തെന്ന് മനസ്സിലായതുതന്നെയില്ല.

വാതിൽ കടക്കുന്നതു വരെ ആ കുഞ്ഞിക്കൈയിൽ മുറുകെപ്പിടിച്ചു. അവിടന്നങ്ങോട്ടു നടക്കാൻ കഴിഞ്ഞില്ല. അവനെ പിന്തുടർന്ന് കുറച്ചു നേരം കൂടി നടന്നാൽ യാത്ര പറയാൻ കഴിയില്ലെന്ന് അദ്ദേഹത്തിനു തോന്നി. വേർപിരിയലുകളും യാത്രപറച്ചിലുകളും എത്ര വേഗമാണോ അത്രയും ദു:ഖം കുറഞ്ഞു കിട്ടും. കുഞ്ഞു മൈക്കേലിനും അതാണു നല്ലത്.

മൈക്കേൽ പുറത്തേക്കു നടന്നതേ ഉള്ളൂ. കാരൽ ഉറക്കെ കരഞ്ഞു. അവൾക്കിനി ആരുണ്ട്? കിഴവൻമലയിലെ പുല്ലു തിന്നാൻ ഇനി കുറച്ചു ദിവസം അവൾക്കു പറ്റില്ല.

മുത്തച്ഛൻ വരുമ്പോൾ ഇവളെ എന്തായാലും കൊണ്ടുവരും. ഫാദറിന്റെ കൈ വിടുവിച്ച് അവൻ കാരലിന്റെയടുത്ത് പോയി. അവളുടെ മുന്നിൽ മുട്ടുകുത്തിയിരുന്ന് കഴുത്തിൽ പതുക്കെ തലോടി.

മൃഗങ്ങൾക്ക് മനുഷ്യരോടു സംസാരിക്കാൻ കഴിയില്ലെന്നു വിശ്വസിക്കുന്നതു തെറ്റാണ്. ശബ്ദത്തിലും നോട്ടത്തിലും നമുക്കവയെ വായിക്കാം. കാരലിന്റെ കണ്ണുകൾ നിറയുന്നത് മൈക്കേലിനെ നോവിച്ചു. അവിടെ ഒരുപാട് ആട്ടിൻകുട്ടികളുണ്ടെന്നു പറഞ്ഞിട്ടുണ്ട്. അവിടേക്ക് വന്നാൽ കാരലിനു കൂട്ടുകാരാകും. അത് അവളെയെങ്ങനെ പറഞ്ഞു മനസ്സിലാക്കുമെന്ന് അവനു പിടികിട്ടിയില്ല. കാരലിന്റെ നെറ്റിയിൽ ഒരുമ്മ കൊടുത്തിട്ട് അവൻ എഴുന്നേറ്റു. കുറച്ചു ദിവസത്തിനകം എല്ലാം ശരിയാകുമല്ലോ.

മൈക്കേൽ കടന്നു പോയപ്പോൾ കാരൽ ശക്തമായി പ്രതിഷേധിച്ചു. അവനും കരയുകയായിരുന്നു. നനഞ്ഞ കവിളുകൾ തുടച്ചുകൊടുത്തിട്ട് ഫാദർ ചോദിച്ചു.

"ഇവൾക്കിവിടെ ചങ്ങാതിമാരെക്കിട്ടും എന്നു പറഞ്ഞില്ലേ?"

അവൻ തലയാട്ടി. അവളോടു പറയാനൊന്നും അവനു പറ്റിയിട്ടില്ലല്ലോ.

കൈ ഫാദറിന്റെ കൈകൾക്കുള്ളിലായപ്പോൾ മൈക്കേലിന് പുതിയൊരു സുരക്ഷിതത്വബോധം തോന്നി. വീടും മുത്തച്ഛനും കുതറാനോങ്ങുന്ന കാരലും പിന്നിൽ അകന്നകന്നു പോയി. തിരിഞ്ഞു നോക്കാൻ ധൈര്യം വന്നില്ല. വെളുത്ത കുപ്പായക്കാരൻ കൂട്ടിക്കൊണ്ടു പോകുന്നതും നോക്കി തരിച്ചു നിന്ന കൂട്ടുകാരോടും അവൻ യാത്ര പറഞ്ഞില്ല. സ്വപ്നത്തിലെന്ന പോലെ സ്വയം മറന്നു നടക്കുകയായിരുന്നു. പേരിടാനാകാത്ത ചില വികാരങ്ങൾ അവനെ കീഴ്പ്പെടുത്തിക്കളഞ്ഞു. പരിചിതമായ. പലതും പിറകിൽ മറയുമ്പോൾ അവൻ പുതിയ ചിലതിനായി മുന്നോട്ടു നടന്നു.

ഇന്നേവരെ എല്ലാമെല്ലാമായിരുന്ന ഗ്രാമവും ഗ്രാമവാസികളും ഒരുപാടു ദൂരെയായി. തല കുനിച്ചു നടന്നുകൊണ്ടിരുന്ന മൈക്കേൽ പതിയെ ബാല്യത്തിന്റെ കൂസലില്ലായ്മയിലേക്കു തിരികെ വന്നു. ചുറ്റുമുള്ള കാഴ്ചകൾ നഷ്ടപ്പെടുത്തിക്കൂടെന്ന് അവൻ വേഗം തിരിച്ചറിഞ്ഞു. കർത്താവു കനിഞ്ഞരുളിയ സൗന്ദര്യം ! പാതകൾക്കിരുവശത്തുമായി കണ്ണഞ്ചിപ്പിക്കുന്ന പൂക്കൾ. അവയിൽ നിന്നൊഴുകിയ പരിമളത്തിൽ അവനു ഹരം കയറി. ചെറുവൃക്ഷങ്ങൾ ധാരാളമായി വളർന്നു നില്ക്കുന്നു. അവയുടെ ശിഖരങ്ങളിൽ തളിരിലകൾ പല നിറത്തിലും വലിപ്പത്തിലും പൊടിച്ചുനിന്നു.

നടപ്പാതയിൽ നിന്ന് കുറേക്കൂടി പ്രധാനമായൊരു വഴിയിലേക്കു കയറിയത് അവനറിഞ്ഞതേയില്ല. വഴി കല്ലു പാകിയതായിരുന്നു. പകൽ മെല്ലെ തീക്ഷ്ണമായ ഉച്ചയ്ക്കു വഴിമാറി. ചൂടേറി. മുഖം വിയർപ്പിൽ കുതിർന്നു. ആ നനവിനു കീഴിൽ അവന്റെ ആവേശപൂർണ്ണമായ പുഞ്ചിരി തിളങ്ങി നിന്നു. ഫാദറിന്റെ കൈയിൽ നിന്നും അവനെപ്പോഴോ കുഞ്ഞിക്കൈ മോചിപ്പിച്ചു. അവന്റെ ആവേശം കണ്ട് ഫാദറും പ്രയാസം മറന്നു അതിവേഗം അവനൊപ്പം നടന്നു.

പതുക്കെയാണ് വിശപ്പു ബാധിച്ചത്. കഴിക്കാനായി ഒന്നും കൊണ്ടു വന്നിരുന്നില്ല. ഫാദറിനോടു ചോദിക്കാനും തോന്നിയില്ല. കുറച്ചേ ദൂരമുള്ളൂ എന്ന് ഉള്ളിൽ ആരോ പിറുപിറുത്തു. പിന്നെയും നടത്തം ദാഹമകറ്റാൻ വേണ്ടിക്കൂടിയായി. എന്നാലും, ഓരോ ചെറിയ പൂവും അവനെ ദാഹത്തിൽ നിന്നും അകറ്റിനിർത്തി. വെയിലിനുകീഴെ പടക്കളം വിടാത്ത പോരാളിയെപ്പോലെ അവൻ നടന്നു കൊണ്ടേയിരുന്നു. വഴിയിലവിടവിടെയായി നാട്ടിയ കല്ലുകളിലൊന്നും അവർ ഇരുന്നില്ല.

ഒരു കയറ്റമുണ്ടായിരുന്നത് അവനെ കുഴക്കി. കാൽമുട്ടുകൾക്കു മീതെ കൈപ്പത്തി അമർത്തിക്കൊണ്ടാണ് അവൻ കയറിയത്. കിതപ്പുയർന്നു. കൊച്ചു കുപ്പായമാകെ വിയർത്തൊട്ടി. മുഖത്ത് കഷ്ടിച്ചൊരു ചിരി വരുത്തി അവൻ ഫാദറിനെ നോക്കി. അദ്ദേഹം വളരെ കാര്യമായി അവനെത്തന്നെ നോക്കുന്നു. അദ്ദേഹത്തിന്റെ തണുത്ത കൈ വാത്സല്യത്തോടെ അവന്റെ തലയിൽ തടവി, മുത്തച്ഛൻ തടവുംപോലെ. നോക്കുമ്പോൾ ഫാദറിന്റെ ദൃഷ്ടി താഴെയെവിടെയോ ആണ്.

മൈക്കേലിന്റെ കണ്ണുകൾ മിഴിച്ചു നിന്നു. താഴെ, കുറച്ചകലെയായി എന്നും കാണാറുള്ള കൂറ്റൻ നാഴികമണി! അതിത്ര അകലെയായിരുന്നോ! കിഴവൻമലയിലെ കാറ്റ് തനിക്കു കേൾക്കുവാനായി മാത്രമായിരിക്കും ഈ ശബ്ദത്തെ കൊണ്ടുവന്നത്. ഉൽക്കടമായ ആശ്ചര്യവായ്പിൽ തളർച്ച മറന്നുകൊണ്ട് മൈക്കേൽ താഴേക്കോടി. കിതപ്പ് ഉച്ചത്തിലായി. ഫാദർ വരുന്നുണ്ടോയെന്നു പോലും നോക്കിയില്ല. പിന്നിലേക്കു വീശിയടിച്ച കാറ്റ് അവനു പ്രോത്സാഹനമായി.

ആകാശത്തോളം ഉയരമുള്ള പഴക്കം ചെന്ന നിർമ്മിതിയായിരുന്നു അത്. ഒരു നീണ്ട കയർ ഞാന്നു കിടന്നു. രണ്ടിലേറെ ബലവാന്മാർ ഒരുമിച്ചു ശ്രമിച്ചാൽ മാത്രമേ അതു പ്രവർത്തിപ്പിക്കാനാവൂ. ഇത്ര വലിയൊരത്ഭുതം കിഴവൻമലയ്ക്കൊപ്പം മൈക്കേൽ ആദ്യമായിട്ടാണു കണ്ടത്. കഴുത്തു പൊക്കി വളരെ ആയാസത്തോടെ അവൻ ആ വിസ്മയത്തെ ആസ്വദിച്ചു. ഫാദർ പിന്നിൽ നിന്നു പുഞ്ചിരിതൂകുന്നതൊന്നും അവൻ കണ്ടതേയില്ല.

കാണാൻ പിന്നെയുമുണ്ടായിരുന്നു പലതും. ഒരു കൂറ്റൻ കവാടമാണ് ആദ്യം കണ്ടത്. പച്ച പുൽത്തകിടി ഇരുവശത്തും നട്ടു പിടിപ്പിച്ച പാതയിലൂടെ ഉള്ളിലേക്കു നടന്നു. പരന്നു കിടക്കുന്ന ഭംഗിയുള്ള കെട്ടിടമാണവിടെ. ഒന്നുകൂടി അടുത്തേക്കു ചെന്നപ്പോൾ മനസ്സിലായി. അതൊരൊറ്റ കെട്ടിടമല്ല. വെളുത്ത ചായം പൂശിയ, അലങ്കാരഭംഗിയുള്ള കെട്ടിടം എല്ലാത്തിനും മുമ്പിൽ തലയെടുപ്പോടെ നില്ക്കുകയാണ്. അതിനൊരു പ്രത്യേക ചാരുതയുണ്ട്. പ്രൗഢിയെന്നോ ആഢ്യത്വമെന്നോ പേരിടാവുന്ന ഒരു ഔന്നത്യം.

അതിനിരുവശത്തുമായി പിന്നെയും ചില കെട്ടിടങ്ങളുണ്ട്. ഫാദറിനെപ്പോലെ നീണ്ടു വെളുത്ത വസ്ത്രങ്ങളണിഞ്ഞ കുറേ ചെറുപ്പക്കാരെ അങ്ങിങ്ങായി കാണുന്നു. കുട്ടികളായി ആരെയും കാണുന്നില്ലല്ലോ എന്നായി മൈക്കേലിന്റെ ആധി. അവരൊക്കെ അകത്തെവിടെയെങ്കിലും ആയിരിക്കും. അവൻ സ്വയം സമാധാനിച്ചു. വന്നയുടൻ എങ്ങനെയാ ഇതൊക്കെ ചോദിക്കുക?

"എന്താടോ, ഇവിടെയൊന്നും ഇഷ്ടമായില്ലേ? ഒന്നും മിണ്ടുന്നില്ലല്ലോ! നിന്റെ കൂട്ടുകാരെല്ലാം ഇപ്പോൾ വായിക്കുകയായിരിക്കും. അല്ലെങ്കിൽ നമ്മളവരെ കാണേണ്ട സമയം കഴിഞ്ഞു. ഇവിടെയൊക്കെ വിശദമായി കാണണ്ടേ, നിനക്ക്?"

അവൻ സന്തോഷത്തോടെ തലകുലുക്കി.

"മിടുക്കൻ" - അദ്ദേഹം ചിരിച്ചുകൊണ്ടു പറയുന്നതു കാണാൻ നല്ല രസമുണ്ടായിരുന്നു. ചിലപ്പോഴൊക്കെ മുത്തച്ഛൻ ചിരിക്കുന്നതുപോലെ. വലിയവരൊക്കെ ഒരുപോലെയാണെന്ന് അവന് തോന്നിയിട്ടുള്ളതാണ്. എന്തിനും പേടിയാണ്, കളിക്കാനും കൂടില്ല. പറയുന്നതൊക്കെ മനസ്സിലാകാത്ത കാര്യങ്ങളും. അതെന്തായിരിക്കും അങ്ങനെ? ആർക്കറിയാം.

അവൻ വളരെ നേരം ആസ്വദിച്ച വെളുത്ത കെട്ടിടം ചൂണ്ടിക്കാട്ടി ഫാദർ പറഞ്ഞു. "ഇതാണു ദേവാലയം. വളരെ വിശുദ്ധിയുള്ള ഇടമാണ്. നമുക്ക് ദൈവത്തോട് എന്തു പറയാനുണ്ടെങ്കിലും അത് ഇവിടെ വെച്ചാണു പറയുക. നാളെ ഒന്നുകൂടി വിശദമായി കാണാം. ഇപ്പോൾ നമുക്കു റൊട്ടി കഴിക്കാം. എന്താ, വിശപ്പില്ലേ?"

ഫാദർ വയറിനൊരു കൊച്ചടി തന്നപ്പോൾ മാത്രമാണ് വിശപ്പ് എത്രമാത്രമാണെന്ന് പിടികിട്ടിയത്. അവൻ സമ്മതം മൂളി. ഇത്രയും വിശപ്പ് ഇതിനു മുമ്പുണ്ടായിട്ടുണ്ടാകില്ല. അതുകൊണ്ടാകാം ഫാദറിനു പിന്നിലുള്ള നടത്തം പതിയെ ഓട്ടമായി മാറിയത്.

റൊട്ടിയും വെണ്ണയും കണ്ടപ്പോൾ മനസ്സു നിറഞ്ഞു. ഒറ്റയിരുപ്പിന് അത്രയും കഴിച്ചു. ഒരു വലിയ കോപ്പ പാലും കൂടി കുടിച്ചപ്പോൾ വയറു പൊട്ടുമെന്ന മട്ടായി. ആട്ടിൻപാലിന്റെ സ്വാഭാവികമായ ഗന്ധം പൊങ്ങിയപ്പോൾ മൈക്കേൽ മെല്ലെ പിറകിലേക്കു ചാരിയിരുന്നു. ഉറക്കം വരുന്നുണ്ട്. വയറു നിറഞ്ഞപ്പോൾ ഉറക്കം ഒന്നു കൂടി പിടിമുറുക്കി. എന്തെന്നോ എവിടെയെന്നോ ഓർക്കാതെ അവനൊരു സുഖനിദ്രയിൽ ലയിച്ചു ചേർന്നു.

മൈക്കേൽ വന്നതിനു ശേഷം ഫാദറിനു നല്ല കാലമാണ്. കുറെക്കാലമായി പിന്തുടർന്ന തലവേദന ഒഴിഞ്ഞുപോയി. ചില്ലറ ബുദ്ധിമുട്ടല്ല ആ തലവേദന ഉണ്ടാക്കിയിരുന്നത്. പള്ളിയിലെ ആൾക്കൂട്ടത്തിനിടയിൽ വീഴുന്ന പോലെ തോന്നുമായിരുന്നു. ഭയത്തോടെയാണ് ഓരോ ഞായറാഴ്ചയും കാർമ്മികത്വം വഹിച്ചിരുന്നത്. മൈക്കേൽ വന്നിട്ട് രണ്ടാഴ്ചയായി. അതിനിടയിൽ ഒരിക്കൽപ്പോലും ആ തലവേദന ഉണ്ടായിട്ടില്ല.

വന്ന ദിവസം തന്നെ അവനെല്ലാവരെയും പരിചയപ്പെടുത്തിക്കൊടുക്കണം എന്നു വിചാരിച്ചതാണ്. നടന്നില്ല. ആദ്യമായി യാത്ര ചെയ്തതല്ലേ. അവനുറങ്ങിപ്പോയി. പിറ്റേന്ന് ഉച്ചയോടടുത്താണ് എഴുന്നേറ്റത്. നിഷ്കളങ്കമായ കിടപ്പു കണ്ടാൽ ആർക്കാണവനെ ഉണർത്താൻ തോന്നുക! താങ്ങിയെടുത്ത് കിടക്കയിൽ കിടത്തിയപ്പോൾ ഉറക്കത്തിലാണെങ്കിൽപ്പോലും എത്ര ഹൃദ്യമായാണ് അവൻ പുഞ്ചിരിച്ചത്.

ആൽബസിനെക്കുറിച്ച് ചോദിക്കുമെന്നു കരുതി. പക്ഷേ, അവനൊന്നും മിണ്ടിയില്ല. തിരിച്ചറിവുള്ള കുട്ടിയാണ്. ചെറുപ്പത്തിൽ ആൽബസും ഇങ്ങനെ തന്നെയായിരുന്നു. ഉത്സാഹപ്രകൃതി. എപ്പോഴും പുഞ്ചിരിച്ചുകൊണ്ടിരിക്കും. അതെല്ലാം എത്രയോ വർഷങ്ങൾക്കുമുമ്പു കഴിഞ്ഞു പോയതാണെന്നു തോന്നുന്നില്ല. മുത്തച്ഛന്റെ ബാല്യമാണ് ഓരോ പേരക്കിടാവിലൂടെയും ആവർത്തിക്കപ്പെടുന്നത്. ബാല്യവും വാർദ്ധക്യവും തമ്മിലുള്ള ആത്മബന്ധം സത്യത്തിലൂന്നിയതാണ്.

ഇവിടെയുള്ളവരുമായി ഒരു ദിവസം കൊണ്ടു തന്നെ മൈക്കേൽ നല്ല കൂട്ടായി. അവനെ തിരക്കിച്ചെന്ന ഫാദർ തന്നെ അത്ഭുതപ്പെട്ടുപോയി. ആട്ടിൻപറ്റത്തിനരികിലിരുന്ന് അവറ്റകളോടു സംസാരിക്കുന്നു. ചിരിയാണു വന്നത്. അവൻ പറയുന്നതെല്ലാം ആട്ടിൻകുട്ടികൾ തല

യിളക്കി കൗതുകത്തോടെ കേട്ടു നില്ക്കുന്നു. കാരലിനെപ്പറ്റിയായിരിക്കും എന്ന് ഫാദർ ഊഹിച്ചു. അവൾക്കു പറ്റിയ കൂട്ടുകാരെ തെരഞ്ഞെടുക്കുകയാകും.

ആരാധനയുമായി വിവിധ പ്രദേശങ്ങളിൽ കറങ്ങുന്നതിനിടെ എപ്പോഴോ ആണ് ആൽബസുമായി അകന്നു പോയത്. അതൊരു നിയോഗമായിരുന്നിരിക്കാം. എന്നിട്ടും, വർഷങ്ങൾക്കു ശേഷം അവന് ഒരു തണലായി ചെന്നെത്തുവാൻ കഴിഞ്ഞത് അത്ഭുതം തന്നെ. ഫാദറിന് ചിലപ്പോഴൊക്കെ ജീവിതം ഒരു കടങ്കഥയാണെന്നു തോന്നിയിട്ടുണ്ട്. ഈ കണ്ടുമുട്ടലും അതുപോലെ തന്നെ.

ലെവീന നഗരത്തിലെ പള്ളിയിൽ വികാരിയായിരുന്ന സമയത്താണ് ആൽബസിന്റെ കത്തു കിട്ടിയത്. അവസാനത്തെ കത്ത്. അത്യന്തം ദുഃഖഭരിതമായ ചില വിവരങ്ങളാണ് അതിലുണ്ടായിരുന്നത്. അതിനു ശേഷം ഇപ്പോഴാണ് ആൽബസിനെ കാണുന്നത്. ആ കത്ത് ഇന്നും സൂക്ഷിച്ചു വെച്ചിട്ടുണ്ട്. ഇനി കാണാതിരിക്കട്ടെ എന്നാണു കത്തിലെ വരിയെങ്കിലും കർത്താവ് കരുതി വെച്ചത് അതായിരുന്നില്ല. ഉറ്റ സുഹൃത്തുക്കളെ പിരിയാൻ ഒരിക്കലും സമ്മതിക്കില്ല കനിവുള്ളവൻ.

ജീവിതത്തിൽ എന്തെല്ലാം അനുഭവങ്ങളാണ് ഓരോരുത്തർക്കും ഉണ്ടാകുന്നത്! സ്നേഹവും കാരുണ്യവും അനുഭവിക്കുന്നവരും നടിക്കുന്നവരും ചേർന്ന ലോകം ഒരു വലിയ നാടകശാലയാണ്. ചിലർ തന്മയത്വത്തോടെ അഭിനയിക്കും. ചിലർ തിരശ്ശീലയ്ക്കു പിന്നിൽ മറഞ്ഞു പോകും. എല്ലാവരും അവനവന്റേതായ വൈചിത്ര്യം കാണിക്കുന്നു. ആർക്കുമിടയിൽ സമാനതകളില്ല. ആരും ആരേയും പോലെയല്ല. ഓരോരുത്തരും വിഭിന്നർ. ചൈതന്യം മാത്രം ഒന്ന്.

വയസ്സ് എഴുപത്തിനാലായി. വാർദ്ധക്യസഹജമായ അസ്വസ്ഥതകളും അവശതകളുമുണ്ട്. എന്നിരുന്നാലും ഒരു വിജനഗ്രാമത്തിൽ ഇങ്ങനെയൊരു പള്ളിയും അതിനോടു ചേർന്ന് ചെറിയൊരു വിദ്യാലയവും കെട്ടിപ്പടുത്തത് മിടുക്കുതന്നെ. അതിപുരാതനമായ ഒരു പള്ളിക്കെട്ടിടം മാത്രമായിരുന്നു ഇത്. ചില ശിഷ്യന്മാർക്കൊപ്പം വന്ന് ഇവിടമാകെ മാറ്റിയെടുത്തത് ഇച്ഛാശക്തി ഒന്നുകൊണ്ടുമാത്രമാണ്.

പട്ടണത്തിൽ നിന്നുള്ള പിന്മാറ്റം യാദൃച്ഛികമായിരുന്നില്ല. വരാനിരിക്കുന്ന വിപത്ത് മുൻകൂട്ടി കണ്ടിട്ടായിരുന്നു. ഒന്നു രണ്ട് അതിർത്തി തർക്കങ്ങൾക്ക് മദ്ധ്യസ്ഥത വഹിച്ചപ്പോൾ ഇരുവശത്തേയും യുദ്ധകാംക്ഷികളുടെ ത്വര പിടികിട്ടി. രക്തച്ചൊരിച്ചിൽ കാണാനുള്ള കരുത്തില്ലാഞ്ഞിട്ടാണ് അവിടം വിട്ടത്. മനുഷ്യൻ മനുഷ്യന്റെ ജീവനെടുക്കുന്ന അന്യായം ഒരിക്കലും പൊറുക്കാനാവില്ല.

ഇത്തരമൊരിടത്ത് യുദ്ധവിവരങ്ങൾ കേൾക്കേണ്ടി വരില്ല. അതിന്റെ തീക്ഷ്ണത കാണേണ്ടി വരില്ല. എല്ലാമൊന്നു കെട്ടടങ്ങണമെന്നു മാത്രമാണ് പ്രാർത്ഥന. ഈ ഒളിച്ചോട്ടത്തിൽ നഷ്ടമായ ചിലതെല്ലാം തിരികെ കിട്ടുമെന്ന് ഒരിക്കലും പ്രതീക്ഷിച്ചതല്ല. കർത്താവിനു നന്ദി.

# 26 കർത്താവ് ആരെയെല്ലാം സംരക്ഷിക്കും

*അനന്യ ജി*

മൈക്കേലിന്റെ ഓരോ പുഞ്ചിരിയും ഫാദറിനു പുതിയ അനുഭൂതി നല്കി. ആൽബസിന്റെ പേരക്കുട്ടി തനിക്കും അങ്ങനെ തന്നെ. കുട്ടികൾ ദൈവത്തിന്റെ സന്ദേശവാഹകരാണ്.

ഒന്നുരണ്ടു ചെറുപ്പക്കാരെ ഫാദർ നഗരത്തിലേക്കു പറഞ്ഞയച്ചിട്ടുണ്ട് വിവരങ്ങളറിയാൻ. അവർ വന്നാൽ അവിടത്തെ സ്ഥിതി അറിയാം. ആകാംക്ഷയോടെയും അങ്കലാപ്പോടെയുമാണ് ഫാദർ കാത്തിരിക്കുന്നത്. അവരിൽ നിന്നും ഒരു പുഞ്ചിരിയും, തീർന്നു എന്നൊരു വാക്കുമാണ് പ്രതീക്ഷിക്കുന്നത്. അതൊരു പുത്തനുണർവ്വായിരിക്കും. ഒരു വലിയ സ്വപ്നത്തിന്റെ സാക്ഷാൽക്കാരവും. തന്റെ മാത്രമല്ല, ഓരോ മനുഷ്യ സ്നേഹിയുടെയും.

ഇവിടെ പരിക്കേറ്റ ചിലരെ താമസിപ്പിച്ചിട്ടുണ്ട്. അതൊന്നും അധി കാരികൾ അറിഞ്ഞിട്ടില്ല. അവർക്കതൊന്നും രുചിച്ചെന്നു വരില്ല. മനുഷ്യൻ അവർക്കിപ്പോൾ വേട്ടമൃഗമാണ്. ഭൂമിയിൽ മനുഷ്യൻ വരച്ച വരകൾ ക്കിപ്പുറവും അവന്റെ രക്തം ചുകപ്പാണെന്ന് തിരിച്ചറിയാത്തപോലെ. വരുംവരായ്കകൾ അറിഞ്ഞു തന്നെയാണ് അവർക്കിവിടെ സ്ഥാനം കൊടുത്തത്. ഒരു വെല്ലുവിളി വ്യക്തമായി കേട്ടു. മറ്റാരും കേട്ടില്ലെങ്കിലും.

ചിന്തയിൽ മറന്നു നില്ക്കുമ്പോഴാണ് മൈക്കേലിന്റെ വിളി ഫാദർ കേട്ടത്. അദ്ദേഹം കുനിഞ്ഞു നോക്കി. എന്തോ ചോദിക്കാൻ വന്നതാണ്. അതെന്താണെന്ന് അദ്ദേഹത്തിനു മനസ്സിലായി. മുത്തച്ഛൻ... അദ്ദേഹം എന്നു വരും. അവന്റെ നെറ്റിയിൽ കൈവെച്ച് താളത്തിൽ മറുപടി കൊടുത്തു. "ഇന്നു വൈകുന്നേരം അദ്ദേഹത്തെ കൊണ്ടുവരാനായി രണ്ടുപേർ പോകുന്നുണ്ട്. മുത്തച്ഛനു വഴിയറിയില്ലല്ലോ... നാളെ കാണാം, നിനക്കദ്ദേഹത്തെ."

അവൻ സന്തോഷത്തോടെ ഓടിയകന്നു. ഫാദറിനു ചിരിക്കാൻ തോന്നി. വർഷങ്ങൾക്കു ശേഷം താനും ആൽബസും വീണ്ടും ഒരുമിച്ചി രുന്നു തമാശകൾ പറയാൻ പോകുന്നു. പഴയകാലത്തിന്റെ പാതി മാഞ്ഞ ഓർമ്മകൾ തലച്ചോറിലേക്കു പാഞ്ഞു കയറി. പല സഹപ്രവർത്തകരും ലൗകിക ജീവിതത്തിനൊപ്പം പുഞ്ചിരിയും ഉപേക്ഷിച്ചത് അത്ഭുതത്തോ ടെയാണ് വീക്ഷിച്ചത്. കർത്താവ് കുരിശിന്റെ കടുംവേദനയിലും പുഞ്ചിരിച്ചവനാണ്. തനിക്ക് ഒരിക്കലും ഒഴിവാക്കാനാകുന്നതായിരുന്നില്ല മുഖത്തെ പുഞ്ചിരി. വ്യക്തിത്വത്തിന്റെ അടയാളമായി അതുകൊണ്ടു നടന്നു.

വെളിച്ചം മാഞ്ഞു തുടങ്ങി. ഒരിക്കലും കാണാത്ത അശുഭകരമായ ഇരുട്ടു വരുന്നതായി ഫാദറിനു തോന്നി. പക്ഷികളുടെ ചിറകടിക്കുപോലും ഒരു മുഴക്കം. പ്രകൃതിയുടെ ഓരോ മാറ്റത്തിനും വലിയ അർത്ഥമുള്ള തായി അറിയാം. ദുരന്തങ്ങളും സമ്മാനങ്ങളും ഒരുപോലെ അതു പ്രവ ചിക്കും. ഫാദറിന്റെ മനസ്സിൽ ആശങ്കകളുയർന്നു. നഗരത്തിലേക്കു പോയ വർ ഇതേവരെ മടങ്ങിവന്നിട്ടില്ല. എത്തേണ്ട സമയവും കഴിഞ്ഞിരിക്കുന്നു. പോകുന്നതിന് മുമ്പ് റെയ്ഹാൻ പറഞ്ഞ വാക്കുകൾ മനസ്സിൽ മുഴങ്ങി:

എന്തായാലും, ഞങ്ങൾ ഇരുട്ടും മുൻപേ മടങ്ങിയെത്തും. അവൻ പറയും പോലെ പ്രവർത്തിക്കുന്നവനാണ്.

ഫാദർ അൾത്താരയിൽ മുട്ടുകുത്തി.

"ഫാദർ.."

റെയ്ഹാൻ വന്നു കഴിഞ്ഞു! കർത്താവിനു നന്ദി പറഞ്ഞ് ഫാദർ എഴുന്നേറ്റു. അവൻ ക്ഷീണിച്ചിരുന്നു. വിയർപ്പൊഴുകുന്നുണ്ടായിരുന്നു. എന്തെങ്കിലും ചോദിക്കും മുൻപേ അവൻ ഫാദറിന്റെ കൈകൾ കവർന്നെടുത്തു. "നന്ദി, ഫാദർ.. അങ്ങയുടെ പ്രാർത്ഥന കൊണ്ടു മാത്രമാണ് ഞാൻ മടങ്ങിയെത്തിയത്. മറ്റു മൂവരും നഗരത്തിൽ പെട്ടുപോയി. യുദ്ധം അവസാനിച്ചിട്ടില്ല. അവർ ഇങ്ങോട്ടുള്ള പുറപ്പാടിലാണ്. ഏബൽ പിടിച്ചെടുത്ത് അവിടുത്തെ താഴ്‌വാരം അതിർത്തി രേഖയാക്കാനുള്ള തന്ത്രമാണിത്."

ഫാദർ മറുപടിയൊന്നും പറഞ്ഞില്ല. അവന്റെ പുറത്ത് ആശ്വസിപ്പിക്കാനെന്നോണം മെല്ലെ തടവി. "നീ ഭയപ്പെടേണ്ട, ഒന്നും സംഭവിക്കില്ല."

അവനെ വിശ്രമിക്കാൻ പറഞ്ഞു വിട്ടിട്ട് ഫാദർ പിന്നെയും അൾത്താരയിൽ മുട്ടുകുത്തി. ഉറപ്പുണ്ടായിട്ടും അവനോട് അസത്യം പറയേണ്ടി വന്നതിൽ അദ്ദേഹം വ്യസനിച്ചു. അവർ തീർച്ചയായും വരും. യുദ്ധക്കൊതി മൂത്ത ഒരു കൂട്ടം മനുഷ്യർ പ്രകൃതിയെ തല്ലിത്തകർത്ത് വിജയക്കൊടി നാട്ടും. ശാശ്വതമല്ലാത്ത വിജയങ്ങൾ. മരിച്ചു വീഴാൻ പോകുന്ന ഓരോ ജീവനും വേണ്ടി ഫാദർ കരഞ്ഞുകൊണ്ടു പ്രാർത്ഥിച്ചു. ഓരോ മനുഷ്യനും ഓരോ പറവയ്ക്കും ഓരോ പുൽക്കൊടിക്കും വേണ്ടി അദ്ദേഹം അപേക്ഷിച്ചു. ഭക്തിയാണ് തനിക്കുള്ള ഏക ആയുധം. എന്നാൽ, ആ ആയുധത്തിന്റെ ശക്തി ത്യാഗത്തിലാണ് കുടികൊള്ളുന്നത്.

എഴുന്നേറ്റുചെന്ന് എഴുത്തുമേശയ്ക്കു മുന്നിൽ ഇരുന്നു. ചെയ്യാനുള്ളതെല്ലാം ഞൊടിയിടയിൽ വേണം. സമയം പരിമിതമാണ്. കർത്താവ് തീർത്തും കൈവിടില്ല. കവാടം അടയ്ക്കാൻ ഒരാളെ പറഞ്ഞയച്ച്, തിരികെ മുറിയിൽ വന്നിരുന്നു. ഇത്രയും പേരുടെ ജീവൻ രക്ഷിക്കാനുള്ള കരുത്ത് കർത്താവു തരും. തന്റെ ജീവൻ കൊടുത്താണെങ്കിലും ഇവരെയെല്ലാം സുരക്ഷിതരാക്കാൻ പറ്റിയേക്കും.

എല്ലാവരോടും എത്രയും പെട്ടെന്ന് വിളക്കുകൾ അണച്ച് പ്രാർത്ഥനാമുറിയിലെത്തുവാൻ പറഞ്ഞു. മൂടിക്കെട്ടിയ മുറിയിൽ ആരും അനങ്ങിയില്ല. കുട്ടികൾ പോലും മിണ്ടിയില്ല. മെഴുകുതിരി വെട്ടത്തിൽ മൈക്കേലിന്റെ തിളങ്ങുന്ന കണ്ണുകളിൽ പരിഭവവും അത്ഭുതവും കണ്ടു. അദ്ദേഹവും സംസാരിച്ചില്ല. തലവേദന പിന്നെയും വരുന്നതായി ഫാദർ മനസ്സിലാക്കി. കാലുകൾ കുഴയും മുൻപേ മുറിയിലേക്കു വേച്ചു വേച്ചു നടന്നു. കൈപ്പത്തി തണുത്ത് മരവിച്ചു പോയിരുന്നു.

വാതിൽ തുറന്നതും ഫാദർ നിലത്തേക്കു കുഴഞ്ഞു വീണു. അസഹ്യമായ തലവേദനയിൽ പുളഞ്ഞ് നിസ്സഹായനായി തണുത്തുറഞ്ഞ

നിലത്ത് കമിഴ്ന്നു കിടന്നു. ചൂടുപിടിച്ച നെറ്റി തണുത്ത കൽത്തറയ്ക്ക് സമാന്തരമായി വെച്ചു. ശ്വാസം കഴിക്കാൻ പോലും പ്രയാസം തോന്നി. എഴുന്നേല്ക്കാനുള്ള ശ്രമത്തിൽ മേശ പിടിച്ചുലച്ചു. രണ്ടു നാൾ മുമ്പ് എഴുത്തെഴുതിയ ശേഷം അടയ്ക്കാതെ വെച്ചിരുന്ന മഷിക്കുപ്പി താഴെ വീണുടഞ്ഞു . ആ ശബ്ദം പോലും ഘോരമായി കാതുകളിൽ വന്നലച്ചു.

ഫാദർ പിന്നെ അനങ്ങിയില്ല.

മൈക്കേലിന് വല്ലാത്ത അസ്വസ്ഥത തോന്നിത്തുടങ്ങി. എന്താണെല്ലാവരും ഇങ്ങനെ വിചിത്രമായി പെരുമാറുന്നത്? മുത്തച്ഛനെ നാളെ കാണുമെന്ന മധുരസ്വപ്നത്തിൽ മുഴുകിയിരിക്കുകയായിരുന്നു. അപ്പോഴാണ് എല്ലാവരോടും പ്രാർത്ഥനാമുറിയിലെത്താൻ ഫാദർ പറഞ്ഞത്. എന്തിനാണെന്ന് അവനറിയില്ല. വലിയവരെല്ലാം വിഷമഭാവത്തിലാണ്. ഒന്നും വിട്ടുപറയുന്നില്ല. അവന് ദേഷ്യമോ സങ്കടമോ ഒക്കെ തോന്നി.

എന്താണ് എല്ലാവർക്കും പറ്റിയത്? കുറേ ദിവസങ്ങൾക്കു ശേഷം എല്ലാവരും ഇങ്ങനെ പെരുമാറുന്നതിൽ സങ്കടമുണ്ട്. കാര്യമെന്തെങ്കിലും പറഞ്ഞാൽ മതിയായിരുന്നു. എന്തോ ആപത്തു വരാനുള്ളതുപോലെയാണ് എല്ലാവരുടെയും ഭാവം. ഫാദറിനോട് ചോദിക്കണമെന്നാണ് കരുതിയത്. അദ്ദേഹം ഒരക്ഷരം പറയാതെ നടന്നു പോയി. പിന്നെയെന്തിനാണ്, എല്ലാവരെയും വിളിച്ചു വരുത്തിയത് ? കൂട്ടുകാരായുണ്ടായിരുന്ന എട്ടു പേരും ഉറക്കം പിടിച്ചു കഴിഞ്ഞു. സംസാരിക്കാനും ആരുമില്ലാതായി. ഇനിയെന്തു ചെയ്യാൻ ? താനും ഉറങ്ങുക തന്നെ.

ആരോ ഉറക്കെ കരയുന്നു....

മൈക്കേൽ ഞെട്ടി. കണ്ണു തുറന്നു. മങ്ങിയ കാഴ്ചയിൽ ചുറ്റിലും കിടക്കുന്നവരുടെ ജീവനറ്റ ദേഹങ്ങൾ അവൻ കണ്ടു. ഓരോരുത്തരും കരച്ചിലോടെ വീണു പിടയുന്നു. ഒരുപോലെ വസ്ത്രം ധരിച്ച ചില ഇരുണ്ട് ഉയർന്ന രൂപങ്ങൾ അവർക്കു നേരെ നീണ്ട കുഴലുകളുയർത്തി പൊട്ടിച്ചിരിക്കുന്നു. ആ കുഴലിൽ നിന്നും വന്ന എന്തോ ഒന്ന് ആളുകളെ കൊല്ലുന്നു. കണ്ടതെന്തെന്നു തിരിച്ചറിയാൻ അല്പം വൈകി. ഉയർന്നു വന്ന നിലവിളി കടിച്ചു പിടിച്ച് അവൻ മൃതദേഹങ്ങളുടെ മറവിൽ അനങ്ങാതെ കിടന്നു.

മൈക്കേലിന്റെ ഹൃദയം പെരുമ്പറ പോലെ മിടിച്ചു. കൈകാലുകൾ വിറയ്ക്കുന്നത് തടയാനേ പറ്റിയില്ല. കിതപ്പടക്കി, കണ്ണുകൾ മുറുക്കിയടച്ച് പ്രാർത്ഥനയോടെ കിടന്നു. വന്നു കയറിയ ദുഷ്ടന്മാർ ഒന്നും ബാക്കി വയ്ക്കുന്നില്ല. പുറത്ത് ആട്ടിൻപറ്റം ദയനീയമായി കരയുന്നത് കേൾക്കാം. എന്തെങ്കിലും കഴിവുണ്ടായിരുന്നെങ്കിൽ അവറ്റകളുടെ രക്ഷയ്ക്ക് പാഞ്ഞു ചെല്ലാമായിരുന്നു.

എല്ലാ ഒച്ചയും നിലച്ചു. മരിക്കാൻ ഇനി അവൻ മാത്രം. ഫാദർ മുറിയിലുണ്ടാകണേയെന്ന് അവൻ പ്രാർത്ഥിച്ചു. അദ്ദേഹത്തിനെങ്കിലും ഒന്നും പറ്റാതിരിക്കട്ടെ. തീയുടെ വന്യമായ മുരൾച്ച. പ്രാർത്ഥനാ

മുറിയുടെ മേൽക്കൂര വലിയ ശബ്ദത്തോടെ തീപിടിക്കുന്നത് അവൻ മലർന്നു കിടന്നു കണ്ടു. കിടക്കാനോ എഴുന്നേല്ക്കാനോ കരയാനോ വയ്യ. ഏതു നിമിഷവും അത് എരിഞ്ഞ് താഴേക്കു വീഴാം. താനും എരിഞ്ഞടങ്ങും. നിസ്സഹായതയുടെ പരിധി വിട്ട നിമിഷത്തിൽ അവനറിയാതെ അവന്റെ തൊണ്ട കരഞ്ഞു.

തീ പകുതി പടർന്ന വാതിലിലൂടെ അവൻ പരമാവധി വേഗത്തിലോടി. ചുറ്റിലും കത്തിപ്പടരുന്ന തീയുടെ ചൂടും എരിവും തളർത്തുന്നുണ്ട്. പിന്തുടർന്നുവന്ന വെടിയുണ്ടകൾ എവിടെയൊക്കെയോ തട്ടിത്തെറിച്ചു. കാലുകൾ കല്ലുകളിൽ തറച്ച് മുറിഞ്ഞു. നെറ്റി എവിടെയെല്ലാമോ പോറി. എന്നിട്ടും ഓടി. ഉച്ഛ്വാസവായുവിനും തീയുടെ ചൂടുണ്ടായിരുന്നു.

ദേവാലയത്തിന്റെ മരമേൽക്കൂര തകർന്നടിയുന്നത് കണ്ടു. അൾത്താരയിൽ ഒരു വെളുത്ത കാഴ്ച! മൈക്കേൽ നിശ്ചേതനായി. ഫാദറിന്റെ മുകളിലായി ദേവാലയം ഒന്നടങ്കം തകർന്നു തീപിടിച്ചു വീഴുന്നത് നോക്കി, കരയാനാകാതെ, കോച്ചിപ്പിടിച്ച പേശികളുമായി അവൻ നിന്നു. തീനാളങ്ങൾ എല്ലാം നക്കിത്തുടച്ച് ആർത്തിയോടെ എരിഞ്ഞപ്പോൾ കാലുകൾ കുഴഞ്ഞ് നിലത്ത് മുഖമടിച്ചു വീണു.

# നാല്

**അ**സ്ഥികൾ കിലുങ്ങുന്ന പോലെ. തലച്ചോറിലേക്കുള്ള രക്തയോട്ടം തന്നെ നിലച്ച മട്ടാണ്. കൈകാലുകൾ മഞ്ഞുകട്ടപോലെ മരവിച്ചു കഴിഞ്ഞു. കനം വെച്ച കൺപോളകൾ തുറക്കുന്ന ലക്ഷണമേയില്ല. പാതിയും മരവിച്ച തലയ്ക്കുള്ളിലേക്ക് അവ്യക്തമായ ഒരു സംഭാഷണം കടന്നു വന്നു.

“ചത്തതാണോ?”

“ഏയ്, കണ്ടിട്ടു തോന്നുന്നില്ല. നെഞ്ച് പൊങ്ങുന്നുണ്ട്. ചാവുന്നതായിരുന്നു നല്ലത്. പിടിക്ക്. നമുക്കെടുത്തു പുറത്തേക്കിടാം.”

ആരോ അവനെ തൂക്കിയെടുത്ത് ഊക്കിലെറിഞ്ഞു. ശരീരം ശക്തിയായി ഭൂമിയിലിടിച്ചിട്ടും അവന് ഉണരാനായില്ല. ഞരക്കം പോലും പുറത്തേക്കു വന്നില്ല. എവിടെയൊക്കെയോ ചോര പൊട്ടിയൊലിച്ചു. ചുടുചോര കണ്ണിനു മുകളിലൂടെ കവിളിലേക്ക് ഒലിച്ചിറങ്ങി. അപ്പോൾ മാത്രം അവന്റെ കണ്ണു തുറന്നു.

ആദ്യം എല്ലാം മങ്ങിയതായി തോന്നി. പിന്നെ എല്ലാം തെളിഞ്ഞു കണ്ടു. അവൻ നിലത്തു കമിഴ്ന്നു വീണു കിടക്കുകയാണ്. പട്ടാള യൂണിഫോമിട്ടയാളുകൾ അവനെ തിരിഞ്ഞൊന്നു നോക്കുക പോലും ചെയ്യാതെ നടക്കുന്നു. വലിച്ചു കെട്ടിയ വലിയ കൂടാരങ്ങൾ. ബൂട്ട്സിട്ട് ഭൂമിയെ ചവിട്ടിഞെരിക്കുന്നതിന്റെ ശബ്ദം മാത്രം.

മൈക്കേൽ കഴുത്തുയർത്താൻ നോക്കി. സാധിച്ചില്ല. അവന്റെ നിശ്ചലത കണ്ട് എല്ലും തോലുമായ ഒരു ചൊക്ലിപ്പട്ടി അടുത്തേക്കു വന്നു. എവിടെയോ ആരോ അരുമയായി വളർത്തിയതായിരിക്കണം. വിലകൂടിയ ബെൽറ്റ് കഴുത്തിലുണ്ട്. യുദ്ധത്തിന്റെ കൂടപ്പിറപ്പായ പട്ടിണി വല്ലാതെ ബാധിച്ചിട്ടുണ്ട് എന്നു വ്യക്തം. ബെൽറ്റിന്റെ വിസ്തൃതിക്കുള്ളിൽ കഴുത്ത് വെറും എല്ലായി മാറിക്കഴിഞ്ഞു. വയറ്റിലൂടെ ശ്വാസത്തിന്റെ നേരിയ

ചലനം കണ്ടു. ദാഹിച്ചു വരണ്ട കണ്ണുമായി അത് മൈക്കേലിന്റെയടുത്തേക്കു വന്നു. വിശപ്പിന്റെ കാഠിന്യംകൊണ്ട് അതിന്റെ വറ്റിപ്പോയ നാക്ക് പുറത്തേക്കു നീണ്ടു വന്നു. കാലുകളിലെ നഖങ്ങൾ ഉയർത്തി മുന്നോട്ടാഞ്ഞു.

അവന്റെ ശരീരം പ്രതികരിച്ചില്ല. പട്ടിയുടെ നീണ്ട പല്ലുകളിലേക്കു നോക്കി കരയാനാകാതെ വിറങ്ങലിച്ചു കിടന്നു. ഒരു നിമിഷത്തിന്റെ ശതഭാഗങ്ങളിലൊന്ന് അങ്ങനെയായിരുന്നു.

പട്ടി ദയനീയമായി കരഞ്ഞുകൊണ്ട് തിരിഞ്ഞോടി. ഓടാനുള്ള ആരോഗ്യം പോലും അതിനില്ല. മോങ്ങലോടെ കാലു കുഴഞ്ഞ് നിലത്തു വീണു. ആരോ കല്ലെറിഞ്ഞതാണ്. മൈക്കേൽ തല തിരിച്ചു നോക്കി. ഒരു പട്ടാളക്കാരനാകുമെന്നാണ് കരുതിയത്. പക്ഷേ, അവൻ കണ്ടതൊരു കുട്ടിയെ. അവനേക്കാൾ അല്പം മുതിർന്ന ഒരാൺകുട്ടിയെ.

മുഷിഞ്ഞതെങ്കിലും കീറിയിട്ടില്ലാത്ത വസ്ത്രം ധരിച്ച ഉയരമുള്ള പയ്യൻ. കണ്ണുകൾക്കടിയിലെ കറുപ്പ് അവന്റെ ക്ഷീണത്തെ കാണിക്കുന്നു. എന്നാലും എഴുന്നേറ്റു നില്ക്കാനുള്ള കരുത്തൊക്കെ അവനുണ്ട്. ഉന്നം തെറ്റാത്ത തന്റെ ഏറിൽ സന്തോഷിച്ച് ചിരിക്കുകയാണ്.

മൈക്കേലിനെ താങ്ങി എഴുന്നേല്പിക്കുമ്പോഴും അവൻ പുഞ്ചിരിച്ചു. പൊക്കക്കൂടുതലുണ്ടെന്നതു സത്യം തന്നെയെങ്കിലും മൈക്കലിന്റെ ഭാരം അവനു താങ്ങാൻ പറ്റിയില്ല. ഒരു വിധത്തിലാണ് താങ്ങിയിരുത്തിയത്. കിടപ്പിൽ നിന്നെഴുന്നേറ്റപ്പോൾ ആശ്വാസം തോന്നി. താനെവിടെയാണ് എന്ന് ആ കുട്ടിയോടു ചോദിക്കണം എന്നു തോന്നി. പക്ഷേ, നാവനങ്ങിയില്ല.

"ഞാൻ കണ്ടു. ലൊറെൻസോ നിന്നെ തൂക്കിയെറിയുന്നത്. ഇടപെടാൻ ചെന്നാൽ അയാൾ എന്നെയും വെറുതെ വിടില്ല. അതാ വരാതിരുന്നത്."

അവന്റെ കണ്ണിൽ സഹതാപം തെളിഞ്ഞു. അനുഭവപരിചയത്തിന്റെ ദയനീയതയും.. തന്നെ നിഷ്കരുണം തൂക്കിയെറിഞ്ഞ ലൊറെൻസോ ഒരു ദുഷ്ടൻ തന്നെ. തനിക്കെന്തെങ്കിലും പറ്റിയിരുന്നെങ്കിലോ? മനുഷ്യൻ ചിലപ്പോൾ മൃഗങ്ങൾക്കും താഴെയാണ് എന്നറിഞ്ഞു മൈക്കേൽ സങ്കടപ്പെട്ടു.

"ആരാ നീ?"

ആ ചോദ്യത്തിന്റെ ഉത്തരം തനിക്കു തന്നെ അറിയില്ല. മുത്തച്ഛന്റെ മൈക്കേൽ എന്നോ ഏബലിന്റെ മൈക്കേൽ എന്നോ ഇനി പറയാൻ വയ്യ. കഴിഞ്ഞ രാത്രി പള്ളിയിൽ നിന്നും തന്നെ പറിച്ചെടുത്തിരിക്കുന്നു. ഭൂതകാല അദ്ധ്യായങ്ങളിൽ നിന്നൊന്നും അവനൊരുത്തരം കിട്ടിയില്ല. അതുകൊണ്ട് പറഞ്ഞു.

"എന്റെ പേര് മൈക്കേൽ."

"ഞാൻ ടോം. ഇവിടെയെത്തിയിട്ട് ഒരാഴ്ചയായി."

ടോം സൗഹാർദ്ദത്തോടെ കൈ നീട്ടി. കൈ ഗ്രഹിച്ചിട്ട് വിങ്ങലോടെ ചോദിച്ചു.

"എനിക്കൊരിത്തിരി വെള്ളം തരാമോ?"

അത്തരമൊരു ചോദ്യം ആരും ചോദിച്ചിട്ടില്ലെന്നു തോന്നും അവന്റെ

മുഖം കണ്ടാൽ. മൈക്കേലിന്റെ ചുണ്ടുകൾ ഒട്ടുന്ന പോലെ വരണ്ടു കഴിഞ്ഞിരുന്നു. അത്രയും പറഞ്ഞതു തന്നെ വളരെ പ്രയാസപ്പെട്ടാണ്. വീഴ്ചയുടെ ആഘാതത്തിൽ ശരീരം നുറുങ്ങിയിരിക്കുന്നു.
മൈക്കേലിനെ ഒന്നുകൂടി നോക്കിയിട്ട് ടോം എഴുന്നേറ്റു.

"നോക്കട്ടെ."

ആ വാക്കിൽ ഒരുറപ്പുമില്ല. താൻ വന്നുപെട്ട സ്ഥലം കൃത്യമായി അറിയുമായിരുന്നെങ്കിൽ അവനതു മനസ്സിലാകുമായിരുന്നു. അതൊരു തടവറയും ചികിത്സാലയവുമായിരുന്നു. യുദ്ധത്തിൽ പിടിക്കുന്നവരെ അവിടെ നിർത്തി പട്ടാളക്കാർ പേക്കൂത്ത് നടത്തിപ്പോന്നു. പരിക്കേറ്റ പട്ടാളക്കാർക്ക് ചികിത്സയും ലഭിച്ചു.

മനുഷ്യൻ മനുഷ്യനെ പിടിച്ചടക്കി വേദനിപ്പിച്ചു രസിക്കുന്ന വിനോദ കേന്ദ്രം കൂടിയായിരുന്നു അത്. തോക്കുകളെ ഭയന്ന് ഒന്നു കരയാൻ പോലുമാകാതെ ബലിമൃഗത്തിന്റെ നിസ്സഹായതയോടെ അവിടെ ഒരുപാടുപേർ താമസിച്ചു. ചാട്ടവാറിന്റെ സീൽക്കാരം അന്തരീക്ഷത്തെ നോവിച്ചുകൊണ്ടിരിക്കുന്നു. തൊലിപ്പുറത്ത് തിണർത്ത പാടുകളുള്ള നിസ്സാരന്മാരായ ആളുകളുടെ വീർപ്പുമുട്ടൽ അവിടമാകെ തളംകെട്ടിക്കിടക്കുന്നു.

പൊട്ടിയ കോപ്പയിൽ ഇത്തിരി വെള്ളവുമായി ടോം വേഗം തിരിച്ചു വന്നു. അതു ചുണ്ടോടു ചേർത്തപ്പോൾ മൈക്കേലിന് ഉള്ളിൽ തിരമാല ഇരമ്പുന്നതായി തോന്നി. ഞരമ്പുകൾക്കുള്ളിൽ രക്തം പിന്നെയും യാത്ര തുടങ്ങുന്നത് അനുഭവിക്കാൻ കഴിഞ്ഞു. വെള്ളം കുടിച്ച് മുഖം തുടച്ച് ടോമിനെ നോക്കി.

അവനും ദാഹിക്കുന്നുണ്ടെന്നു തോന്നി. മൈക്കേലിന്റെ കൈയിൽ നിന്നും കോപ്പ വാങ്ങി അവൻ ദുഃഖത്തോടെ ചോദിച്ചു.

"നീയെങ്ങനെ ഇവിടെയെത്തി?"

കൃത്യമായി പറയുവാൻ മൈക്കേലിന് അറിയില്ലല്ലോ. പള്ളിയുടെ അൾത്താരയിൽ നിന്നപ്പോൾ താൻ കേട്ട പൊട്ടിത്തെറിയോ കൂട്ടക്കരച്ചിലോ എന്തായിരുന്നുവെന്ന് ഇപ്പോഴും അറിഞ്ഞുകൂടാ. ഓടിയിറങ്ങുമ്പോൾ കണ്ണുകൾ അടഞ്ഞുപോയതും എങ്ങനെയെന്നറിയില്ല. ഒന്നറിയാം. ഇതെല്ലാം യുദ്ധം നടക്കുന്നതുകൊണ്ടാണ്.

"എനിക്കറിയില്ല, ടോം. എനിക്ക് ഓർമ്മ കിട്ടുന്നില്ല."

ടോമിന് അത്ഭുതമൊന്നും തോന്നിയില്ല. അങ്ങനെയൊക്കെ തന്നെയാണ്. താനും എങ്ങനെയോ എത്തിപ്പെട്ടതാണല്ലോ. വന്നു പെട്ടതിനു ശേഷമാണ് ഈ നരകത്തെ ശരിക്കു മനസ്സിലായത്. സ്നേഹമോ ദയയോ ഇല്ലാത്ത കുറേ കല്ലുപ്രതിമകൾ. പ്രതിമകളുടെ കൂടെ ഈ പയ്യനെ കിടത്തണ്ട എന്നു പറഞ്ഞ ഡോക്ടർ മാത്രമേ ഹൃദയമുള്ളവനായിട്ട് ഇവിടെയുള്ളൂ.

"നീയെങ്ങനെ ഇവിടെയെത്തി?"

മൈക്കേലിന്റെ ചോദ്യത്തിനു മുന്നിൽ ടോമിനും ഉത്തരം മുട്ടി. പകുതി തന്നോടായും പകുതി അവനോടായും ടോം പറഞ്ഞു.

"ലോറയ്ക്കു വേണ്ടി."

"ലോറ............?"

ലോറ ആരായിരുന്നുവെന്ന് പറയാൻ ടോമിന്റെ മനസ്സു വെമ്പി. എത്രത്തോളം പ്രിയപ്പെട്ടവളാണ് ലോറ? അവളുടെ കളിതമാശകൾ തനിക്കെത്ര ഹരം പകർന്നു! ചുരുണ്ട മുടിയിഴകൾക്കിടയിലൂടെ കുസൃതി കലർന്ന നോട്ടമെയ്യുന്ന കുഞ്ഞു ലോറ.

"എന്റെ കൊച്ചനുജത്തി. ഞങ്ങൾ ലവിന പട്ടണത്തിലുള്ളവരാണ്. ഞാൻ അമ്മാവന്റെ വീട്ടിൽ പോയതായിരുന്നു."

ഓർമ്മകളിൽ പരതുമ്പോൾ അവന്റെ കണ്ണു നിറഞ്ഞു. നഷ്ടബോധം കൊണ്ട് ഹൃദയം വിങ്ങി.

"തിരിച്ചുവന്നപ്പോൾ........."

ടോം പൊട്ടിക്കരഞ്ഞു. അവന്റെ ശരീരത്തിന് ആ വികാര പ്രകടനം താങ്ങാനായില്ല. ഒരു വശത്തേക്കു വീഴാനാഞ്ഞ ടോമിനെ മൈക്കേൽ പിടിച്ചു. കൈ വിടുവിച്ച് ടോം പിന്നെയും പറയാൻ തുടങ്ങി.

"തിരിച്ചു വന്നപ്പോൾ വീടില്ലായിരുന്നു. പട്ടണമാകെ നശിച്ചു കഴിഞ്ഞിരുന്നു. മരിക്കുകയായിരുന്ന എന്റെ അയൽക്കാരി എന്നോടു പറഞ്ഞു- ലോറ മരിച്ചിട്ടില്ല. അവളെ ഏതോ പട്ടാളക്കാരൻ കൊണ്ടു പോയി. അന്ത്യശ്വാസം വലിക്കുകയായിരുന്ന അച്ഛന് അവളെ നോക്കിക്കൊള്ളാം എന്നയാൾ ഉറപ്പു കൊടുത്തുവത്രേ....."

അവന്റെ വിഷമം കോപത്തിനു വഴിമാറി. മുഖത്തേക്ക് രക്തം ഇരച്ചുകയറി. മുഷ്ടി ചുരുണ്ടു പോയി.

"കൊന്നൊടുക്കുമ്പോൾ ദയ കാട്ടാത്തവർ അവളെ നോക്കിക്കോളുമത്രേ! എന്റെ ലോറയും ഇതുപോലേതെങ്കിലും നരകത്തിലായിട്ടുണ്ടാകും. അവളെ കാണാനാണ് ഇറങ്ങിപ്പുറപ്പെട്ടത്. ഞാനും ഇവിടെയെത്തി.

പിന്നെ മൈക്കേലിനെ നോക്കിക്കൊണ്ട് അവൻ കൂട്ടിച്ചേർത്തു.

"എങ്ങനെയെന്ന് എനിക്കും ഓർമ്മ കിട്ടുന്നില്ല."

പെട്ടെന്ന് അവർക്കിടയിലേക്കൊരു മൗനം കടന്നു വന്നു. വിധി ശൂന്യരാക്കിയ രണ്ടു കുട്ടികൾ. സ്വത്വം നഷ്ടപ്പെട്ട രണ്ടാത്മാവുകൾ. സൗഹൃദത്തിന്റെ നേർത്ത വലയം അവരെ ബന്ധിച്ചു. സ്വന്തം നഷ്ടങ്ങളിൽ മനസ്സുറപ്പിച്ച് അകന്നും അടുത്തുമിരിക്കുന്ന അവരെ ഒരു ശബ്ദം വിറപ്പിച്ച് എഴുന്നേല്പിച്ചു.

"എന്താടായിത്? നീ എഴുന്നേറ്റോ?"

ചോദ്യം മൈക്കേലിനോടാണ്. ചോദ്യം ചോദിച്ചയാൾ ഒരു ചോരക്കണ്ണൻ. തവിട്ടുനിറമുള്ള മുഖത്ത് കട്ടിയുള്ള പുരികങ്ങൾക്കു താഴെ ചുവന്ന ഉണ്ടക്കണ്ണുകൾ. അവയിലൂടെ തീ വന്ന് തന്നെ ചുട്ടുകളയുമോയെന്ന് മൈക്കേൽ ഭയന്നു.

"നിനക്കു ശബ്ദമില്ലേ? എന്താടാ നിന്റെ പേര്?"

വെപ്രാളത്തിൽ സ്വന്തം പേരും മറന്നുപോയി. എന്തു പറയുമെന്നറിയാതെ പരുങ്ങി നിന്നപ്പോൾ ടോം ചെറുതായൊന്നു തട്ടി.

മൈക്കേൽ..

“ങ്ും, കൊള്ളാം. നീ ചത്തതാണെന്നാണ് കരുതിയത്. ഇവന്റെ കൂടെ നടന്നു സമയം കളയണ്ട. ഇവിടെ നിനക്കു പിടിപ്പതു പണിയുണ്ടാകും.”

ഒന്നു കൂടി തറപ്പിച്ച് നോക്കിക്കൊണ്ട് അയാൾ കടന്നു പോയി. അയാളുടെ ഭാവം കണ്ട് മൈക്കേൽ ഭയപ്പെട്ടു. ടോമിന്റെ ശബ്ദമാണ് അവനെ ഉണർത്തിയത്.

“ഇയാളാണ് ലൊറെൻസോ. ഏറ്റവും വലിയ ദുഷ്ടൻ. ഇവിടുത്തെ കാര്യങ്ങളൊക്കെ നോക്കുന്നത് ഇയാളാണ്. നിന്നെ എടുത്തെറിഞ്ഞതും ഇയാളാണ്.”

മൈക്കേലിനു പേടിയായിത്തുടങ്ങി. ഇതെന്തു തരം സ്ഥലമാണ്? കാണുന്നവരൊക്കെ ഒരേ വേഷം. എല്ലാവരും ഒരുപോലെ. ആരും ചിരിക്കുന്നില്ല. യന്ത്രങ്ങൾ പോലെ നടക്കുന്നു. ഇവിടെ നിന്നു പോയേ പറ്റൂ. ദൂരെ എവിടെയെങ്കിലും നല്ല മനുഷ്യരുണ്ടാകും. ഏബൽ പോലെ സുന്ദരമായ ഇടമുണ്ടാകും. ഇവിടെ നിന്നാൽ താനും മരിച്ചു ജീവിക്കേണ്ടി വരും.

“നമുക്കു പോകാം. ഇയാളുള്ള സ്ഥലത്ത് എങ്ങനെ നില്ക്കും.”

ടോമിന്റെ മുഖത്ത് ഇപ്പോൾ സഹതാപമാണ്. നിരാശയുടെ പാടുകൾ വീണ മുഖത്തോടെ അവൻ തല വെട്ടിച്ചു.

“പറ്റില്ല. ഇവിടെ നിന്നും ഒരിക്കലും പുറത്തു കടക്കാനാകില്ല. അതിനു ശ്രമിച്ചാൽ കൊന്നുകളയും. ഈ വേലിക്കെട്ടിനുള്ളിൽ അടിമകളായി, ഇരകളായി, വേദന തിന്നു കഴിയണം. എനിക്കെന്റെ അനുജത്തിയെ ഇനിയൊരിക്കലും കാണാൻ കഴിയില്ല.”

ആ വാക്കുകളിലെ വേദന മൈക്കേലിന് മനസ്സിലായി. ഇതിലും ഭേദം മരിക്കുന്നതു തന്നെയാണ്. ഒരു ദ്രോഹവും ചെയ്യാത്തവരെ അവരെന്തിനു തടവിലാക്കണം? ടോം അവന്റെ നേർക്കു തിരിഞ്ഞു.

‘‘നിനക്കറിയില്ല മൈക്കേൽ. ഇതൊരു നരകമാണ്. ഇവിടെ പലയിടത്തു നിന്നും പിടിച്ചു കൊണ്ടു വന്ന പാവങ്ങളുണ്ട്. ലൊറെൻസോ എന്നും അവരെ തുകൽ ബെൽറ്റുകൊണ്ടടിക്കും. കരഞ്ഞാൽ വെടി വയ്ക്കും. ഒരു കഷണം റൊട്ടി മാത്രമാണ് ഒരു ദിവസം കിട്ടുക. നിനക്കു വെള്ളമെടുക്കാൻ പോകുമ്പോൾ എനിക്കു പേടിയായിരുന്നു. അയാളെന്നെ കൊന്നു കളയുമായിരുന്നു. ഈ സ്ഥലം അയാളുടെ ഇഷ്ടത്തിന് ഭരിക്കാനുള്ളതാണ്. നമ്മളൊക്കെ അയാൾക്കു ദ്രോഹിക്കാനുള്ളതും. എന്നെങ്കിലും ഇവിടെ നിന്നെനിക്കു രക്ഷപ്പെടണം. ”

“രക്ഷപ്പെടും. നമ്മൾ തീർച്ചയായും രക്ഷപ്പെടും. നീ നിന്റെ അനുജത്തിയെ കാണും.. എന്നിട്ട് നമ്മൾ മൂന്നുപേരും എന്റെ മുത്തച്ഛന്റെയടുത്തേക്കു പോകും. ഏബൽ ഗ്രാമത്തിൽ. കിഴവൻ മലയിലെ പൂക്കളിറുക്കാൻ നമുക്കൊരുമിച്ചു പോകാം.”

പറയുമ്പോൾ അവന്റെയുള്ളിൽ ആത്മവിശ്വാസം കിളിർത്തു. അത് ടോമിലേക്കു പകരാനായി അവൻ ടോമിന്റെ കൈയിൽ മൃദുവായി പിടിച്ചു. ദൂരെയെങ്ങോ അലയുന്ന മിഴികളുമായി ടോം അതു വിഭാവന ചെയ്യുകയാണ്. സംഭവിക്കുമെങ്കിൽ ഏറ്റവും ഗംഭീരമായ സ്വപ്നം.

അവരുടെ പകൽസ്വപ്നങ്ങളെ ചിതറിച്ചുകൊണ്ട് മണിയടി മുഴങ്ങി. എന്തെന്നോ എവിടേക്കെന്നോ പറയാതെ ടോം അവന്റെ കൈ പിടിച്ച് ഓടി. മുന്നിലും പിന്നിലുമായി ഒരുപാടുപേർ വേറെയും. ഓരോ കണ്ണിലും പ്രതീക്ഷ തുടുത്തു നിന്നു. തിരക്കിനിടയിലേക്ക് നൂണ്ടു കയറുമ്പോൾ ടോം പരിചയപ്പെടുത്തി.

"ഈ മണിയടി റൊട്ടിയക്കുള്ളതാണ്. വേഗം വന്നില്ലെങ്കിൽ ഒന്നും കിട്ടിയെന്നു വരില്ല. ഇന്ന് ഇതു മാത്രമേ കിട്ടൂ."

വിശക്കുന്നുണ്ടെന്ന് അവനു മനസ്സിലായി. വയറ് മുരളുന്നുണ്ട്. അകത്ത് തീപിടിക്കുന്നപോലെ ഒരെരിച്ചിൽ. റൊട്ടി കിട്ടിയാൽ വളരെ നന്നായിരുന്നു. തിരക്കു കണ്ടാൽ അതിനൊട്ടും സാദ്ധ്യതയില്ല. അവർക്കു മുന്നിലായും പിന്നിലായും നൂറുകണക്കിന് ആൾക്കാരുണ്ട്. വിശപ്പിന്റെ ക്രൂരത കഠിനം തന്നെ. അപമാനിതരും വ്രണിതരുമായ ആളുകളെ അത് വീണ്ടും ശൂന്യരാക്കിത്തീർക്കും.

ഇത്രയും ആളുകൾക്ക് റൊട്ടി വിതരണം ചെയ്യുന്നതിൽ ലൊറെൻസോയ്ക്ക് ഒട്ടും താല്പര്യമില്ല. ഇതൊരു പാഴ്ച്ചെലവാണ്. പുതിയ ജനറൽ ഒരു കടുംപിടിത്തക്കാരനാണ്.

തടവുകാരെ ഉപദ്രവിക്കരുത്. അവർക്ക് നല്ല ഭക്ഷണവും വെള്ളവും നല്കണം. കുട്ടികളെ വേദനിപ്പിക്കരുത്- എന്നൊക്കെയാണ് അയാളുടെ നിർദ്ദേശങ്ങൾ. ലൊറെൻസോയ്ക്ക് ഒന്നിലും ഒരു മയവും തോന്നിയില്ല. തടവുകാരെ അയാൾ ശത്രുക്കളെപോലെ കണ്ടു. അല്ല, അതിലും താഴെ. അവർ വെറും പാഴ്വസ്തുക്കളാണെന്ന് അയാൾ സ്വയം വിശ്വസിച്ചു. അവരെ കൊല്ലാതിരിക്കുന്നതും പോരാ, തീറ്റിക്കുകയും വേണം. കൊള്ളാം, നല്ല തമാശ തന്നെ.

ഇപ്രാവശ്യം സ്ഥാനക്കയറ്റം കിട്ടി ജനറലാകാം എന്നു കാത്തിരിക്കുകയായിരുന്നു. അപ്പോഴാണ് ദൂരെയെവിടെയോ ഉണ്ടായിരുന്ന ഫെർണാണ്ടസിനെ ജനറലായി കൊണ്ടുവന്നത്. അയാൾ മഹാനാവാൻ ശ്രമിക്കുകയാണ്. ഇനി ആരെയും വെടിവയ്ക്കരുത് എന്നു മാത്രമേ അയാൾ പറയാൻ ബാക്കിയുള്ളൂ.

ലൊറെൻസോയ്ക്ക് ഏറ്റവും ക്രോധം തോന്നിയത് ഈ അന്നദാനത്തോടാണ്. അതിനു കൃത്യമായ കണക്കും വേണം. വളരെ ബുദ്ധിമുട്ടിയാണ് കണക്കിൽ കൃത്രിമം കാട്ടുന്നത്. എന്നിട്ടും വലിയ ലാഭമൊന്നുമില്ല. യുദ്ധം കനത്തു നില്ക്കുമ്പോൾ പണത്തിനു മൂല്യമില്ലല്ലോ. റൊട്ടിക്കഷണത്തിനു വേണ്ടി അവറ്റകൾ കാട്ടുന്ന ആക്രാന്തം കാണുമ്പോൾ എല്ലാത്തിനെയും വെടിവെച്ചു കൊന്നു തള്ളാനാണ് തോന്നാറുള്ളത്. സ്വയം നിയന്ത്രിക്കുകയാണ്.

എല്ലാത്തിനും പുറമെയാണ് ജനറലിന്റെ മിന്നൽ പരിശോധന. കഴിഞ്ഞ പ്രാവശ്യം പാതിരായ്ക്ക് രണ്ടു മണിയോടടുപ്പിച്ചു വന്നു. ഒരു ദ്രോഹി ഉറങ്ങാതെ അപ്പോഴും മോങ്ങിക്കൊണ്ടിരിക്കുകയായിരുന്നു. ബെൽറ്റു കൊണ്ട് പത്തടി കിട്ടിയപ്പോഴേക്കും അവനങ്ങു വയ്യാതായി. തിന്നുന്ന റൊട്ടിയുടെ നന്ദി പോലുമില്ലാത്ത ദ്രോഹികൾ. ജനറലിനു

പിന്നിൽ നിന്നു കൊണ്ട് തോക്കു കാട്ടേണ്ടി വന്നു. അയാളെങ്ങാനും തിരിഞ്ഞു നോക്കിയിരുന്നെങ്കിൽ... അതിനു ശേഷമാണ് ലൊറെൻസോയ്ക്ക് ശരിക്കും ഭ്രാന്തായത്. ടോമിനെ കണ്ടിരുന്നെങ്കിലും സംഗതി വഷളായേനെ. ഇന്നിതാ പുതിയൊരെണ്ണം വന്നു കേറിയിട്ടുണ്ട്. ദൈവത്തിന് തന്നോടെന്തോ ഈർഷ്യയുള്ളതുപോലെ.

പള്ളി ഇടിച്ചു നിരത്താനും തീയിടാനും ഉത്തരവു കൊടുത്തതല്ല. ഒന്നു ഭയപ്പെടുത്താനായിരുന്നു ഉദ്ദേശ്യം. കർത്താവു സ്വയം നോക്കിയില്ല. പള്ളിയിലെ മരത്തടികൾ തീയേറ്റു വാങ്ങുകയായിരുന്നു. ഫാദറിനു വെടി കൊണ്ടതിലും തന്റെ കൈയില്ല. പാതിരാത്രിക്ക് അയാൾ ബൈബിൾ വായിച്ചു കൊണ്ടിരിക്കുമെന്ന് ആരെങ്കിലും കരുതിയോ? എല്ലാം കഴിഞ്ഞപ്പോൾ കുരിശു വരയ്ക്കാൻ മാത്രമേ തനിക്കായുള്ളൂ. എല്ലാ ആഴ്ചയും കുർബ്ബാന ചേരുന്നതല്ലേ. കർത്താവു പൊറുത്തു കൊള്ളും.

പുതുതായി വന്ന ചെറുക്കനും തിക്കിത്തിരക്കുന്നവരുടെ കൂടെയുണ്ട്. കുറേക്കാലമായി അടക്കി വെച്ചിരുന്ന കോപം പുറത്തേക്കു വരുന്നുവെന്ന് അയാൾക്കു തോന്നി. ചെറുക്കനിപ്പോൾത്തന്നെ ചാകാറായി. എല്ലാ ദുരിതങ്ങളും ഇവിടേയ്ക്കു തന്നെ വന്നെത്തും, അരിശം കൊണ്ട് അയാൾക്കു കണ്ണു കാണാതായി. വിശപ്പിന്റെ വിളികൊണ്ട് പരിക്ഷീണരായ ആളുകളെ തള്ളിമാറ്റി അയാൾ പുറത്തേക്കു നടന്നു.

ലോറെൻസോ നടന്നുപോയത് നല്ല സമയത്താണ്. ആ വിടവിനിടയിലൂടെ ടോം മുന്നിൽ കയറി. കൈയിൽ റൊട്ടിയുമായി അവൻ മാറിയതും ഊഴം മൈക്കേലിന്റേതായി. ഔദാര്യം പോലെ പട്ടാളക്കാരൻ വലിച്ചെറിഞ്ഞ റൊട്ടിക്കഷണത്തെ നിധി പോലെ കൈയിൽ വാങ്ങി പുറത്തേക്കു നടന്നു. വരിയിൽ പിന്നിലായിപ്പോയവരുടെ അസൂയ നിറഞ്ഞ കണ്ണുകൾ പിന്തുടരുന്നുണ്ട്.

ശുദ്ധവായു ശ്വസിച്ച് തിന്നാമെന്നു കരുതിയെങ്കിലും അന്നനാളം ഒട്ടിപ്പോയിരുന്നു. അവന് കഴിക്കാനേ പറ്റിയില്ല. ഉമിനീരില്ലാത്ത കുഞ്ഞു വായ്ക്കുള്ളിൽ റൊട്ടിക്കഷണം കല്ലുപോലെ കനത്തിൽ കിടന്നു. ടോമിന്റെ തൃപ്തി നിറഞ്ഞ മുഖത്തു നോക്കി ഒരു വിധത്തിൽ വിഴുങ്ങി . കുറച്ചു കൂടി വെള്ളം കിട്ടിയിരുന്നെങ്കിൽ....

അവർക്കു പിറകിൽ അന്നത്തെ ഭക്ഷണവിതരണം അവസാനിപ്പിച്ചതായുള്ള മണി മുഴങ്ങി. ഒന്നും കിട്ടാതെ ആശയറ്റു മടങ്ങുന്ന പാവങ്ങളെ കണ്ടപ്പോൾ കണ്ണു നിറഞ്ഞു. അവർക്ക് കരയാനും പറ്റില്ലല്ലോ. ഇനി എന്തെങ്കിലും കിട്ടണമെങ്കിൽ നാളെയാകണം. ഒന്നും ഉറപ്പിക്കാനും വയ്യ. ചിലപ്പോൾ നാളെയും ഇതു പോലെ.....

തലതാഴ്ത്തി മടങ്ങുന്നവരിൽ മുത്തച്ഛനെപ്പോലെ ഒരാളെ അവൻ കണ്ടു. അയാൾ വല്ലതും കഴിച്ചിട്ട് അനവധി ദിവസങ്ങളായിക്കാണും. പ്രായാധിക്യമുള്ള അയാൾക്ക് ഈ തിരക്കിനിടയിൽ എങ്ങനെയാണ് കയറിപ്പറ്റാൻ കഴിയുക? അയാളുടെ ഒരു കണ്ണീർത്തുള്ളി ഭൂമിയിൽ മുഴക്കത്തോടെ പതിക്കുന്നത് അവൻ മാത്രം കേട്ടു. അയാൾ ഇടറി വീഴാൻ തുടങ്ങുകയായിരുന്നു. അവൻ ഓടിച്ചെന്നു അയാളുടെ കൈ

പിടിച്ചപ്പോൾ അവനു കരച്ചിൽ വന്നു. മുത്തച്ഛന്റെ കൈ പോലെ പതുപതുത്തത്. അവനെ നോക്കുമ്പോൾ അയാൾക്കും പേരക്കുട്ടിയെ ഓർമ്മ വന്നു കാണണം. ആ കണ്ണുകളും നനഞ്ഞു. കുഴിയിലാണ്ടു പോയെങ്കിലും സ്നേഹം കൊണ്ടു തിരിച്ചറിയാവുന്ന ഒരു മൃദുഹാസം ആ കണ്ണുകളിലുണ്ടായിരുന്നു. ഏറെ നേരം നില്ക്കാനാകാത്തതു കൊണ്ടു മാത്രം അയാൾ അവന്റെ കൈ വിട്ടു നടന്നു പോയി.

ഒരു വെടിയൊച്ച.

എവിടെ നിന്നെന്നറിയാൻ മൈക്കേലും ഓടി. എല്ലാവരും കൂട്ടം കൂടി നിൽക്കുന്നതിനിടയിലൂടെ അവനും ടോമും നുഴഞ്ഞു കയറി. വെടിമരുന്നിന്റെ അറപ്പുളവാക്കുന്ന ഗന്ധം. ആരും ശബ്ദിക്കുന്നില്ല. എല്ലാവർക്കും നടുവിലായി പുക പാറുന്ന തോക്കുമേന്തി കത്തുന്ന നോട്ടവുമായി ലൊറെൻസോ നില്ക്കുന്നു.

കുറച്ചു നേരം മുമ്പു വരെ സ്പന്ദിച്ചിരുന്ന ഒരു ജീവൻ പൊലിയുകയായിരുന്നു. മൈക്കേലിനെ ഇരയാക്കാൻ വെമ്പിയ ചാവാലിപ്പട്ടി അവിടെ ചത്തുകിടന്നു. അതിന്റെ ശരീരത്തിനപ്പുറം ഒരു റൊട്ടിക്കഷണം മണ്ണു പുരണ്ടു കിടക്കുന്നു. വിറച്ച് വിയർത്ത ഒരു വൃദ്ധനും.

"നിങ്ങളെയെല്ലാം ഇങ്ങനെ തീറ്റ തന്നു സൽക്കരിക്കുന്നത് എനിക്കു സന്തോഷമുള്ള കാര്യമൊന്നുമല്ല. എന്നിട്ടിവിടെ ചില കിഴവന്മാർ കിട്ടിയ റൊട്ടി ചാവാലിപ്പട്ടിയെ തീറ്റുന്നു. കിട്ടുന്നത് വിഴുങ്ങി എങ്ങനെയും ജീവിക്കണമെന്നല്ല. ഈ വയസ്സുകാലത്ത് വെടികൊണ്ടു മരിക്കണമെന്നാ ചിലർക്കു മോഹം. ഞാൻ അവസാനമായിട്ടു പറയുന്നു. ഇവിടെ എല്ലാം തീരുമാനിക്കുന്നത് ഞാനാണ്. എന്റെ തീരുമാനവും താല്പര്യവുമാണ് വലുത്. നാളെമുതൽ എഴുപതു റൊട്ടി മാത്രമേയുള്ളൂ. കിട്ടുന്നവർ തിന്നും. അല്ലാത്തവർക്ക് ഒന്നുമില്ല. മനസ്സിലായില്ലേ, എല്ലാറ്റിനും?"

പിറുപിറുക്കാൻ പോലും വിസ്മരിച്ചുപോയ നിർവ്വികാരമായ ആൾക്കൂട്ടത്തെയും തന്റെ ചവിട്ടു കൊണ്ട് മണ്ണിലമർന്നു പോയ വൃദ്ധനെയും രൂക്ഷമായി നോക്കി അയാൾ നിന്നു വിറച്ചു. ആരും ഒന്നും മിണ്ടാതിരുന്നതിന്റെ പ്രകോപനവും കൂടിയായപ്പോൾ അയാൾക്ക് തന്റെ മേലുള്ള കടിഞ്ഞാൺ തന്നെ വിട്ടുപോയി. തോക്കുയർത്തി ചത്തുകിടക്കുന്ന പട്ടിയുടെ മേൽ നാലു പ്രാവശ്യം വെടിയുതിർത്ത് കൊടുങ്കാറ്റു പോലെ അപ്രത്യക്ഷനായി.

നിലത്തു കിടന്ന വൃദ്ധനെ എടുത്തുയർത്താൻ ആരും ശ്രമിച്ചില്ല. മണ്ണിൽ വീണ റൊട്ടി പകുത്തെടുക്കാൻ കലഹവുമായി ആൾക്കൂട്ടം പിരിഞ്ഞു പോയി. വെടിയുണ്ടകൾ തറച്ചു ചത്ത പാവം പട്ടിയുടെ ദേഹത്ത് ഇറ്റു വീഴാൻ പോലും രക്തമുണ്ടായിരുന്നില്ല. നാക്കു തുറിച്ച് നട്ടെല്ലു വളച്ച് കണ്ണുകൾ തുറന്നുവെച്ച് വിശപ്പിനു വിട ചൊല്ലി അതു യാത്രയായി.

# അഞ്ച്

**താ**നെത്തിപ്പെട്ട നരകത്തെക്കുറിച്ച് മൈക്കേലിന് നല്ല ധാരണ കിട്ടി. മാനവികമെന്നു പറയാവുന്ന ഒരു മൂല്യത്തിനും അവിടെ വിലയില്ല. പരസ്പരം സംസാരിക്കാൻ പോലും അവിടെയുള്ളവർ ഭയന്നു. ലൊറെൻസോയുടെ കോപം കെട്ടടങ്ങിയിരുന്നില്ല. അയാൾ പറഞ്ഞതു പോലെ ചെയ്തു. ദിവസേന വെറും എഴുപതു റൊട്ടി മാത്രം വിതരണം ചെയ്തു. നൂറ്റിയിരുപതോളം തടവുകാർക്ക് അയാൾ കല്പിച്ച പുതിയ വ്യവസ്ഥ അയാളുടെ ബെൽറ്റടിയേക്കാൾ കഠിനമായിരുന്നു.

അന്നു പട്ടിക്കു റൊട്ടി നല്കാൻ ശ്രമിച്ച വൃദ്ധനെ ലൊറെൻസോ പിന്നെയും ദ്രോഹിച്ചു. പട്ടിണിക്കിട്ടും പഴിപറഞ്ഞും അയാളെ കൊന്നു കൊണ്ടിരുന്നു. ഒരു ദിവസം അയാൾ മരണത്തെ അഭയം പ്രാപിച്ചു. മരിച്ചപ്പോഴെങ്കിലും ലൊറെൻസോ നിർത്തും എന്ന് എല്ലാവരും കരുതി. അയാൾക്കതിനുള്ള ഭാവമേ ഉണ്ടായിരുന്നില്ല.

വൃത്തികെട്ട കിഴവൻ. അയാൾ ചത്തതിനുള്ള കാരണവും ഞാൻ തന്നെ ബോധിപ്പിക്കണം. ഇത്രയും കാലം തിന്നു മുടിപ്പിച്ചിട്ടും അയാൾ ഇങ്ങനെയൊരു ചതി ചെയ്തുവല്ലോ?

വൃദ്ധന് കാര്യമായ എന്തോ അസുഖമായിരുന്നു എന്നു വരുത്തി ത്തീർത്തു. പട്ടിയെ തീറ്റിയ കാര്യം ചിത്തഭ്രമത്തിന്റെ ലക്ഷണമാക്കി യെടുത്തു. ആത്മാവിനു പോലും ശാന്തി കിട്ടില്ല എന്ന് ഇടയ്ക്കിടെ മുറുമുറുത്തു കൊണ്ടിരുന്നു. ഇതുകൊണ്ടൊന്നും തൃപ്തിപ്പെട്ടില്ലെങ്കിൽ അതിലൂടെ കടന്നു പോകുന്ന മൃഗങ്ങൾ അയാൾക്കു വേട്ടമൃഗങ്ങളായി.

ടോമിന്റെ കൂടെയാണ് പട്ടാളക്കാരുടെ കൂടാരത്തിൽ കയറിയത്. അവിടെ കിടക്കുന്നവരെല്ലാം പരിക്കു പറ്റിയവരായിരുന്നു. മരുന്നിന്റെ രൂക്ഷഗന്ധം അതിനകത്തു തളം കെട്ടി നിന്നു. വേദന കൊണ്ട് എല്ലാ മുഖങ്ങളും കരുവാളിച്ചിരുന്നു. ആരും പുഞ്ചിരിച്ചില്ല. അവരുടെ

ശബ്ദത്തിന് കരച്ചിലിനോടാണ് സാമ്യം.

ഡോക്ടർ അലക്സ് അവിടെ രണ്ടു ദിവസം കൂടുമ്പോൾ വരാറുണ്ട്. അയാളൊരു നല്ല മനുഷ്യനാണ്. രോഗികളുടെ മുറി കെട്ടുമ്പോൾ എന്തു സ്നേഹത്തോടെയാണെന്നോ സംസാരിക്കുക! എല്ലാവരും അയാളെ ബഹുമാനിച്ചിരുന്നു. അതുകൊണ്ടാകാം ലൊറെൻസോ അയാളെ വെറുത്തു. ഡോക്ടർ കടന്നു വരുമ്പോഴെല്ലാം അയാൾ മാറിക്കളയും. ലൊറെൻസോയ്ക്ക് അസൂയയാണെന്ന് ചിലർ അടക്കം പറഞ്ഞു.

വാസ്തവം മറ്റൊന്നായിരുന്നു. ഡോക്ടർ അലക്സ് ജനറൽ ഫെർണാണ്ടസിന്റെ അടുത്ത സുഹൃത്താണ്. തന്റെ കള്ളത്തരങ്ങൾ ഡോക്ടർ വെളിപ്പെടുത്തുമെന്ന് അയാൾ ഭയന്നു. അതിനാൽ, ഡോക്ടർ വരുന്നത് അയാൾക്ക് നെഞ്ചിടിപ്പായിരുന്നു. ആ അവസരങ്ങളിലെല്ലാം തന്ത്രപൂർവ്വം ഒഴിഞ്ഞു നില്ക്കാൻ ശ്രമിച്ചു. ജനറലിന്റെ ഇടപെടൽ കൊണ്ടാണ് ഡോക്ടർ പരിശോധനയ്ക്കു വരുന്നതെന്ന് അയാൾ ഉറച്ചു വിശ്വസിച്ചു.

ആദ്യമെല്ലാം അവിടെ വന്ന് എത്തിനോക്കിയിരുന്ന കുട്ടികളോട് ഡോക്ടർക്ക് സഹതാപമായിരുന്നു. പിന്നീടാണ് അവർക്കു വേണ്ടി കാര്യമായി എന്തെങ്കിലും ചെയ്യണമെന്ന് അദ്ദേഹത്തിനു തോന്നിയത്. കുട്ടികളെ വേദനിപ്പിക്കുന്നതിനെപ്പറ്റി ചിന്തിക്കാനേ കഴിയുമായിരുന്നില്ല. യുദ്ധത്തിന്റെ പേരിൽ കുട്ടികളെ ബലിയാടാക്കുന്നതിനോട് ഡോക്ടർക്ക് കടുത്ത വെറുപ്പായിരുന്നു.

ഇരുവരെയും പരിചയപ്പെടാൻ തന്നെ ഡോക്ടർ ഉറച്ചു.

പുറത്തു നിന്ന് എത്തി വലിഞ്ഞു നോക്കുന്ന മൈക്കേലിനെയാണ് ആദ്യം കൈകാട്ടി വിളിച്ചത്. ഒന്നു പരിഭ്രമിച്ചെങ്കിലും അവൻ കയറിച്ചെന്നു.

"നിന്റെ പേരെന്താണ്? എവിടെയുള്ളതാണ്? ഇവിടെയെങ്ങനെ എത്തിപ്പെട്ടു?"

അവൻ എല്ലാത്തിനും വിശദമായി ഉത്തരം പറഞ്ഞു. ടോമിനെയും വിളിച്ചു പരിചയപ്പെടുത്തി. അവരുടെ കഥ കേട്ടപ്പോൾ താനടക്കം ഇവരെ വേട്ടയാടുകയാണെന്ന് ഡോക്ടർക്കു തോന്നി. ഒരു അതിർത്തി പ്രശ്ന ത്തിന്റെ പേരിൽ ഇത്ര ഭീകരമായൊരു യുദ്ധം സൃഷ്ടിച്ചതിൽ താനും പങ്കാളിയാണ്. ഈ കുട്ടികൾ തനിച്ചായതിൽ തന്റേയും പാപമുണ്ട്.

ലിൻസ്, ലെബേസ് പട്ടണങ്ങൾക്ക് അതിർത്തി രേഖ ചമക്കുമ്പോൾ കൂടുതൽ സ്ഥലം വേണമെന്ന് ഇരു കൂട്ടരും മോഹിച്ചു. ചർച്ചയിലൂടെ രമ്യമായി പരിഹരിക്കാമായിരുന്ന വിഷയം പട്ടാള മേധാവികൾ തന്നെയാണ് യുദ്ധമാക്കിയെടുത്തത്. അവരുടെ സൈനികർ അലസന്മാരാകുന്നതും യുദ്ധോപകരണങ്ങൾ തുരുമ്പു പിടിക്കുന്നതും തടയാൻ യുദ്ധം അനി വാര്യമായിരുന്നു. ഒരു ഒത്തുതീർപ്പു ചർച്ചയും നടത്താതെ നേരെ യുദ്ധം ആരംഭിച്ചു. അതിർത്തിയോടു ചേർന്നു കിടന്ന പന്ത്രണ്ടു പട്ടണങ്ങൾക്കു തീയിട്ടു. തടവുകാരുടെ എണ്ണം കൂട്ടാൻ മത്സരിച്ചു. ഇപ്പോഴിതാ യുദ്ധം അതിർത്തിയിൽനിന്നും വിട്ട് രാജ്യഹൃദയങ്ങളിലേക്ക് വ്യാപിച്ചിരിക്കുന്നു. ഇതുപോലെ ലക്ഷക്കണക്കിനു ബാല്യങ്ങളാണ് വഴിയിൽ പൊലിയു ന്നത്.

ഇല്ല എന്നു കേൾക്കാനുള്ള കൊതിയോടെയാണ് ഡോക്ടർ പിന്നത്തെ ചോദ്യം ചോദിച്ചത്.

"നിങ്ങൾക്കിവിടെ ഉപദ്രവങ്ങളൊന്നുമില്ലല്ലോ?"

ഉത്തരം കിട്ടിയില്ല. ഒരു നിമിഷം നീണ്ട മൗനത്തിനൊടുവിൽ അവർ ഇല്ലായെന്നു തലയിളക്കി. എന്തെങ്കിലും പറഞ്ഞാൽ ലൊറെൻസോയുടെ അടുത്ത ഉന്നമാകുമെന്ന് അവർ ഭയന്നു. അതുകൊണ്ടാണ് അസത്യം പറയേണ്ടി വന്നത്.

"ഇങ്ങനെ പുറത്തുനിന്നു നോക്കണ്ട. നിങ്ങൾക്ക് അകത്തേക്കു വരാം. ഇവിടെയുള്ളവരെല്ലാം നല്ലയാളുകളാണ്. നിങ്ങളിവിടെ വന്നാൽ അവർക്കൊക്കെ സന്തോഷമാകും."

"അതെ...."

അപ്പറഞ്ഞത് വേറൊരു ശബ്ദമായിരുന്നു. കട്ടിലിൽ വെള്ളത്തുണി കൊണ്ടു പൊതിഞ്ഞൊരു രൂപം. അയാളുടെ മുഖവും കൈപ്പത്തിയും മാത്രമാണ് പുറത്തുണ്ടായിരുന്നത്.

"ഇതാണു റോജർ."

ഡോക്ടർ പരിചയപ്പെടുത്തിയപ്പോൾ ആ മുഖം ചിരിച്ചു.

അയാൾ ഒന്നാന്തരം സൈനികനായിരുന്നു എന്നു പിന്നീടറിഞ്ഞു. ഭയം ഒട്ടും തന്നെ ഇല്ലാതിരുന്നയാൾ. യുദ്ധമുന്നേറ്റത്തിനിടെ തീപ്പൊള്ള ലേറ്റതാണ്. ദേഹമാസകലം പൊള്ളലേറ്റിട്ടുണ്ട്. ഏതു നിമിഷവും അയാൾ മരിച്ചേക്കാം, പക്ഷേ, ജീവനോടെയിരിക്കുന്ന ഓരോ നിമിഷവും സന്തോഷിക്കാനാണ് അയാൾ താല്പര്യപ്പെട്ടത്.

കെട്ടഴിക്കുമ്പോൾ ഡോക്ടറുടെ മുഖം പോലും ചുവക്കും. എന്നാൽ റോജർ ഒരിക്കലും വേദന പ്രകടിപ്പിച്ചില്ല. ഞാനൊരു സൈനികനാണ് എന്ന് പറഞ്ഞ് സ്വയം പ്രതിരോധിക്കും. ഏറെയൊന്നും സംസാരിക്കാനുള്ള ശേഷി അയാൾക്കില്ല. എന്നാലും അവിടെ പോയിരിക്കുമ്പോൾ മൈക്കേലിന് സന്തോഷം തോന്നി. അവനും അയാളെപ്പോലെ മിണ്ടാതിരിക്കും. എന്നാൽ സമയം പോകുന്നത് അറിയുകയുമില്ല.

അയാൾ ദിനംപ്രതി ക്ഷീണിച്ചുവന്നു. വേദനയുടെ അസ്വസ്ഥത മുഖത്തും വന്നുതുടങ്ങി. എന്നിട്ടും പുഞ്ചിരിക്കാൻ ശ്രമിച്ചു. അയാളുടെ ബാല്യം ദു:ഖ സാന്ദ്രമായിരുന്നു. ഏറെ സ്നേഹിച്ച അനുജൻ മരിക്കുന്നത് കൺമുമ്പിൽ വെച്ചാണ്. മൈക്കേലിനെ കാണുമ്പോഴെല്ലാം എന്നോ കൈവിട്ടുപോയ അനുജനെയാണ് ഓർമ്മവരിക. ആ സ്മരണ തന്നെ അയാളെ ജീവിപ്പിച്ചു.

റോജറിന്റെ ഈ അവസ്ഥയിൽ ഏറ്റവുമധികം അസ്വസ്ഥത കാട്ടിയത് ലൊറെൻസോയാണ്. അത് അയാളോടുള്ള സ്നേഹംകൊണ്ടല്ല. റോജർ ഇങ്ങനെ പൊള്ളിക്കിടന്ന് ധൂർത്തടിക്കുകയാണെന്ന് അയാൾക്കു തോന്നി. വേദന അനുഭവിക്കുകയല്ല, അഭിനയിക്കുകയാണ്. എല്ലാവരും കൂടി തന്നെ കൊള്ളയടിക്കുകയാണ്.

ഇതിനിടയിലാണ് മൈക്കേലിന്റേയും ഡോക്ടറുടെയും സൗഹൃദം അയാൾ കാണുന്നത്. വിവരം കെട്ട ചെറുക്കൻ അരുതാത്തത് വല്ലതും

പറയുമോ എന്ന തോന്നൽ അയാളെ അലട്ടി. എന്തു വന്നാലും ഡോക്ടർക്ക് മുഖം കാട്ടാൻ വയ്യ. ചെറുക്കനെ തനിച്ചു വിസ്തരിക്കാം.

ലൊറെൻസോ കാത്തിരുന്നതുപോലെ അവസരം ഒത്തുവന്നു. മൈക്കേലിനെ മുമ്പിൽ നിർത്തി അയാൾ അലറിച്ചോദിച്ചു: "എന്താടാ ആ ഡോക്ടറുമായി ഒരു ചങ്ങാത്തം. അയാളുമായി വലിയ സ്നേഹമൊന്നും വേണ്ട. ഇവിടെ നടക്കുന്നതെങ്ങാനും അയാളോട് പറഞ്ഞാൽ ആ പട്ടിയെക്കാൾ കഷ്ടമാകും നിന്റെ ഗതി."

പാവം മൈക്കേൽ. അവനൊന്നും മനസ്സിലായില്ല. എന്നിട്ടും അവന്റെ കണ്ണു നിറഞ്ഞു. ലൊറെൻസോയ്ക്ക് തന്നോടെന്തോ ദേഷ്യമുണ്ട്. ഇനി ഒരിക്കലും ഡോക്ടറെ കാണാൻ പോകില്ലെന്ന് കരുതിയെങ്കിലും റോജറെ കാണാതിരിക്കാനായില്ല. അയാളെ അത്രയ്ക്ക് ഇഷ്ടമായിക്കഴിഞ്ഞു.

മൈക്കേലിനെ വിരട്ടിയെങ്കിലും ലൊറെൻസോയ്ക്ക് പേടി മാറിയില്ല. കാട്ടിക്കൂട്ടിയ കള്ളത്തരങ്ങളും അക്രമങ്ങളും ആരെങ്കിലും അറിയുമോ എന്ന ഭയം അയാളെ ചൂഴ്ന്നു നിന്നു. ഇത്രയും കാലത്തിനു ശേഷം ഇപ്പോഴാണ് ഭയം തോന്നിത്തുടങ്ങുന്നത്. സമയം വളരെ മോശമാണ്. അയാൾ കരുതി.

അനാഥനായ ലൊറെൻസോ വളരെ ചെറുപ്പത്തിലേ ഒരു സൈനിക കടുംബത്തിലെത്തി. അന്നത്തെ ജനറലായിരുന്ന കുടുംബനാഥൻ മകനെപ്പോലെ ലൊറെൻസോയെ വളർത്തി. ആ സ്നേഹത്തെ ലൊറെൻസോ സംശയിച്ചു. തന്നെ തഴഞ്ഞ് സകലതും മകനു നല്കുമോ എന്നായിരുന്നു സംശയം. പണം എന്നും അയാളെ ആകർഷിച്ചു, മോഹിപ്പിച്ചു. മകനെപ്പോലെ തന്നെ വളർത്തിയ മനുഷ്യനെ കൊന്നുകളഞ്ഞപ്പോഴാണ് അയാൾക്ക് അല്പമെങ്കിലും ആശ്വാസം കിട്ടിയത്.

ഈ കഥകളെല്ലാം മനസ്സിലെവിടെയോ അന്നേ കുഴിച്ചിട്ടതാണ്. ഇതെല്ലാം പുറത്തു വന്ന് തന്നെ വേട്ടയാടാൻ തുടങ്ങിയത് പുതിയ ജനറൽ വന്നതോടെയാണ്. അത് അവനാണ്. എല്ലാം തനിക്കെഴുതിത്തന്ന ജനറലിന്റെ മകൻ. അവനെ കാണുമ്പോഴെല്ലാം താൻ എരിച്ചുകളഞ്ഞ കിളവനെ ഓർമ്മ വരുന്നു. ഓർമ്മകൾ മുള്ളുകളായി വന്നു തറയ്ക്കുന്നതിനിടെയാണ് അയാൾക്ക് ഒരു കത്തു കിട്ടിയത്. ഔദ്യോഗികമായ ഒരറിയിപ്പ്. ഗുരുതരമായി പൊള്ളലേറ്റ റോജറിന് മികച്ച ചികിത്സ ഉറപ്പു വരുത്തണമെന്നാണ് ഉള്ളടക്കം. എഴുത്തു വായിച്ചപ്പോഴേ അതിനു പിന്നിൽ ഡോക്ടറാണെന്ന് അയാൾക്കുറപ്പായി. ജീവിച്ചു പോകാൻ സമ്മതിക്കില്ലെന്നു വെച്ചാൽ.....?

മുറിവേറ്റവരെയും കാലൊടിഞ്ഞവരെയും ഏറ്റിക്കൊണ്ടു വന്നു ശുശ്രൂഷിക്കുന്നത് ശുദ്ധഭോഷ്കാണ്. അവിടെവെച്ചു വെടിവെച്ചു കൊല്ലണം. എല്ലാം അമിത ചെലവാണ്. ഒടിഞ്ഞ കാലെല്ലാം ശരിയാകുമെന്ന് എന്താണുറപ്പ്. അവനെക്കൊണ്ട് സൈന്യത്തിനെന്തു പ്രയോജനം? ഇതെല്ലാം ഉറക്കെ ചോദിക്കണമെന്നുണ്ട്. ആളുകൾ വലിയ മനുഷ്യത്വ വാദങ്ങൾ പറയുകയല്ലേ.!

വിനയത്തിന്റെ ഭാഷയിൽ മറുപടി തയ്യാറാക്കി. റോജറിന്റെ ശുശ്രൂഷ

താൻ സ്വയമാണ് നിർവ്വഹിക്കുന്നതെന്നും അയാൾ അതിവേഗം സുഖം പ്രാപിക്കുമെന്നും വിസ്തരിച്ചെഴുതി. സത്യത്തിന്റെ വിദൂരസ്പർശം പോലുമില്ലാത്ത മറുപടി പെട്ടെന്നയക്കുവാനും ചട്ടം കെട്ടി.

ലൊറെൻസോയുടെ ഊഹം ശരിയായിരുന്നു. ഇതിനു പിന്നിൽ ഡോക്ടറല്ലാതെ മറ്റാരുമായിരുന്നില്ല. തീ കാർന്നു തിന്ന ഒരു ചെറുപ്പ ക്കാരനെ രക്ഷിക്കാൻ തനിക്കാവുന്നതെല്ലാം അദ്ദേഹം ചെയ്തു. അയാളെ വിദഗ്ദ്ധ ചികിത്സയ്ക്കു കൊണ്ടു പോകണം. എന്നാൽ, യുദ്ധം നടന്നുകൊണ്ടിരിക്കെ അധികൃതർക്ക് അതിലൊന്നും യാതൊരു ശ്രദ്ധ യുമില്ല. കൂടുതലാളുകളെ തീയിലിടാനാണ് അവരുടെ പരിശ്രമങ്ങൾ.

അറിയിപ്പുവന്ന സ്ഥിതിക്ക് റോജറിനെ ചെന്നു കാണാൻ ലൊറെ ൻസോ തീർച്ചയാക്കി. മരുന്നു മണക്കുന്ന ആ കൂടാരത്തിലേക്കു പ്രവേ ശിക്കുന്നത് അയാൾക്കിഷ്ടമല്ല. എന്നാലും കാര്യങ്ങൾ കണ്ടറിയണ മല്ലോ. അയാളുടെ സ്ഥിതി ഗുരുതരമാണെങ്കിലും അല്ലെങ്കിലും ലൊറെ ൻസോയ്ക്ക് ആശങ്കയില്ല. അതൊന്നും തന്നെ ബാധിക്കുന്നതേയല്ല.

റോജറിന്റെ നില വഷളായിരുന്നു. എന്നിട്ടും മേലുദ്യോഗസ്ഥനെ കണ്ടപ്പോൾ അയാൾ ബഹുമാനത്തോടെ ചിരിച്ചു. റോജറിനടുത്ത് ഏറെ നേരം ചെലവഴിക്കാൻ ലൊറെൻസോക്ക് അശേഷം താല്പര്യമുണ്ടായി രുന്നില്ല. നിന്നെയൊന്നു കാണാൻ വന്നതാണെന്ന് സരസമായി പറഞ്ഞ് അയാൾ വന്നയുടൻ മടങ്ങി.

ലൊറെൻസോ കാണാൻ വന്നതിന്റെ അഭിമാനം റോജറിന്റെ മുഖത്ത് മൈക്കേൽ വായിച്ചെടുത്തു. റോജറിനെ നഷ്ടപ്പെടുകയാണെന്ന് അവനു തോന്നി. ഫാദർ പഠിപ്പിച്ച എല്ലാ പ്രാർത്ഥനാ ഗീതങ്ങളും ഉരുവിട്ട് അവൻ റോജറിനു വേണ്ടി പ്രാർത്ഥിച്ചു. ഓരോ ദിവസം പിന്നിടുന്തോറും ലോറയെ കാണാനാകില്ലെന്നു വിലപിക്കുന്ന ടോമിനെയും അവൻ സമാധാനിപ്പിച്ചു.

യുദ്ധം കൊടുമ്പിരിക്കൊള്ളുകയാണ്. ദിവസവും പരിക്കേറ്റ നൂറി ലധികം പട്ടാളക്കാരെ അങ്ങോട്ടു കൊണ്ടു വന്നു. തടവറയിൽ ആളു കളുടെ എണ്ണം കുറഞ്ഞു വന്നു. പട്ടിണി എന്ന മാറാരോഗത്തെ മറച്ചു വെച്ച് അധികാരികൾക്കു മുന്നിൽ ലൊറെൻസോ ദുഃഖം രേഖപ്പെടു ത്തിക്കൊണ്ടിരുന്നു. അയാളുടെ പുതിയ ചെലവുചുരുക്കൽ നയങ്ങൾ കൂടുതൽ പേരുടെ ജീവനെടുത്തു.

ഡോക്ടർ അലക്സിന് ലൊറെൻസോയ്ക്കെതിരെ ഒന്നും ചെയ്യാൻ സാധിച്ചില്ല. ജനറലിന്റെ അടുത്ത സുഹൃത്താണെങ്കിലും സൗഹൃദത്തെ ഇത്തരത്തിൽ ഉപയോഗപ്പെടുത്താൻ മനസ്സ് സമ്മതിച്ചില്ല. മാത്രമല്ല, ഫെർണാണ്ടസ് യുദ്ധമുഖത്ത് അകലെയെങ്ങോ ആണെന്ന വിവരവും ലഭിച്ചു. സൈനികർക്കിടയിൽ ഡോക്ടർക്കു പരിചയം അയാളോടു മാത്ര മായിരുന്നു. സ്വന്തം നിസ്സഹായതയാണ് അയാളെ കൂടുതൽ വിഷ മിപ്പിച്ചത്.

പരിക്കേറ്റവരിലധികവും ഗുരുതരാവസ്ഥയിലുള്ളവരാണ്. ജീവൻ നീട്ടിക്കൊടുക്കാനേ തനിക്കു കഴിയുന്നുള്ളൂ. രോഗികൾക്കും മുറിവേറ്റ

വർക്കുമുള്ള ആഹാരക്രമവും ലൊറെൻസോ പരിഷ്കരിച്ചിരുന്നു. മരുന്നിനൊപ്പം കൂടുതൽ വിശ്രമവും കുറച്ചു ഭക്ഷണവും എന്നയാൾ വാദിച്ചു. രണ്ടു നേരം മാത്രം ഭക്ഷണം അനുവദിക്കപ്പെട്ടു. പൂപ്പൽ കയറിത്തുടങ്ങിയ റൊട്ടിയും മറ്റും സൈനികരെ കൂടുതൽ തളർത്തി. മറ്റൊന്നും ലഭ്യമല്ലാതിരുന്നതിനാൽ പുളിച്ച സോസേജുകളും അവർക്കു കഴിക്കേണ്ടിവന്നു.

എന്തിനാണ് അയാളിങ്ങനെ പിശുക്കുന്നതെന്ന് ആർക്കും മനസ്സിലായില്ല. കുറച്ചു കാലത്തെ സൈനികജീവിതം കൊണ്ടു തന്നെ ധാരാളം പണം സമ്പാദിച്ചിരുന്നു. വിവാഹം പണച്ചെലവാണെന്നു വിശ്വസിച്ചിരുന്നതിനാൽ ഏകാകിയായി കഴിയുന്നു. നഗരഹൃദയത്തിൽ പണിതുയർത്തിയ വലിയ കെട്ടിടത്തിൽ അയാൾക്കൊപ്പം ഒരു പൂച്ച പോലുമില്ല. വേലക്കാരെയും വിശ്വാസമില്ല. ക്രിസ്തുമസോ ഈസ്റ്ററോ, എന്തിന്, സ്വന്തം ജന്മദിനാഘോഷം പോലും അവഗണിച്ചു.

പട്ടാള ഉദ്യോഗസ്ഥനെന്നതിനു പുറമെ വ്യക്തിപരമായി ലൊറെൻസോയെ ആരും അറിഞ്ഞില്ല. ആൾക്കൂട്ടത്തെ കാണുന്നതുതന്നെ അയാൾക്ക് വെറുപ്പാണ്. പുഞ്ചിരിയാണ് ലോകത്തേറ്റവും വികൃതമായ ചേഷ്ടയെന്ന് അയാൾ ധരിച്ചു. ഭൂതകാലത്തിന് ഒരിക്കലും വേട്ടയാടാൻ കഴിയാത്തത്ര ദൂരെയാണ് അയാൾ കൂടുറപ്പിച്ചത്. പഴയ ബന്ധങ്ങളും പൂർണ്ണമായി വിസ്മരിച്ചു. ആരോടും അടുക്കാത്ത ലൊറൻസോയെ നാട്ടുകാർ അവജ്ഞയോടെ നോക്കി.

ലൊറെൻസോയുടെ ഏക സുഹൃത്ത് വ്യാപാരിയായ ക്ലമൻസ്. അയാൾക്കു ചേർന്ന സുഹൃത്ത്. ക്ലമൻസ് ദുഷ്ടനെങ്കിലും പിശുക്കനല്ല. എല്ലാ ആഘോഷങ്ങൾക്കും വഴിവിട്ടു ചെലവഴിച്ചു. ജന്മദിനം ഏറ്റവും സമുന്നതമായി കൊണ്ടാടി. ഏതു ശക്തിയാണ് ഇവരെ ചേർത്തു നിർത്തിയതെന്ന് ആർക്കും തിരിച്ചറിയാനായില്ല. എന്തിന്, ലൊറെൻസോ പോലും പലപ്പോഴും സ്വയം വിചാരണ നടത്തി പരാജയപ്പെട്ടു.

നഗരത്തിലെ ഏറ്റവും വലിയ പണക്കാരനായി ക്ലമൻസ് തുടർന്നു. അയാളും അവിവാഹിതനായിക്കഴിയുന്നു. വലിയ കുടുംബത്തെ നിലനിർത്താനൊന്നും അയാൾക്കായില്ല. പിതാവിന്റെ മരണത്തോടെ ഉറ്റവരെല്ലാം അയാളെ പിരിഞ്ഞുപോയി. അതിൽ സന്തോഷമാണ് അയാൾക്കു തോന്നിയത്. ഇഷ്ടപ്രകാരമുള്ള ജീവിതത്തിന് ഇനി തടസ്സങ്ങളില്ലല്ലോ.

ലൊറെൻസോയെയും ക്ലമൻസിനെയും ഒരുമിപ്പിച്ചത് അഴിമതിയാണ്. അക്കാര്യത്തിൽ അവർ തുല്യശക്തികളാണ്. ക്യാമ്പിൽ പിശുക്കുന്ന ആഹാരസാധനങ്ങളും മരുന്നുകളും ലൊറെൻസോ ക്ലമൻസിനു മറിച്ചു വിറ്റു. കള്ളക്കണക്കു കാട്ടിയും നികുതി വെട്ടിച്ചും ക്ലമൻസും ലാഭം നേടി. തങ്ങളുടെ വ്യാപാരബന്ധത്തിൽ ഇരുവരും സന്തുഷ്ടരായിരുന്നു, ചേർന്ന പങ്കാളിയെ കണ്ടെത്തിയതിൽ.

ലൊറെൻസോയും ക്ലമൻസും തമ്മിലുള്ള സ്നേഹബന്ധം അറിഞ്ഞ നാളിലാണ് ഡോക്ടർ ആദ്യമായി ഒരു കത്ത് ഉന്നത കേന്ദ്ര

ത്തിലേക്കയച്ചത്. എന്തോ സംശയം തോന്നി. ഒരു വെട്ടിപ്പു നടക്കുന്നുവെന്ന് മനസ്സു പറഞ്ഞു. നടപടിയുണ്ടാകുമെന്നാണ് കരുതിയത്. എന്നാൽ, ലൊറെൻസോയുടെ ഭാഷാപ്രാവീണ്യം അയാളെ രക്ഷപ്പെടുത്തി.

ഒരു തവണ രക്ഷപ്പെട്ടെങ്കിലും താനൊരിക്കൽ പിടിക്കപ്പെടും എന്ന ധാരണ എങ്ങനെയോ ലൊറെൻസോയിൽ വേരൂന്നി. നാല്പതു വർഷത്തെ ജീവിതത്തിൽ ആദ്യമായാണ് അയാളിങ്ങനെ കാരണമില്ലാതെ ഭയചകിതനാകുന്നത്. അയാൾക്ക് ലക്ഷണങ്ങളിൽ വിശ്വാസമുണ്ടായിരുന്നില്ല. എന്നാൽ, കഷ്ടകാലം തുടങ്ങിയത് പുതുതായി വന്ന ചെറുക്കനെ കണ്ടതിനു ശേഷമാണെന്ന് അയാൾ വിചാരിച്ചു. അവന്റെ പേരാണ് തന്നെ വേട്ടയാടുന്നത്- മൈക്കേൽ.

ആ പേരുള്ള കുട്ടികളെയെല്ലാം അയാൾ വെറുത്തു. സ്വപ്നത്തിൽ ആരോ വന്ന് മൈക്കേൽ എന്നു വിളിച്ചലറുന്ന ശബ്ദം പ്രതിദ്ധ്വനിച്ചു കേട്ടു. അങ്ങനെയുള്ള സ്വപ്നങ്ങൾ അയാളുടെ ഉറക്കം കെടുത്തി. നിദ്രാവിഹീനനായി രാത്രിയുടെ ഏകാന്തത സഹിക്കവെ കുരിശു വരച്ചു. പക്ഷേ, കർത്താവിനും അയാളെ സഹായിക്കാനായില്ല.

അത്തരമൊരു രാത്രിയിൽ അയാൾ കൂടാരത്തിനു പുറത്തിറങ്ങി അസ്വസ്ഥനായി നടന്നു. തന്റെ മർദ്ദനങ്ങളേറ്റു വിങ്ങുന്ന തടവുകാരുടെ ശബ്ദം അയാളെ കൂടുതൽ ആകുലനാക്കി. ആകാശത്ത് വെളിച്ചം വിതറുന്ന ഒറ്റ താരകം പോലും കണ്ടില്ല. സർവ്വത്ര ഇരുട്ട് വ്യാപിച്ചിരുന്നു. എന്നാൽ ഉള്ളിലും ഇരുട്ടു വളർത്തിയ ലൊറെൻസോയ്ക്ക് അതൊരു വിഷമമായേ തോന്നിയില്ല.

അറിയാതെ സംയമനം നഷ്ടപ്പെടുന്നതിന്റെ പൊരുൾ തേടുന്നതിൽ അയാൾ വ്യാപൃതനായി. ക്രോധം അടക്കിവയ്ക്കാനാകുന്നില്ല. ഡോക്ടറുടെ അടിക്കടിയുള്ള സന്ദർശനങ്ങൾ. ഇടയ്ക്കിടെയുണ്ടാകുന്ന മരണങ്ങൾ എല്ലാം അയാളെ തകർത്തു. തനിക്കുള്ളിൽ കൊടുങ്കാറ്റുയരുമ്പോൾ ചുറ്റുമുള്ള എന്തും നശിപ്പിക്കുക എന്നത് ലൊറെൻസോയുടെ ശീലമാണ്. ദേഷ്യം സഹിക്കാൻ വയ്യാതാകുമ്പോൾ തോക്കു പ്രയോഗിക്കും. പക്ഷേ, ഈയിടെയായി തോക്കിനു വല്ലാത്ത കനം. അതുകൊണ്ട് അവയവം പോലെ കൊണ്ടുനടന്നിരുന്ന തോക്കും ഉപേക്ഷിച്ചു. ഒരു ചെറിയ പിസ്റ്റൾ അപ്പോഴും കാലുറയിൽ വെച്ചിരുന്നു. അത് സ്വന്തം സുരക്ഷയ്ക്കു വേണ്ടിയാണ്.

"മൈക്കേൽ...."

ലൊറെൻസോ ഞെട്ടി.. വെളിച്ചം അപ്പോഴും അണയാതിരുന്ന കൂടാരത്തിനുള്ളിലേക്ക് അയാൾ ഓടിക്കയറി.

റോജറിന് പതിവില്ലാത്ത വിധം അന്നു വേദന തോന്നി. നിയന്ത്രണസീമവിട്ട് കാര്യങ്ങൾ പൊയ്ക്കഴിഞ്ഞു.ഡോക്ടറും തല താഴ്ത്തിക്കൊണ്ടാണ് അന്നു പോയത്. താൻ മരിക്കുകയാണെങ്കിൽ മൈക്കേലിനെ കണ്ടുകൊണ്ടാകണമെന്ന് റോജർ തീരുമാനിച്ചിരുന്നു.

ഒരാഴ്ചയായി തീരെ വയ്യ. കഴിക്കുന്ന പഴകിയ ആഹാരവും മുഷി

ഞ്ഞു നാറിയ കിടക്കയും വെറുപ്പുളവാക്കി. മൈക്കേൽ വരുമ്പോൾ മാത്രം അവിടെ സുഗന്ധമുള്ളതായി തോന്നി. മൈക്കേലിന്റെ കൂടെ ടോമും വരും. അവൻ ഒന്നും സംസാരിക്കാറില്ല. നേരെ നോക്കാൻ പോലും അവനു പേടിയാണ്. എങ്ങനെ പേടിക്കാതിരിക്കും? വെള്ളത്തുണിക്കെട്ടായി താൻ മാറിയിട്ടുണ്ടല്ലോ.

പക്ഷേ, മൈക്കേൽ അങ്ങനെയല്ല. വാത്സല്യം തുളുമ്പുന്ന കുഞ്ഞി ക്കണ്ണുകൾ തന്നിലർപ്പിച്ച് അവൻ വാചാലമായ മൗനം പാലിക്കും. ചെറുതായിരിക്കുമ്പോൾ കട്ടിലിനരികിൽ വന്ന് അനുജൻ നോക്കാറുണ്ടാ യിരുന്നതുപോലെ. തനിക്കു രോഗം വരുമ്പോൾ അമ്മയെക്കാളേറെ, തന്നെക്കാളേറെ അവൻ സങ്കടപ്പെട്ടു. എന്തു സ്നേഹമായിരുന്നു അവന്. എല്ലാം പെട്ടെന്ന് അവസാനിച്ചു. കർത്താവ് അവനെ തിരിച്ചു വിളിച്ചു.

അവൻ പോയതിനു പിന്നാലെ അമ്മയും പോയി. അച്ഛനെ കണ്ട ഓർമ്മ തന്നെയില്ല. പട്ടാളത്തിലേക്കു ക്ഷണം വന്നപ്പോൾ ഒന്നുമാ ലോചിച്ചില്ല. നഷ്ടപ്പെടാൻ ഒന്നുമില്ലാത്തവൻ എന്തിനു പിന്തിരിയണം? യുദ്ധമുഖത്ത് വീറോടെ നിന്നത് മരിക്കാൻ പേടിയില്ലാത്തതു കൊണ്ടു മാത്രമായിരുന്നു. മരണമായിരുന്നു നല്ലത്. ഇങ്ങനെ കിടന്നു നരകി ക്കുന്നത് എത്ര ക്രൂരമായ വിധിയാണ്. നോക്കുന്നവർക്കെല്ലാം സഹ താപം തോന്നുമായിരിക്കും. അവർ പ്രാർത്ഥിക്കുക തനിക്കുവേണ്ടിയാ യിരിക്കുകയില്ല. തന്റെ ദുർവ്വിധി അവർക്കു വരാതിരിക്കാനാകും.

കെട്ടിടത്തിന്റെ കത്തിപ്പിടിച്ച മച്ച് മേലെ വന്ന് വീണതാണ്. മുഖം മാത്രം വെന്തില്ല. ബോധം കെട്ടു പോയി. ഉണർന്ന അന്നു മുതൽ ഇങ്ങ നെയൊരു തുണിക്കെട്ടായി മാറി. വേദനസംഹാരികളും ലേപനങ്ങളും നോവു കുറയ്ക്കാനാണ്. ആർക്കുമിനി തന്നെ രക്ഷപ്പെടുത്താനാകില്ല. ഡോക്ടറുടെ കണ്ണുകൾ അതിനു പല തവണ സാക്ഷ്യം പറഞ്ഞു.

കാടുകയറുന്ന ചിന്തകൾ അടക്കിപ്പിടിച്ച് അയാൾ സ്നേഹപൂർവ്വം ഒന്നുകൂടി വിളിച്ചു.

"മൈക്കേൽ.."

കൺമുന്നിലെ കാഴ്ച കണ്ട് ലൊറെൻസോ നിന്നു വിറച്ചു. മരിക്കാൻ കിടക്കുന്ന റോജറിനരികിലിരുന്ന് മൈക്കേൽ പ്രാർത്ഥിക്കുകയാണ്. പ്രാർത്ഥനകൊണ്ടൊന്നും ആരുമിതുവരെ രക്ഷപ്പെട്ടിട്ടില്ല. മരണം വിധിച്ച പോലെ നടക്കും. എട്ടു വർഷങ്ങൾക്കു മുൻപ് ഇതുപോലൊരു അന്ത്യപ്രാർത്ഥന താൻ കണ്ടതാണ്. പാഴായിപ്പോയ വിളി.

എന്തെന്നില്ലാത്ത ആവേശത്തിൽ മുന്നോട്ടു നടന്ന് മൈക്കേലിനെ വലിച്ചു താഴെയിട്ടു. ചെറുക്കൻ മുഖമടിച്ചു വീണു. ആഞ്ഞൊരു ചവിട്ടു കൂടി കൊടുക്കണമെന്നുണ്ടായിരുന്നു. നടന്നില്ല.

"സാർ,.."

റോജറിന്റെ ശബ്ദമൊന്നും ലൊറെൻസോ കേട്ടില്ല. അവൻ പറയുന്നത് ആർക്കു കേൾക്കണം? അവനിത് ചാകാനുള്ള സമയമാണ്. അവനതു ചെയ്താൽ മതി.

മൈക്കേലിന്റെ ഉള്ളിൽ നിന്നും വിലാപം പോലും പുറത്തേക്കു

വന്നില്ല. അവന് എഴുന്നേല്ക്കാനും പേടി തോന്നി. ഇനിയും ചവിട്ടിയാലോ? ആ കിടപ്പ് തന്നെ അപമാനിക്കാനാണെന്ന് ലൊറെൻസോക്കു തോന്നി. "ചെറുക്കന്റെ അഹങ്കാരമാണിത്!" അയാൾ ആക്രോശിച്ചു.

"ഊരും പേരുമില്ലാത്ത അനാഥച്ചെറുക്കൻ. നിന്റെ അന്ത്യകൂദാശയാണോ ഇവിടെ? കൊന്നുകളയും ഞാൻ."

ആ അലർച്ചയിൽ അവിടെ മൊത്തം ഉണർന്നു. മുറിവേറ്റു വേദനിച്ചു മയങ്ങിയിരുന്നവർ ഞെട്ടിയുണർന്ന് പിന്നെയും രോദനങ്ങൾ പുറപ്പെടുവിച്ചു.

അനാഥൻ എന്ന വാക്ക് മൈക്കേലിന്റെ ഹൃദയത്തെ ഛിന്നഭിന്നമാക്കിക്കളഞ്ഞു. ഇപ്പോൾ അവന് ആ വാക്കിന്റെ അർത്ഥമറിയാം. അയാൾക്കു ചവിട്ടണമെങ്കിൽ ചവിട്ടിക്കോട്ടെ. അല്ലെങ്കിൽ ബെൽറ്റൂരി തലങ്ങും വിലങ്ങും അടിച്ചു കൊള്ളട്ടെ. പക്ഷേ, താൻ അനാഥനല്ല.

ഏബലിൽ തന്റെ മുത്തച്ഛനുണ്ട്. സ്വന്തം മുത്തച്ഛൻ. അദ്ദേഹത്തിന്റെ പ്രിയപ്പെട്ട പേരക്കുട്ടിയെ അനാഥനെന്നു വിളിക്കാമോ. അതറിഞ്ഞാൽ മുത്തച്ഛൻ വെറുതെയിരിക്കുമോ? മുത്തച്ഛന്റെ ഓർമ്മകൾ ഉണർന്നു തുടങ്ങിയപ്പോൾ മൈക്കേലിനു ധൈര്യം കിട്ടി. അവന് പ്രതികരിക്കണമെന്നു തോന്നി.

കിടന്ന കിടപ്പിൽ നിന്നും എഴുന്നേല്ക്കാതെ തലതിരിച്ച് ലൊറെൻസോയുടെ വൃത്തികെട്ട മുഖത്തേക്കവൻ നോക്കി. മൈക്കേലിന്റെ ശബ്ദം വിറയാർന്നതെങ്കിലും ശക്തിയുള്ളതായിരുന്നു.

"ഞാൻ അനാഥനൊന്നുമല്ല. എനിക്കു പേരുണ്ട്, മൈക്കേൽ. എനിക്കു വീടുണ്ട്, ഏബൽ ഗ്രാമത്തിൽ. എനിക്കൊരു മുത്തച്ഛനുണ്ട്, ആൽബസ്.

ലൊറെൻസോക്ക് താങ്ങാനായില്ല. ശ്വാസം മുട്ടുന്നതായി അയാൾക്കു തോന്നി. ശരീരം പക്ഷാഘാതം പിടിപെട്ടതുപോലെ തളർന്നതായും. മൈക്കേലിന്റെ മുഖത്തുനിന്നും കണ്ണുകൾ പറിച്ചെടുത്തതോടെ വീഴുമെന്നു പോലും അയാൾ ഭയന്നു.

കൂടുതൽ നേരം നില്ക്കാൻ അശക്തനെന്നോണം അയാൾ പിന്തിരിഞ്ഞു. പക്ഷേ, ഒരടി മുന്നോട്ടു വയ്ക്കാനായില്ല. കാന്തം ആകർഷിച്ചടുപ്പിക്കും പോലെ ചെറുക്കന്റെ ശബ്ദം വായുവിൽ തങ്ങിനിന്ന് തന്നെ സമ്മർദ്ദത്തിലാക്കുകയാണോ?

തലച്ചോറിന് ഒട്ടും പണികൊടുക്കാൻ നില്ക്കാതെ അയാൾ മുന്നോട്ടു കുനിഞ്ഞു. കാലുറയിൽ നിന്നും പിസ്റ്റൾ വലിച്ചൂരി ഭ്രാന്തമായി ചിരിച്ചു. തിരിഞ്ഞു നിന്ന് ആറു തവണ നിറയൊഴിച്ചു..

തോക്കിൽ നിന്നുയർന്ന തനിക്കേറ്റവും പ്രിയപ്പെട്ട പുക ശ്വസിച്ച് ഉന്മത്തനായി ചുവന്ന കണ്ണുകളോടെ അയാൾ ഉറക്കെ ചിരിച്ചു.

# ആറ്

**വെ**ടിയുണ്ടകൾ ഉള്ളിലേക്ക് തറഞ്ഞിറങ്ങവെ റോജർ പിടഞ്ഞില്ല. വേദന അയാൾക്കനുഭവപ്പെട്ടതേയില്ല എന്നു വേണം പറയാൻ. കഴിഞ്ഞ ദിവസങ്ങളിൽ അതിജീവിച്ച വേദനയുടെ നൂറിലൊരംശം പോലും വേദന വെടിയുണ്ടകൾക്ക് ഏല്പിക്കാനായില്ല. അതുമല്ലെങ്കിൽ, വേദന എന്ന വികാരം തന്നെ അയാൾക്കു നഷ്ടമായിരുന്നു.

ഒരു സൈനികന് വെടിയുണ്ടയെ പേടിയില്ല. പേടിക്കരുത് എന്ന് പരിശീലന സമയത്തേ പറഞ്ഞു പഠിച്ചു. സ്കൂളിലും കോളേജിലും അച്ചടക്കത്തിനു പേരെടുത്ത റോജറിലെ വിദ്യാർത്ഥി അനുസരണയോടെ ആ പാഠം പഠിച്ചു വെച്ചിരുന്നു. അതുകൊണ്ട് പുളയാനോ കരയാനോ അയാൾക്കു പറ്റിയില്ല.

ഉന്നം നോക്കാതെ ഉതിർത്ത വെടിയുണ്ടകളിൽ പലതും അയാളുടെ ശ്വാസകോശങ്ങളെ തകർത്തു. ഒരെണ്ണം നേരെ ഹൃദയഭിത്തിയിൽ ആഴ്ന്നിറങ്ങി. വിധിയുടെ കഠിനത ഒരു നിമിഷം കൊണ്ടുള്ള സുഖമരണം നിരസിച്ചു. ഈ വേദനയും യുഗങ്ങളോളം തന്നെ ഭരിക്കും എന്നയാൾക്കു തോന്നി. അവസാനത്തെ ഉണ്ട ഹൃദയത്തിലെത്തുംവരെ.

നെഞ്ചിനകത്ത് ശൂന്യത അനുഭവപ്പെട്ടപ്പോൾ അയാൾ വിറങ്ങലിച്ചു. കഴുത്തു പൊങ്ങി, കണ്ണുകൾ അറിയാതെ മേല്പോട്ടുയർന്നു. പല്ലുകൾ ഞെരിച്ചു. കട്ടിലിൽ നിന്നു പൊങ്ങിയെന്ന് അയാൾക്കു മനസ്സിലായില്ല. കൈകൾ മെത്തയെ മുറുക്കിപ്പിടിച്ചിരുന്നതായും.

വേദന കൈവിട്ടു തുടങ്ങിയപ്പോൾ പതുക്കെ കിടക്കയിലേക്കു വീണു. പ്രാണനെന്ന കിളി കൂടു വിട്ടു. പറക്കാൻ ചിറകു വിരിച്ചു. തൂവലുകൾ മിനുക്കിക്കഴിഞ്ഞു. ആകാശത്തിലേക്കു കണ്ണു നട്ട് ചിറകുയർത്തി ഏകാഗ്രതയോടെ അതു നില്ക്കുന്നു.

വെടിയുണ്ടയേല്ക്കുമ്പോൾ ഹൃദയം പുറത്തേക്കു തള്ളിയ രക്തം പ്രവാഹം തുടങ്ങുന്നതിനു മുൻപേ കിളി ചിറകടിച്ചു. അയാൾ ഒന്നുകൂടി പുളഞ്ഞു. തലച്ചോറിൽ പതിഞ്ഞ അവസാന ചിത്രം രണ്ടു കണ്ണുകളായിരുന്നു. നിറഞ്ഞു തുളുമ്പിയ രണ്ടിളം കണ്ണുകൾ. ജീവിതത്തിലേക്കുള്ള തിരിച്ചുവിളിയുടെ സന്ദേശമെഴുതിയ രണ്ടു കണ്ണുകൾ. ആ ജീവിതത്തിലെ അവസാന കാഴ്ച.

റോജറിന്റെ ശരീരം ചലനരഹിതമായി. തുറന്നു പിടിച്ച കണ്ണുകൾ അങ്ങനെ തന്നെയായിരുന്നു. ആ മുഖം കാണുന്ന ആർക്കും അയാൾ അവസാനം കണ്ട ദൃശ്യത്തിന്റെ സൗന്ദര്യം മനസ്സിലാക്കാമായിരുന്നു, എന്തെന്നാൽ, മരണം ഗ്രസിച്ചിട്ടും അവിടെയൊരു ചിരിയുടെ പൊൻ തിളക്കം അവശേഷിച്ചിരുന്നു.

തോക്കിൽ നിന്നു കണ്ണെടുത്തപ്പോഴാണ് ലൊറെൻസോ റോജറിന്റെ ജഡം കണ്ടത്. തരിച്ചു പോയി. ഇവനെയാണോ താൻ ........ തിരിച്ചറിവിലേക്കെത്താൻ ഏറെ നേരം വേണ്ടിവന്നില്ല. തോക്കുമായി തിരിഞ്ഞപ്പോൾ മുന്നിലാരെന്നോ എന്തെന്നോ നോക്കിയില്ല.

പൊടുന്നനെ മുമ്പു കിട്ടിയ ഉത്തരവിനെക്കുറിച്ച് ഓർമ്മ വന്നു, അതിനു താനെഴുതിയ മറുപടിയും. ഇവനെന്തെങ്കിലും സംഭവിച്ചാൽ പ്രതി താനാകും. ഇപ്പോഴിതാ താൻ തന്നെ കൊന്നിരിക്കുന്നു. വിചാരണ നേരിടേണ്ടി വരും. ശിക്ഷ സ്വീകരിക്കേണ്ടി വരും. ഇത്രയും കാലം കെട്ടിപ്പൊക്കിയതെല്ലാം ചീട്ടുകൊട്ടാരം പോലെ തകർന്നു വീഴും.

തണുപ്പുള്ള രാത്രിയായിരുന്നിട്ടും ലൊറെൻസോയുടെ മുഖത്ത് വിയർപ്പു പൊടിഞ്ഞു. കൈയിലിരുന്ന പിസ്റ്റളിന്റെ ഭാരം വർദ്ധിച്ചു. വലിയൊരു ശബ്ദത്തോടെ അതു താഴേക്കു വീണു. എല്ലാ കണ്ണുകളും തന്നിലേക്കു നീളുന്നു. തലവേദനകൊണ്ടു നീറുന്ന നെറ്റിയിൽ ഇടതു കൈകൊണ്ട് അമർത്തിപ്പിടിച്ച് മരവിച്ച പോലെ നിന്നു. ചെവിക്കുള്ളിൽ ആരോ ആർക്കുന്നതുപോലെ. തൊണ്ട വരണ്ടു. നിന്ന നില്പിൽ മേൽക്കുപ്പായം ഊരി ഊക്കോടെ വലിച്ചെറിഞ്ഞു. അതുപോലും താങ്ങാൻ പറ്റുന്നില്ല. നെറ്റി പൊട്ടിപ്പിളരുന്ന പോലെ നീറുന്നു. ഇരുകൈകൾ കൊണ്ടും അവിടെ അമർത്തി നോക്കി.

കണ്ണടയ്ക്കാനാകുന്നില്ല. ഒരുപാടു കണ്ണുകൾ തന്നെ തുറിച്ചു നോക്കുന്നു. അവയിൽ വെറുപ്പും കോപവും ദുഃഖവും മാറിമാറിക്കാണുന്നു. മുമ്പായിരുന്നെങ്കിൽ ഇതൊക്കെ രസമായിത്തോന്നിയേനെ.

റോജറിന്റെ കണ്ണുകൾ. കഴുകൻ ശവം കൊത്തിവലിക്കുന്നതു പോലെ ആ കണ്ണുകൾ തന്റെ പ്രജ്ഞയെ കൊത്തി വലിക്കുന്നു. ചലനമില്ലാത്ത പളുങ്കുപോലുള്ള കൃഷ്ണമണികൾ....... അവ ശേഷിച്ച കരുത്തിനെയും ചോർത്തുന്നു. ആരെങ്കിലുമൊന്നു താങ്ങിയിരുന്നെങ്കിൽ ......

ഓർമ്മകൾ പിന്നോട്ടു കുതിച്ചു. ഇതുപോലെ രണ്ടു കണ്ണുകൾ. ചതിച്ചു കൊല്ലുന്നതിനു മുമ്പ് ഇതുപോലെ രണ്ടു കണ്ണുകൾ തന്നെ നോക്കിയിട്ടുണ്ട്. പക്ഷേ, അവ നിറഞ്ഞിട്ടുണ്ടായിരുന്നില്ല. പട്ടാളക്കാരെ

അനുസരണ പഠിപ്പിച്ച തീക്ഷ്ണനോട്ടത്തിന് ഉലച്ചിൽ തട്ടിയിരുന്നില്ല. അന്ന് ഭയം തോന്നിയതേയില്ല. ഇപ്പോഴിതാ ജീവനില്ലാത്ത കണ്ണുകളെയും ഭയക്കുന്നു.

എട്ടു വർഷങ്ങൾക്കു മുമ്പ് നേരിട്ട ആ നോട്ടം മസ്തിഷ്കത്തിന്റെ അജ്ഞാതമായൊരു മടക്കിൽ നിന്ന് പുനർജ്ജീവിച്ചു. അത് വ്യക്തമായിരുന്നു. ഒട്ടും മങ്ങാതെ ജനറലിന്റെ കണ്ണുകളിൽ തീയാളിക്കത്തിയിരുന്നു. അതിൽ തന്നോടുള്ള ദേഷ്യവും സഹതാപവും കണ്ടു. എന്നിട്ടും കൈ വിറച്ചില്ല. എല്ലാം മുൻകൂട്ടി നിശ്ചയിച്ച പോലെ നടപ്പാക്കി.

മൈക്കേലിന്റെ ഹൃദയം ഒരു വേള സ്പന്ദനം നിർത്തിപ്പോയിരുന്നു. റോജറിന്റെ ശരീരത്തിലേക്കുള്ള വെടിയുണ്ടകൾ കൺമുന്നിലൂടെ കടന്നുപോയി. അദ്ദേഹം വേദനിച്ചു പിടഞ്ഞത് തൊട്ടു മുന്നിൽ വച്ചാണ്. ഒന്നും ചെയ്യാനായില്ല. ഒന്നു കരയാൻ പോലും.

അവസാന ശ്വാസമെടുക്കുമ്പോൾ റോജർ കണ്ണുനട്ടത് തന്നിലാണ്. ആരെയോ തിരയുന്ന പോലെ ആ കണ്ണുകൾ അപ്പോഴും തന്നെ നോക്കി. ഇനിയാര് മൗനമായിരുന്ന് തന്നോടു സംവദിക്കും? സ്വന്തമായി മുത്തച്ഛൻ മാത്രമേ ഉണ്ടായിരുന്നുള്ളൂ. ഇവിടെ വന്നപ്പോഴാണ് ടോമും ഡോക്ടറും റോജറുമൊക്കെ സ്വന്തക്കാരായത്.

കർത്താവ് ക്രൂരനാണെന്ന് മൈക്കേലിനു തോന്നി. കുരിശിലേറ്റിയതിന്റെ ദേഷ്യം തീർക്കുന്ന പോലെ. എത്രമാത്രം പ്രാർത്ഥനകൾ എല്ലാവരും നടത്തി? എന്നിട്ട് അപ്രതീക്ഷിതമായി റോജറിനെ കവർന്നു കൊണ്ടുപോയി. ആത്മാവിനെ കൂട്ടിക്കൊണ്ടുപോകാൻ ഇത്രവേഗത്തിൽ മാലാഖയെ വിടണമായിരുന്നോ?

എല്ലാം അസംബന്ധമാണ്.

എന്നിട്ടും, അടരാൻ വെമ്പുന്ന കണ്ണീർത്തുള്ളി തുടച്ചു കളഞ്ഞ് റോജറിന്റെ കണ്ണുകൾ അടയ്ക്കവെ അവൻ കർത്താവിനോട് പ്രാർത്ഥിച്ചു. ഇനിയൊരിക്കലും ഒരു വേദനയും പ്രിയപ്പെട്ട റോജറിനു കൊടുക്കരുതേയെന്ന്. ഈ ലോകത്തിലില്ലെങ്കിലും മറ്റൊരു ലോകത്ത് അയാളെ സന്തോഷവാനാക്കിത്തീർക്കണേയെന്ന്.

ലൊറെൻസോയുടെ തലവേദന ഇനിയൊരിക്കലും ഭേദമാകാത്ത വണ്ണം വർദ്ധിച്ചുവന്നു. തല നൂറുനൂറായിരം കഷണങ്ങളായി തെറിക്കുമെന്ന് അയാൾക്കു തോന്നി. ഇത്ര നേരമായിട്ടും അവിടെ നിന്നു പുറത്തേക്കിറങ്ങിയിട്ടില്ല. അനങ്ങാൻ കഴിയാതെ വേരുറപ്പിച്ച പോലെ നില്ക്കവെ അയാളുടെ കണ്ണുകൾ കഴിഞ്ഞ കാലം കാണാൻ തുടങ്ങി.

എട്ടു വർഷങ്ങൾക്കു മുമ്പായിരുന്നു അത്. ജനറലിന്റെ വളർത്തുമകനായി എല്ലാവരുടെയും ഉറ്റവനായി കഴിഞ്ഞകാലം. ആ വലിയ കൊട്ടാരത്തിലാരും അനിഷ്ടകരമായി പെരുമാറിയിട്ടില്ല. എന്നാലും, അന്യത അയാൾ കണ്ടെത്തി. രക്തബന്ധം എന്നും അഭേദ്യമാണ്. ഒരിക്കൽ എല്ലാവരും ചേർന്ന് തന്നെ പുറത്തേക്കെറിയും. വളർത്തച്ഛനായ ജനറലിന് മക്കൾ രണ്ടായിരുന്നു. ഫെർണാണ്ടസും ജേക്കബും. എന്നിട്ടും

ജനറൽ അവരെക്കാളൊക്കെ സ്നേഹിച്ചത് തന്നെ.

അവധിക്കാലം ആഘോഷിക്കാൻ സുഹൃത്തിന്റെ വീട്ടിൽ ചെന്നതാണ് ലൊറെൻസോ. സുഹൃത്താണ് കാര്യങ്ങൾ പറഞ്ഞു ബോധിപ്പിച്ചത്. തനിക്ക് ആ വീട്ടിൽ യാതൊരു അവകാശവുമില്ലെന്ന് അയാൾ സ്ഥാപിച്ചെടുത്തപ്പോൾ തകർന്നു പോയി. സ്വന്തമായി വരുമാനം നേടാനുള്ള പക്വത വന്നില്ലായിരുന്നു. ജനറലിന്റെ വമ്പിച്ച സ്വത്തും മാളികയും അകന്നു പോകുമെന്ന ചിന്ത തന്നെ മനുഷ്യനല്ലാതാക്കി.

അതോടെ സ്നേഹത്തിൽ വിശ്വാസമില്ലാതായി. ജനറലിന്റെ ഓരോ നീക്കത്തിലും സ്വന്തം മക്കളോടുള്ള സ്നേഹം കുടികൊള്ളുന്നതായി കണ്ടെത്തി. ജനറൽ കൂടുതൽ സമയം ചെലവഴിച്ചതും മക്കളുടെ കൂടെയാണ്. അസൂയയും പകയും വെറുപ്പും യാഥാർത്ഥ്യങ്ങളിൽ നിന്നും തന്നെ അകറ്റി നിർത്തി.

ആദ്യം തീർത്തത് അയാളുടെ ഭാര്യയെയും ഇളയമകനെയുമാണ്. ആരും സംശയിച്ചില്ല. മനസ്സു തകർന്ന ജനറൽ അന്വേഷണമേ നടത്തിയില്ല. ആരാണെങ്കിലും അവനെ കർത്താവു ശിക്ഷിക്കുമത്രേ. ഉള്ളിൽ ചിരിച്ചുകൊണ്ട് അയാളുടെ കൂടെ നിന്നു. കർത്താവാണ് യഥാർത്ഥ വിധികർത്താവെന്ന് താനും പ്രസ്താവിച്ചു. ആരും എതിർത്തില്ല. ദുരന്തമരണങ്ങളോട് വിഡ്ഢികളായി അവർ സന്ധി ചെയ്തു. പാത വളരെയേറെ സുഗമമാണെന്ന് അവർ അടിവരയിടുകയായിരുന്നു.

ദുഃഖാഗ്നി ഒന്നു കെട്ടടങ്ങിയപ്പോൾ മുന്നോട്ടുപോകാൻ തീരുമാനിച്ചു. ഇനി ജനറലും കൂടി ബാക്കിയുണ്ട്. ഫെർണാണ്ടസ് ഒരു വിഷയമല്ല. ആർക്കും എളുപ്പം വിശ്വസിപ്പിക്കാവുന്ന പ്രകൃതമാണവൻ. കിഴവന്റെ മുഴുവൻ ശ്രദ്ധയും അവന്റെ കുഞ്ഞിലാണ്. ആ കൊച്ചു കുട്ടിയിൽ എന്തു പ്രത്യേകതയാണ് കിഴവൻ കണ്ടിരിക്കുന്നതെന്ന് മനസ്സിലായില്ല. എത്രയും വേഗത്തിൽ അവസാനിപ്പിക്കണം.

എല്ലാ സൗകര്യവും ഒത്തുവന്നു. ഫെർണാണ്ടസിന് ദൂരെയെവിടേയ്ക്കോ പോകേണ്ടി വന്നു. ഡെല്ല സ്വന്തം വീട്ടിലേക്കു പോയി. ആലീസും കുഞ്ഞും ജനറലും മാത്രം. മൂന്നിനെയും വേണമെങ്കിൽ ഒരുമിച്ച് തീർക്കാം. എന്നാലും, വേണ്ടത് ജനറലിനെ മാത്രമാണ്. ആരെങ്കിലും അവശേഷിച്ചാൽ മാത്രമേ സ്വത്തിൽ അവകാശം സ്ഥാപിക്കാൻ കഴിയൂ. അതിനാണ് പദ്ധതികൾ ആവിഷ്കരിച്ചത്.

ജനറൽ മരുമകളോടും പേരക്കുഞ്ഞിനോടും കൂടെ അതിഥിഗൃഹത്തിലേക്കു മാറി. തണുപ്പ് അതികഠിനമാണ്. ഒട്ടേറെ നെരിപ്പോടുള്ള അവിടെ കുഞ്ഞിന് അസുഖങ്ങൾ വരാൻ സാദ്ധ്യതയില്ല. പിന്നെയൊന്നും ആലോചിച്ചില്ല. അവിടെ വെച്ചുതന്നെ ചെയ്യണമെന്ന് തീരുമാനിച്ചു. ദൂരയാത്രയ്ക്കുള്ള അനുവാദം നേടിയെടുത്ത് വീടു വിട്ടിറങ്ങി. രാത്രിയുടെ അവസാന നാഴികകളിൽ ആരുമറിയാതെ തിരിച്ചു ചെന്നു.

വേണ്ടതെല്ലാം നേരത്തെ ഒരുക്കി വെച്ചിരുന്നു. അവിടം വൃത്തിയാക്കാൻ താൻ തന്നെ മുൻകൈയെടുത്തത് വെറുതെയല്ല. മുൻകൂട്ടി നിശ്ച

യിച്ചിരുന്ന വിധം അകത്തു പ്രവേശിച്ചപ്പോൾ......... ഞെട്ടി. കിഴവൻ കത്തുന്ന കണ്ണുകളുമായി മുന്നിൽ. ലൊറെൻസോയ്ക്ക് ആദ്യമായി ഭയം തോന്നി. മണിക്കൂറുകൾക്കു മുമ്പെ തന്നെ കൈ വീശി യാത്രയയച്ച ജനറൽ തന്നെയോ ഇത്? ആ കണ്ണുകളിൽ ക്രോധവും വെറുപ്പും തിളങ്ങുന്നു. ദേഷ്യം കടിച്ചമർത്തിയ ശബ്ദം.

"നീയായിരുന്നു, അല്ലേ?"

ഓർമ്മയിൽ നിന്നുണർന്നപ്പോൾ അയാൾ കൂടാരത്തിനുള്ളിൽ തന്നെ നിശ്ചലനായി നില്ക്കുകയാണ്. മുഖത്തു വിയർപ്പു ചാലുകൾ. കാലിനരികിൽ വീണുകിടക്കുന്ന തോക്ക്. എല്ലാം പഴയതു പോലെ. ഒന്നിനും മാറ്റമില്ല. മാറിയത് തന്റെ ആത്മവിശ്വാസവും അഹന്തതയുമാണ്.

വേണ്ടതു ചെയ്ത് തിരിഞ്ഞു നടക്കുമ്പോൾ ജനറൽ പറഞ്ഞ അവസാന വാക്കുകൾ ഇങ്ങനെയായിരുന്നു:

"ഞാൻ നിന്നെ സ്നേഹിച്ചു."

ആ വാക്കുകൾ പ്രതിദ്ധ്വനിച്ചു കേൾക്കുന്നു. ഇടിമുഴക്കംപോലെ അയാളുടെ ശബ്ദം. വേദന അധികരിക്കുന്ന തലയ്ക്ക് ആ പ്രതിദ്ധ്വനി യുടെ തീക്ഷ്ണത താങ്ങാവുന്നതിലപ്പുറം. ലൊറെൻസോയ്ക്ക് ഭ്രാന്തു പിടിക്കുന്നതു പോലെ തോന്നി. ആകാശത്തെ നക്ഷത്രങ്ങളെ നോക്കി ഉച്ചത്തിൽ അലറാൻ തോന്നി. പക്ഷേ, അയാൾ ചെയ്തത് അവിടെനിന്നും കഴിയാവുന്നത്ര വേഗത്തിൽ ഓടുകയാണ്.

ജനറൽ ഫെർണാണ്ടസ് യാത്രയിലായിരുന്നു. യുദ്ധം തൽക്കാല ത്തേക്ക് നിർത്തി വെച്ചിരിക്കുകയാണ്. അങ്ങേയറ്റം ആശ്വാസകരം. കുടും ബപാരമ്പര്യത്തിന്റെ പേരിൽ മാത്രം സൈനിക ജീവിതം തെരഞ്ഞെടു ക്കുകയായിരുന്നു. ഒരു സാധാരണക്കാരനായോ കവിയായോ കഴിയാ നാണ് താല്പര്യപ്പെട്ടിരുന്നത്.

മുത്തച്ഛനും അച്ഛനും ജനറൽമാരായി വിരമിച്ചവരാണ്. താനും ഇപ്പോൾ ഒരു ജനറലാണ്. അവിശ്വസനീയമായൊരു സ്ഥാനക്കയറ്റം. അഭിനന്ദിക്കുന്നവർക്കിടയിൽ അച്ഛന്റെ സുഹൃത്തുക്കളുമുണ്ടായിരുന്നു. അവർക്കെല്ലാം മുന്നിൽ സന്തോഷിച്ചു കാട്ടിയെങ്കിലും രക്തച്ചൊരിച്ചി ലിനെ മനസ്സാ വെറുത്തു. കൊലപാതകങ്ങളെ അംഗീകരിക്കാനാവുന്നില്ല.

ഇപ്പോഴത്തെ യുദ്ധം അനാവശ്യമാണ്. പദവിയിലിരുന്നു കൊണ്ട് ഇത്തരമൊരു അഭിപ്രായ പ്രകടനം നടത്താൻ പക്ഷേ, ആവുകയില്ല. നിസ്സാരമായ അതിർത്തി പ്രശ്നം ഇരുപതു ലക്ഷം പേരുടെ ജീവനാ ണെടുത്തത്. തനിക്കുതന്നെ എത്ര ജീവനെടുക്കേണ്ടി വന്നു. ക്യാമ്പു കളിൽ തടവുകാരായി കഴിയുന്നവരുടെ ഗതിയും മരണതുല്യമാണ്. തന്റെ നിർദ്ദേശങ്ങൾ കൊണ്ട് തടവുകാരുടെ സകല പ്രശ്നങ്ങളും പരിഹരിക്കാം എന്നു വിശ്വസിക്കാൻ മാത്രം വലിയ വിഡ്ഢിയായിരുന്നില്ല ജനറൽ ഫെർണാണ്ടസ്.

ക്യാമ്പുകളുടെ നോക്കിനടത്തിപ്പിനായി ചുമതലപ്പെടുത്തിയവർ അധികാരദുർവ്വിനിയോഗം നടത്തുമെന്ന് അയാൾക്കു ബോദ്ധ്യമുണ്ടാ

യിരുന്നു. അതുകൊണ്ടാണ് അവധി ആഘോഷിക്കാൻ നില്ക്കാതെ, വിശ്രമിക്കാതെ, ഒരു പരിശോധനയ്ക്ക് ഇറങ്ങിപ്പുറപ്പെട്ടത്. വാസ്തവത്തിൽ, ഒന്നു കിടന്നുറങ്ങണമെന്ന് വലിയ മോഹമുണ്ടായിരുന്നു.

ലൊറെൻസോയെ നന്നായറിയാം. നീണ്ട മുപ്പത്തിരണ്ടു വർഷം ഒരുമിച്ചായിരുന്നല്ലോ. അച്ഛൻ തങ്ങളെക്കാളേറെ സ്നേഹിച്ചത് ഈ വളർത്തുമകനെയാണ്. അതിലൊരിക്കലും അസൂയ തോന്നിയിട്ടില്ല. ലൊറെൻസോയുടെ പ്രകൃതം അച്ഛനു പിടിക്കുന്ന തരത്തിലായിരുന്നു. തങ്ങളേക്കാൾ നന്നായി അച്ഛനെ അയാൾ മനസ്സിലാക്കിയിരുന്നു.

അച്ഛന്റെ അവിചാരിത മരണം കുടുംബത്തെ തളർത്തി. തനിക്ക് പിഞ്ചു മകനെയും നഷ്ടപ്പെട്ടു. ആ സംഭവത്തിനു ശേഷം അജ്ഞാതനായ ഒരുവനെപ്പോലെയാണ് ലൊറെൻസോ പെരുമാറിയത്. അച്ഛൻ മരിച്ചതിന്റെ ദു:ഖം അയാളെ വല്ലാതെ അലട്ടി. അന്നു നാടു വിട്ടതാണയാൾ. പിന്നെ എഴുത്തുകൾ പോലും വന്നില്ല.

എട്ടുവർഷത്തിനിപ്പുറം കണ്ടപ്പോൾ ആദ്യം ലൊറെൻസോയെ തിരിച്ചറിയാനേ പറ്റിയില്ല. അത്രയ്ക്കു വലിയ മാറ്റം. മുഖം പോലും മാറിപ്പോയ പോലെ.

ലൊറെൻസോ അഴിമതി കാട്ടുമെന്ന് വിശ്വസിക്കാൻകഴിഞ്ഞില്ല. അങ്ങനെയൊരു അടക്കം പറച്ചിലുള്ളതായി അറിയാം. മാന്യന്മാരെക്കുറിച്ച് അപശ്രുതി പരക്കുന്നത് സാധാരണമാണെന്ന മട്ടിൽ അതു തള്ളിക്കളഞ്ഞു. തന്നെക്കുറിച്ച് എന്തെല്ലാം കഥകളുണ്ടെന്ന് ആർക്കറിയാം.

തന്റെ വരവിന് വേറൊരു ഉദ്ദേശ്യം കൂടിയുണ്ട്. റോജർ എന്നൊരു സൈനികൻ മാരകമായി പൊള്ളലേറ്റ് ചികിത്സയിലാണ്. അയാളെയൊന്നു കാണണം. സുഖം പ്രാപിക്കാൻ ആശംസിക്കുകയെങ്കിലും ചെയ്യാമല്ലോ. സുഹൃത്ത് ഡോക്ടർ അലക്സിൽ തനിക്ക് വിശ്വാസമുണ്ട്. അയാൾ റോജറിനെ മടക്കിക്കൊണ്ടുവരും

ടോം നല്ല ഉറക്കത്തിലായിരുന്നു. മൈക്കേൽ പറഞ്ഞതുപോലെ അവരിരുവരും ലോറയ്ക്കൊപ്പം മൈക്കേലിന്റെ മുത്തച്ഛനെ കാണാൻ പോകുന്നത് അവൻ സ്വപ്നം കാണുകയായിരുന്നു. ഏബൽ എന്ന മനോഹരമായ ഗ്രാമവും അവൻ കിനാവിൽ മെനഞ്ഞെടുത്തു. അതിനിടയിലെപ്പോഴോ വെടിയൊച്ചകൾ കേട്ടു. സ്വപ്നം പോലും മാഞ്ഞു പോയി.

കണ്ണു തുറന്നപ്പോൾ ആദ്യം തിരഞ്ഞത് മൈക്കേലിനെയാണ്. അവനിതുവരെ കിടന്നില്ലെന്നോ ? എവിടെപ്പോയിക്കാണും? പിന്നെയാണ് ദുഃഖകരമായ ഒരു സാദ്ധ്യത മനസ്സിൽ തെളിഞ്ഞത്. ഇനി മൈക്കേലിനു വല്ലതും .......... ? കാലുകൾ വലിച്ചുവെച്ച് ശബ്ദം വന്നയിടത്തേക്ക് ഓടി.

പട്ടാളക്കാരുടെ കൂടാരത്തിൽ നിന്നും മെരുങ്ങാത്ത കുതിരയെപ്പോലെ ലൊറെൻസോ ഓടിയിറങ്ങുന്നത് കണ്ടു. അവന് ആധി പെരുത്തു. മൈക്കേൽ റോജറെ കാണാനെങ്ങാനും ചെന്നിട്ടുണ്ടെങ്കിലോ? ലൊറെൻസോ കണ്ണിൽ നിന്നും മാഞ്ഞപ്പോൾ പരിഭ്രമത്തോടെ അവിടേക്കു കയറിച്ചെന്നു.

അവിടെ കണ്ട കാഴ്ച ഹൃദയഭേദകമായിരുന്നു. മുറിവിൽ നിന്നു രക്തമൊലിക്കുന്നവരും എല്ലൊടിഞ്ഞവരും കൂടി നിന്ന് റോജറിന് അന്ത്യാഭിവാദ്യം അർപ്പിക്കുന്നു. റോജറിന്റെ മരവിച്ച കൈത്തലം പിടിച്ച് ശിഥിലമായ സങ്കല്പങ്ങളുമായി മൈക്കേൽ. നിലത്തു മുട്ടുകുത്തിയിരുന്നുപോയി.

കഴുത്തുയർത്തി ആകാശത്തിലേക്കു നോക്കി. ദൂരെയെവിടെയോ ഇരിക്കുന്നുവെന്ന് വിശ്വസിക്കപ്പെടുന്ന ദൈവത്തിനെ സ്മരിച്ചു. കണ്ണുകളടച്ചുപിടിച്ച് പ്രാർത്ഥിക്കുന്ന മൈക്കേലിനെ നോക്കി. ആകാശത്ത് നക്ഷത്രങ്ങൾ തിളക്കമറ്റു നിന്നു. അവിടവിടെയായി പിഞ്ഞിനിന്നിരുന്ന മേഘശകലങ്ങളും മൗനിയായിത്തീർന്ന മാരുതനും വിറകൊണ്ട ഗഗനവും അഗാധമായ ആ ദുഃഖ മുഹൂർത്തത്തിനു സാക്ഷ്യം വഹിച്ചു.

# ഏഴ്

**കു**റെ ദിവസങ്ങൾക്കു ശേഷമാണ് ലൊറെൻസോ നഗരമദ്ധ്യത്തിലുള്ള തന്റെ വീട്ടിലേക്കു ചെല്ലുന്നത്. അല്പം വൈമനസ്യത്തോടെയാണ് വാതിൽ തുറന്നത്. അകത്ത് ഇരുട്ട്. വാതിലടയ്ക്കവെ, ഇരുളിൽ ആരോ പിറുപിറുക്കുന്നതായി തോന്നി.

ഞാൻ നിന്നെ സ്നേഹിച്ചു.

മനസ്സിന്റെ ജല്പനങ്ങളെ തള്ളിക്കളഞ്ഞ് വിളക്കു തെളിയിച്ചു. അവിടവിടെയായി ചിലന്തി വല കെട്ടിയിട്ടുണ്ട്. പൊടി പിടിച്ച കസേരകൾ. മെഴുകുതിരി എരിയുന്ന മേശയ്ക്കരികിൽ അയാൾ ഖിന്നനായിരുന്നു.

ഏകാന്തതയുമായി പ്രണയത്തിലായിരുന്നതുകൊണ്ടാണ് അയൽക്കാരുടെ ശല്യമില്ലാത്ത ഒരിടത്ത് മറ്റാരുമില്ലാത്ത രീതിയിൽ താമസം തുടങ്ങിയത്. ഇന്നിപ്പോൾ അതൊരു വിഡ്ഢിത്തമായി തോന്നുകയാണ്. ഇരുട്ട് അതിന്റെ ഭീകരത കൊണ്ട് അയാളെ കീഴടക്കി. നിഴലുകൾ തനിക്കു പിന്നിൽ അനങ്ങുന്നുണ്ടോ? ആരോ കഴുത്തിനു നേരെ കഠാര ഉയർത്തുന്നുണ്ടോ?

ലൊറെൻസോ തിരിഞ്ഞു നോക്കി. വശങ്ങളിലേക്കും നോക്കി. ആരുമില്ല. താനൊറ്റയ്ക്കാണ് എന്ന് മനസ്സിനെ സാന്ത്വനിപ്പിച്ചു. എന്നിട്ടും, ഒരു ചെറിയ അനക്കം പോലും അയാളെ ഭ്രാന്തു പിടിപ്പിച്ചു. എന്തൊക്കെയോ തനിക്കു സംഭവിക്കുന്നുണ്ട്.

കൈ നെറ്റിയിൽ വെച്ചു നോക്കി. ചൂടില്ല. തണുത്ത് മഞ്ഞുകട്ട പോലിരിക്കുന്നു. മുഖത്തെ സ്വേദകണങ്ങൾ വടിച്ചെറിഞ്ഞു. കുറച്ചു വെള്ളം കുടിച്ചിരുന്നെങ്കിൽ ആശ്വാസം കിട്ടിയേനെ. എന്നാൽ, വെള്ളമെടുക്കാൻ പോകാൻ ധൈര്യം വന്നില്ല. അവിടെയാകെ ഇരുട്ടു മൂടിയിരിക്കും.

ലൊറെൻസോയ്ക്ക് ശബ്ദം തിരികെ കിട്ടി. അയാൾ പിന്നെയും പിന്നെയും മനസ്സിൽ പറഞ്ഞുകൊണ്ടേയിരുന്നു. ആ പേരുകൾ മനസ്സിന്റെ

ആഴങ്ങളിലേക്കു താഴ്ന്നിറങ്ങി. അവിടെയത്രയും എരിച്ചുകൊണ്ട്. അയാളുടെ ദാഹം കൂടിക്കൂടി വന്നു.

പിന്നെ അയാൾക്കൊരു കാര്യം ഓർമ്മ വന്നു. ഒരു പരിശോധന യാകാം. പക്ഷേ, അതു സത്യമെന്നു വരികിൽ? ബാക്കി ചിന്തിക്കാനുള്ള കരുത്ത് അയാളിലുണ്ടായിരുന്നില്ല. എല്ലാം വെറുതെയാകുമോ ? ഇത്രയും നാൾ ഉണ്ടായിരുന്ന ലൊറെൻസോ മാഞ്ഞു പോകും. യുഗങ്ങൾ ചെല വഴിച്ചാലും വീണ്ടും തെളിച്ചം കിട്ടില്ല.

കുഴഞ്ഞു പോയെങ്കിലും എഴുന്നേറ്റു. മെഴുകുതിരി കൈയിലെടുത്തു. മേശയുടെ വലിപ്പ് തുറന്നപ്പോൾ മേലാകെ വിറച്ചു. ഉരുകിയ മെഴുക് കൈയിൽ വീണതൊന്നും അറിഞ്ഞതേയില്ല.

പ്രതീക്ഷിച്ചതിലും നേരത്തെ ലക്ഷ്യസ്ഥാനത്തെത്താൻ കഴിഞ്ഞ തിൽ ജനറലിനു സന്തോഷം തോന്നി. വണ്ടിക്കാരന് സമ്മാനം കാര്യ മായിത്തന്നെ നല്കണം. താൻ വന്നെന്നു ലൊറെൻസോയെ അറിയി ക്കാൻ പോയവനെ കാണുന്നുമില്ല. ജനറൽ വണ്ടിയിൽ നിന്നിറങ്ങി. അവൻ വരുന്നുണ്ട്.

"സർ, മിസ്റ്റർ ലൊറെൻസോ പുറത്തേക്കുപോയിരിക്കുകയാണ്. താങ്കൾ അയാളുടെ മുറിയിൽ കടന്നിരുന്ന് വിശ്രമിച്ചാലും."

ജനറലിന് അമ്പരപ്പു തോന്നി. ഈ സമയത്ത് തന്റെ ഉത്തര വാദിത്വങ്ങൾ വിട്ടൊഴിഞ്ഞ് അയാൾ പുറത്തേക്കു പോയെന്നോ? ഒട്ടും ഉചിതമായില്ല. പയ്യനോടു പോകാൻ പറഞ്ഞു. ലൊറെൻസോയെ ചെയ്ത തെറ്റിന്റെ ഗൗരവം പറഞ്ഞു ബോദ്ധ്യപ്പെടുത്തണം.

ലൊറെൻസോയുടെ മുറിയിലേക്കു നടക്കുന്ന വഴിയിൽ ജനറലിന് ഓർമ്മ വന്നു. തന്റെ സുഹൃത്ത് മുറിവേറ്റ സൈനികൻ–റോജർ. അവനെ കാണണം. ഒരിക്കൽ വന്നതുകൊണ്ട് ക്യാമ്പിന്റെ ചികിത്സാലയം എവിടെയെന്ന് നിശ്ചയമുണ്ട്. അവിടേയ്ക്കു നടന്നു.

സൈനികർക്കു മികച്ച ചികിത്സയും ശുശ്രൂഷയും നല്കണമെ ന്നാണു നിയമം. പക്ഷേ, അവരെ നേരാംവണ്ണം കൈകാര്യം ചയ്യാൻ യുദ്ധ നീക്കങ്ങൾക്കിടെ സമയം കിട്ടാറില്ല. പലരും അങ്ങനെ അകാലമര ണമടയാറുണ്ട്. ഡോക്ടർ അലക്സിനെ നിയമിച്ചത് തന്റെ ഇടപെടലോ ടെയാണ്. അയാളൊരു നല്ലവനാണ്, ഹൃദയമുള്ളവനാണ്.

നടന്നടുക്കവെ, ജനറൽ ഒന്നു ശ്രദ്ധിച്ചു. ആരും ഉറങ്ങിയ മട്ടില്ല. അവർക്കു വിശ്രമം നിർബ്ബന്ധമാണല്ലോ? ആരോഗ്യം വീണ്ടെടുത്ത് ജീവിതത്തിലേക്കു മടങ്ങിവരേണ്ടതുണ്ട്. രോഗികൾ ചിലരൊക്കെ വിശ്ര മിക്കാനും മരുന്നു കഴിക്കാനും മടി കാണിക്കാറുണ്ട്. എന്നാൽ, തങ്ങളുടെ ആരോഗ്യവും കരുത്തും രാജ്യത്തിന്റെ ആവശ്യമാണ് എന്നവർ മനസ്സി ലാക്കേണ്ടതാണ്.

അകത്തു പ്രവേശിച്ചപ്പോൾ ജനറൽ ഞെട്ടി. അപ്രതീക്ഷിതമായ കാഴ്ച. കവിഹൃദയമുള്ള ഒരാൾക്ക് താങ്ങാനാകാത്തത്. വീണു പോകാ തിരിക്കാൻ അയാൾ പാടുപെട്ടു. തന്റെ സുഹൃത്ത് മരണപ്പെട്ടിരിക്കുന്നു.

അയാളുടെ കട്ടിലിനു ചുറ്റും എല്ലാവരും കൂടിയിരിക്കുകയാണ്. കണ്ണീർ മുറ്റിയ അന്തരീക്ഷം.

റോജറിന്റെ മുഖം മാത്രമാണ് പുറത്തുള്ളത്. ഒരു വെളുത്ത പൊതിക്കെട്ടായി അവനെ കാണേണ്ടി വന്നത് വിധിയുടെ ക്രൂരമായ വിളയാട്ടം. വെളുത്ത ബാൻഡേജിൽ രക്തരേഖകൾ ചമച്ച് അവനിലേക്കാഴ്ന്നിറങ്ങിയ വെടിയുണ്ടകളുടെ അടയാളങ്ങൾ പിന്നെയാണു ശ്രദ്ധിച്ചത്. ജനറൽ ഒരടി പിന്നിലേക്കു പോയി. കണ്ണുകൾ അവിശ്വസനീയതയോടെ വിടർന്നു.

"ആര്?"

റോജറിന്റെ കട്ടിലിലിരുന്ന ഒരു ചെറുക്കൻ മാത്രമേ തലയുയർത്തി നോക്കിയുള്ളൂ. വെമ്പുന്ന ശബ്ദത്തിൽ അവൻ പറഞ്ഞു.

"മിസ്റ്റർ ലൊറെൻസോ."

മേശയ്ക്കുള്ളിൽ ആ കത്ത് ഭദ്രമായി ഇരിക്കുന്നുണ്ട്. മെഴുകുതിരി മേശപ്പുറത്ത് വെച്ച് അയാൾ കത്ത് കൈയിലെടുത്തു. ധൈര്യമുണ്ടായിട്ടല്ല, ഉള്ള ധൈര്യവും നഷ്ടപ്പെടാതിരിക്കണം. അതുമാത്രമാണ് ചിന്ത. അല്ലെങ്കിൽ ഇതിനു മുതിരില്ലായിരുന്നു.

ഒരിക്കൽ വായിച്ചതാണ്. അന്ന് ആദ്യത്തെ രണ്ടു വരി മാത്രമേ വായിക്കാൻ കഴിഞ്ഞുള്ളൂ. ഇന്ന് മനസ്സ് സത്യമറിയാൻ വെമ്പുന്നു. തനിക്കു പരിചയമുള്ള കൈയക്ഷരമാണ്. എല്ലാം അറിയാമെന്നു കരുതിയിട്ടും താനറിയാത്ത ചിലത് കത്ത് കാട്ടിത്തന്നു.

"പ്രിയപ്പെട്ട ലൊറെൻസോ,

എന്റെ കൈയക്ഷരം നീ തിരിച്ചറിയും എന്നു കരുതുന്നു. നീയിത് ആദ്യമായി കാണുകയല്ലല്ലോ? അതുകൊണ്ട് ഞാനാരാണെന്ന് പറയുന്നില്ല. ഒന്നു മാത്രം പറയാം, നീ പരാജയപ്പെട്ടു.

ഞാൻ മരിച്ചിട്ടില്ല. എന്റെ മകനെയും ഭാര്യയെയും നീ കൊന്നു. പക്ഷേ, അതറിയാൻ ഞാൻ വൈകി. അപ്പോഴേക്കും നീയെന്റെ മുന്നിലെത്തി. നീയെന്നെയും കൊല്ലാൻ നോക്കി. പക്ഷേ, ലൊറെൻസോ, നീ പരാജിതനായി. ദൈവത്തിന്റെ വിധി മറിച്ചായിരുന്നു. അതെന്നെ ജീവിപ്പിച്ചു.

നിന്റെ സത്യമറിയാതെ ഞാൻ നിന്നെ സ്നേഹിച്ചു. എന്റെ മക്കൾക്കൊപ്പം നിർത്തി നിന്നെ വളർത്തി. നീ എന്നിട്ടും നന്നായില്ല. നിന്റെ മനസ്സിൽ അസൂയയും പകയും മാത്രമേ ഉള്ളൂ. നീ ഒരിക്കലും മനുഷ്യനല്ല. ആയിരുന്നെങ്കിൽ നിനക്കിതിനൊന്നും കഴിയില്ലായിരുന്നു.

എനിക്കിനി ഒരു മടങ്ങി വരവില്ല. ഞാൻ നിന്നെ വെറുക്കുന്നില്ല. പ്രതികാര ചിന്ത പുലർത്തുന്നുമില്ല. എനിക്കു നിന്നോടു സഹതാപമാണുള്ളത്. അവജ്ഞയാണുള്ളത് .....

നിന്നോടു പക വീട്ടേണ്ട കാര്യമെനിക്കില്ല. പക്ഷേ, നീ ചെയ്തതിന്റെയൊക്കെ ഫലം നീയനുഭവിക്കും. ഫെർണാണ്ടസ് എന്നെങ്കിലും നിന്റെ സത്യമറിയും. അവൻ നിന്നെത്തേടി വരും. നീ തന്നെ സത്യം വെളിപ്പെടുത്തും. എന്തെന്നാൽ കർത്താവ് ദയയുള്ളവനാണ്."

കത്ത് മുഷ്ടിക്കുള്ളിലിട്ട് ഞെരിക്കവെ, ലൊറെൻസോയ്ക്കു ശ്വാസം മുട്ടി. അവൻ സത്യമറിയുമത്രെ! താൻ തന്നെ പറയുമത്രെ? പരിഹാസച്ചിരിക്കിടയിലും അസുഖകരമായ സത്യം മുഴച്ചുനില്ക്കുന്നത് കണ്ടു. അയാൾ മരിച്ചിട്ടില്ല. അയാൾ മരിച്ചിട്ടില്ലെങ്കിൽ ആ കുഞ്ഞും മരിച്ചിട്ടില്ല. സത്യത്തിന്റെ ശക്തി ലൊറെൻസോയ്ക്ക് പൂർണ്ണമായും മനസ്സിലായത് അപ്പോൾ മാത്രമാണ്.

തന്നെ ഭ്രാന്തനാക്കുന്ന, ശ്വാസം മുട്ടിക്കുന്ന കത്ത് മെഴുകുതിരിക്ക് വിശപ്പടക്കാൻ കൊടുത്തിട്ട് അയാൾ നെടുവീർപ്പിട്ടു. ചിലപ്പോൾ എല്ലാം തോന്നലുകളാകാം. വിശ്രമമില്ലാത്ത ജോലി മനസ്സിനെ വിറളി പിടിപ്പിക്കുന്നതാകും. ലൊറെൻസോ ഒരു സിഗരറ്റിനു തീ കൊടുത്തു. കുറെ ദിവസമായി ഇതിനും സമയമില്ല.

ശരീരത്തിനു ചൂടു കൊടുക്കാൻ സിഗരറ്റിനേക്കാൾ നന്നായി എന്തുണ്ട്? അയാൾ നീണ്ടു നിവർന്നിരുന്നു. രക്ത പ്രവാഹം പുനരാരംഭിച്ച പോലെ. വിശപ്പടങ്ങിയ മെഴുകുതിരി സന്തോഷത്തോടെ പ്രകാശിച്ചു. ഇപ്പോൾ തന്നെ ആരും ഭയപ്പെടുത്തുന്നില്ല. മടങ്ങി വരാൻ താല്പര്യമില്ലാത്തവരെക്കുറിച്ച് താനെന്തിനു പേടിക്കണം?

രണ്ടാമത്തെ സിഗരറ്റിനു തീ കൊടുക്കാൻ കഴുത്തു കുനിച്ചപ്പോൾ നിലത്തെന്തോ കണ്ടു. മെഴുകുതിരിയുടെ വെട്ടത്തിൽ അതൊരു കവറാണെന്നു മനസ്സിലായി. ആളില്ലാതിരിക്കുമ്പോൾ വാതിലിനടിയിലൂടെ കത്ത് അകത്തേക്കിടാറുണ്ട്. ഇതിനിയെന്താണാവോ? ലൊറെൻസോ കുനിഞ്ഞു കത്തെടുത്തു.

കവറിനു പുറത്ത് വിലാസമില്ല. ഔദ്യോഗികമായ അറിയിപ്പല്ല. അയാൾക്ക് ആശ്വാസം തോന്നി. ആയിരുന്നെങ്കിൽ താൻ വൈകിപ്പോയേനേ. വളരെ ശാന്തതയോടെ കവർ തുറന്നു വായിക്കാനുള്ള ആകാംക്ഷയോടെ അതിനുള്ളിൽ കാത്തിരുന്ന വിവരം ഒരിക്കലും പ്രതീക്ഷിച്ചിരുന്നതല്ല.

മൈക്കേലെന്നു പേരുള്ള ചെറുക്കൻ കരഞ്ഞുകൊണ്ടു പറഞ്ഞ വിവരങ്ങൾ കേട്ടപ്പോൾ ജനറൽ തരിച്ചിരുന്നുപോയി. തന്നെയും വിഡ്ഢിയാക്കുകയായിരുന്നു. ആ തിരിച്ചറിവാണ് എന്തിലുമേറെ അയാളെ കോപിഷ്ഠനാക്കിയത്. കേൾക്കാൻ ഭയക്കുന്ന കാര്യങ്ങളാണ് താനറിയാതെ തനിക്കു മുന്നിലിത്രയും നാൾ നടന്നത്. പേടിച്ചും വിറച്ചും കരഞ്ഞും സത്യങ്ങൾ തുറന്നു പറയുന്ന മൈക്കേലിനോട് അയാൾക്കു ദയ തോന്നി. പാവം കുട്ടി.

അവൻ പറഞ്ഞു നിർത്തിയപ്പോൾ ജനറലിന് എല്ലാം മനസ്സിലായി. താൻ വന്നപ്പോൾ ലൊറെൻസോ വെപ്രാളം കാട്ടിയത് ഭയം കൊണ്ടായിരുന്നു. അയാളുടെ അഴിമതി താനറിയുമോ എന്ന ഭയം. ലൊറെൻസോയും ക്ലെമന്റ് എന്ന വ്യാപാരിയും തമ്മിൽ അവിശുദ്ധകൂട്ടുണ്ടെന്നു കേട്ടപ്പോൾ താൻ ചിരിച്ചു തള്ളി. പല ദിവസവും പട്ടിണി കിടന്നു പൊരിഞ്ഞ കുട്ടിയുടെ മുന്നിൽ താനൊരു വിഡ്ഢിയാണെന്ന് അയാൾക്കു

സമ്മതിക്കേണ്ടി വന്നു.

നിയമത്തിനു വിരുദ്ധമായി എന്തെല്ലാമാണ് ലൊറെൻസോ കാട്ടിക്കൂട്ടിയത്! ബെൽറ്റു കൊണ്ട പാടുകൾ ടോം എടുത്തു കാട്ടിയപ്പോൾ ജനറലിനു കണ്ണു നിറഞ്ഞു. എന്നു മുതലാണയാൾ......? തനിക്കു പരിചയമുള്ള ലൊറെൻസോയ്ക്ക് എന്തു പറ്റി ? നൂറു കണക്കിനാളുകളെ പട്ടിണിക്കിട്ടും പരിക്കേല്പിച്ചും അയാളെന്താണു നേടിയെടുത്തത്? ജനറലിന് അരിശത്തേക്കാളേറെ നിരാശയാണു തോന്നിയത്, പുച്ഛവും.

റോജർ അയാൾക്കെന്തു ദ്രോഹം ചെയ്തു? ജനറലിന്റെ പരിചയത്തിൽ ഏറ്റവും സത്യസന്ധനായിരുന്നു റോജർ. സ്വന്തം സഹപ്രവർത്തകനെതിരെ നിറയൊഴിക്കാൻ ലൊറെൻസോയ്ക്കു ഭ്രാന്തായിരിക്കണം. മുന്നിൽ നിൽക്കുന്നവരെ ആരെയും തലയുയർത്തി നോക്കാൻ ജനറലിനു ലജ്ജ തോന്നി. തന്റെ പരാജയമാണിതെല്ലാം. അയാളെ അന്ധമായി വിശ്വസിക്കാൻ പാടില്ലായിരുന്നു.

ജനറൽ ചെറുപ്പകാലം ഓർത്തു നോക്കി. ലൊറെൻസോ അന്നു കൂടെയുണ്ടായിരുന്നു. ഒരു വേർതിരിവും അച്ഛൻ കാട്ടിയിരുന്നില്ല. അമ്മയും അയാളെ സ്വന്തം മോനെപ്പോലെ കരുതി. അന്നൊക്കെ ലൊറെൻസോ എത്ര നല്ലവനായിരുന്നു? അയാളോട് ആർക്കും ദേഷ്യപ്പെടാൻ കഴിഞ്ഞില്ല. അതിനൊരു കാരണവും അയാൾ നല്കിയില്ല.

പിന്നീടാണ് ദുരന്തങ്ങൾ കുടുംബത്തെ വിടാതെ പിന്തുടർന്നത്. അമ്മയും സഹോദരനും അപകടത്തിൽ മരിച്ചു. ഒത്തിരി സന്തോഷമായി തനിക്കൊരു മകനുണ്ടായി. ലൊറെൻസോയ്ക്ക് എന്തു കാര്യമായിരുന്നു അവനെ! പിന്നെ, അച്ഛൻ ... അച്ഛനൊപ്പം തന്റെ മകനും. എല്ലാവരും പോയി. ആലീസും താനും മാത്രമായി.

അച്ഛന്റെ മരണത്തിന്റെയന്ന് ലൊറെൻസോ വീടു വിട്ടിറങ്ങി. സ്വത്തിൽ വലിയ പങ്ക് ജേക്കബിന്റെ വിധവ ഡെല്ലയ്ക്കു കിട്ടി. മറ്റേ പങ്ക് തനിക്കാണു കിട്ടിയത്. എന്തിന് എന്നു താൻ ചിന്തിച്ചു. അത് ലൊറെൻസോയ്ക്കു കൊടുക്കുമ്പോൾ എന്ത് സന്തോഷമായിരുന്നു! അച്ഛൻ ഏറ്റവുമധികം സ്നേഹിച്ചത് അയാളെയായിരുന്നല്ലോ?

അതേ ലൊറെൻസോയാണോ ഇവരീപ്പറയുന്നയാൾ! എങ്കിൽ, അയാൾക്കെന്തു പറ്റിയിട്ടുണ്ടാകും? സ്നേഹവും ദയയും നീതിയും വരണ്ടു പോകാൻ മാത്രം എന്താണയാൾക്കു പിടിപെട്ടത്? ജനറലിന് എല്ലാമൊരു കഥപോലെ തോന്നി. തനിക്കു മുന്നിലിരിക്കുന്ന കുട്ടികളെ വിശ്വസിക്കാതിരിക്കാൻ ഒരു ന്യായീകരണവുമില്ല. കുട്ടികൾ സത്യത്തിന്റെ സഹവർത്തികളാണ്.

നിങ്ങൾ കുട്ടികളെപ്പോലെ ആകുന്നില്ല എന്നു വരികിൽ നിങ്ങൾ ദൈവരാജ്യത്തിൽ പ്രവേശിക്കുകയില്ല എന്ന വാക്യം ഓർത്തു. പാപത്തിന്റെ ശിക്ഷ അനുഭവിച്ചേ തീരൂ. ലൊറെൻസോയെ നിയമത്തിനു നല്കുക തന്നെ.

രണ്ടാമത്തെ കത്തു വായിച്ചതോടെ ലൊറെൻസോ പൊട്ടിപ്പൊട്ടിച്ചി

രിക്കാൻ തുടങ്ങി. ചിരി നിയന്ത്രിക്കാനായതേയില്ല. മെഴുകുതിരി തിരികെ മേശമേൽ വെച്ചിട്ട് പിന്നേയും ചിരിച്ചു. അടുത്തൊന്നും ഇത്രമേൽ രസകരമായി ഒന്നും വായിച്ചിട്ടില്ല.

കത്ത് ഭദ്രമായി മേശയ്ക്കുള്ളിൽ വെച്ചു. പിന്നെ, എടുത്തു മേൽ വസ്ത്രത്തിന്റെ കീശയിൽ വെച്ചു. സുരക്ഷ ഉറപ്പു വരുത്താനെന്നോണം ഒന്നു കുനിഞ്ഞു നോക്കി. അതു താഴെ വീണില്ലെന്നു കണ്ടപ്പോൾ ഒരു ചിരികൂടി ചിരിച്ചു. നിധിയുണ്ടെന്ന മട്ടിൽ കൈ അവിടെത്തന്നെ വെച്ചു. എങ്ങാനും നഷ്ടപ്പെട്ടു പോയാലോ?

മുറി മുഴുവൻ വർണ്ണങ്ങൾ കൊണ്ടു നിറയുന്നതായി ലൊറെൻസോയ്ക്കു തോന്നി. താൻ കറങ്ങുകയാണ്. അല്ല, പതുക്കെ പറക്കുകയാണ്. തനിക്കൊപ്പം മുറിയും നീങ്ങുന്നുണ്ടോ? അറിയില്ല. എന്തായാലും സംഗതി രസമുണ്ട്. മനസ്സിൽ കാണുന്നതിനൊപ്പം അയാളൊന്നു വട്ടം ചുറ്റി. തല ചുമരിന്മേലിടിച്ചു. അല്പം വേദനിച്ചു. തല അമർത്തി തിരുമ്മുമ്പോഴും അയാൾ ചിരിച്ചു കൊണ്ടിരുന്നു.

വർഷങ്ങളായി അടക്കി വെച്ച സത്യങ്ങൾ മറനീക്കിയത് അയാളുടെ സമനില തെറ്റിച്ചിരുന്നു. അവ അംഗീകരിക്കാൻ മനസ്സു തയ്യാറായില്ല. നിരന്തരം ചെയ്തു കൂട്ടിയ പാപങ്ങൾ ഒടുവിൽ ശിക്ഷിക്കാൻ തുടങ്ങിയിരിക്കുന്നു. എന്താണു ചെയ്യുന്നതറിയാതെ ഉന്മാദത്തോടെ അയാൾ ചിരിച്ചുകൊണ്ടിരുന്നു.

കറങ്ങിക്കറങ്ങി തല ചുറ്റാൻ തുടങ്ങിയിരുന്നു. താളം തെറ്റിയ മനസ്സ് പിന്നെയും തിരിയാൻ പ്രേരിപ്പിച്ചു. തല ചുമരിന്മേൽ പല പ്രാവശ്യം പോയിടിച്ചു. വേദന തിരിച്ചറിയാൻ കഴിഞ്ഞില്ല. നെറ്റിയിലൂടെ ചോര ഒഴുകാൻ തുടങ്ങിയപ്പോഴാണ് രസം പിടിച്ചത്. വീണ്ടും തല ചുമരിന്മേലിടിച്ചു. താൻ കളിക്കുകയാണ് എന്നാണ് ലൊറെൻസോ സത്യമായും കരുതിയത്.

ഇതുവരെ കണ്ടതൊക്കെ കിറുക്കന്മാരെയാണ്. ലോകം മുഴുവൻ കിറുക്കുള്ളവരാണ്. ഓരോരോ മുഖങ്ങൾ ഓർത്തെടുത്ത് അപഹസിച്ചു. ഏറ്റവും വലിയ വട്ടൻ ആ ജനറലായിരുന്നു. പിന്നെ അയാളുടെ മക്കളും. എന്തു കാര്യമായിരുന്നു തന്നെ! എന്നിട്ടു താനെന്തു ചെയ്തു? അവരെ സമർത്ഥമായി വഞ്ചിച്ചു.

ലൊറെൻസോയുടെ ചിരി അടങ്ങിയതേയില്ല.

“സർ..”

അതു റോജറായിരുന്നു. ലൊറെൻസോ നിന്നു. അതെ, അവൻ തന്നെ. അവനിവിടെയെന്തു കാര്യം? അകത്തു കയറാൻ ആര് അനുവാദം കൊടുത്തു? അവൻ അതൊന്നും കാര്യമാക്കാതെ മുന്നോട്ടു വരികയാണല്ലോ? അഹങ്കാരി. മുഷ്ടി ചുരുട്ടി ഒന്നു കൊടുക്കണമെന്നു ലൊറെൻ സോ ഉറച്ചു. പക്ഷേ, അവൻ ... അവൻ മരിച്ചില്ലേ?

റോജർ അടുത്തു വന്നപ്പോൾ ലൊറെൻസോ തരിച്ചു നിന്നു. അവൻ അടുത്തേക്കു വരുമ്പോഴെല്ലാം ചുറ്റിലും തണുക്കുന്നു. മുഖത്തേക്കു

കാറ്റടിക്കുന്ന പോലെ.

"സാർ..."

അവൻ പിന്നെയും വിളിച്ചു. ലൊറെൻസോ പിന്നോട്ടു നടന്നു. അയാൾക്ക് പേടിയായി. ആരെങ്കിലും കൂട്ടിനുണ്ടായിരുന്നെങ്കിൽ...? തുറന്നിട്ട ജനാലയിലൂടെ അയാൾ വിജനമായ റോഡിലേക്കു നോക്കി.

"ലൊറെൻ.."

ആ വിളിച്ചത് ജനറലിന്റെ ഭാര്യയാണ്. പണ്ടുമുതലേ അവർ അങ്ങനെയാണു വിളിച്ചിരുന്നത്. കഴുത്തു ഞെരിച്ചു കൊലപ്പെടുത്തുമ്പോഴും അവർ വിളിക്കാൻ ശ്രമിച്ചതും ലൊറെൻ എന്നു തന്നെ. നാശം. അവർക്കിവിടെയെന്തു കാര്യം?

"ലൊറെൻ ....?"

റോജർക്കൊപ്പം ചേർന്ന് അവരും അയാൾക്കരികിലേക്കു നടന്നു. കുറച്ചു വൈകിയാണെങ്കിലും ജേക്കബും നിഴൽ പോലെ വരുന്നത് ലൊറെൻസോ മനസ്സിലാക്കി. അയാൾ ശ്വാസം കഴിക്കാൻ പ്രയാസപ്പെട്ടു. എന്താണിതൊക്കെ? ഞരമ്പുകൾ ത്രസിച്ചു. സ്വബോധം അയാളെ വിട്ടു പറന്നു.

മൂന്നു പേരും അടുത്തേക്കു വന്നപ്പോൾ ലൊറെൻസോയ്ക്ക് കർത്താവിനെ ഓർമ്മ വന്നു. പഠിച്ചു വെച്ചിരുന്ന പ്രാർത്ഥനാഗീതങ്ങൾ ഉരുവിടണമെന്നു തോന്നി. പക്ഷേ, ചുണ്ടനങ്ങിയില്ല. താൻ പീഡിപ്പിച്ച ഓരോരുത്തരുടെയും മുഖങ്ങൾ അയാൾ കണ്ടു. അവരൊക്കെ പുച്ഛിച്ചു ചിരിക്കുന്നു. അവർക്കിടയിൽ ഒരു വൃദ്ധന്റെ മുഖം കൂടുതൽ വ്യക്തമായി കാണാൻ കഴിഞ്ഞു.

ശരീരം ചുമരിന്മേൽ തട്ടിയപ്പോൾ അയാൾ നിശ്ചലനായി. ഭയപ്പാടോടെ കണ്ണു തുറിച്ച് ചുറ്റിലും നോക്കി. അവരെല്ലാം അയാളെ വിളിച്ചു.

"ലൊറെൻ..."

"സാർ...."

കൂടുതൽ കേൾക്കാതിരിക്കാൻ അയാൾ ചെവി പൊത്തി. അപ്പോൾ മറ്റൊന്നു കേൾക്കാറായി.

"ഞാൻ നിന്നെ സ്നേഹിച്ചു."

ഇനി ഒരു നിമിഷം നിന്നാൽ താൻ ഇല്ലാതായേക്കുമെന്ന് അയാൾക്കുറപ്പായി. അലറിയാർത്തു കൊണ്ട് വാതില്ക്കലേക്കു പാഞ്ഞു. പിന്നിലെന്തൊക്കെയോ വീഴുന്നതൊന്നും കേട്ടില്ല. പുറത്തേക്കിറങ്ങി പാതയ്ക്കു നടുവിൽ ആകാശത്തേക്കു നോക്കി നിന്നാൽ എല്ലാം മാറുമെന്ന് സമനില തെറ്റിയ മനസ്സ് അയാളെ വിശ്വസിപ്പിച്ചു.

വാതിൽ തുറന്ന ലൊറെൻസോ വിശ്വസിക്കാനാകാതെ നിന്നു പോയി. ക്രുദ്ധനായി, ചുവന്ന മുഖവുമായി താക്കീതിന്റെ ഭാവവുമായി മുന്നിൽ ജനറൽ ഫെർണാണ്ടസ്.

"ഫെർണാണ്ടസ് എന്നെങ്കിലും നിന്റെ സത്യമറിയും. അവൻ നിന്നെത്തേടി വരും."

# എട്ട്

**ലൊ**റെൻസോ കുറ്റങ്ങൾ നിഷേധിക്കുമെന്നാണ് ജനറൽ കരുതിയത്. അയാൾ നിശ്ശബ്ദനായാണ് തനിക്കൊപ്പം വണ്ടിയിലിരിക്കുന്നത്. വണ്ടിക്കാരൻ വേഗത്തിൽ കുതിരയെ പായിക്കുന്നുണ്ട്. അതിലും വേഗത്തിലാണ് ജനറലിന്റെ തലച്ചോറു പായുന്നത്. നടക്കുന്നതിന്റെയെല്ലാം ഉത്തരം കണ്ടെത്താനുള്ള ശ്രമത്തിലാണത്.

ജനറൽ പതിയെ ലൊറെൻസോയെ നോക്കി. അക്ഷോഭ്യനായി പുറത്തേക്കു കണ്ണു നട്ടിരിക്കുകയാണ്. യാതൊരു ഭാവഭേദവുമില്ല. കൈകൾ ഉല്ലാസഭാവത്തിൽ മുട്ടിന്മേൽ വെച്ചിട്ടുണ്ട്. പിറകോട്ടു ചാരിയാണ് ഇരിക്കുന്നത്. മറ്റാരും കേൾക്കാത്ത സംഗീതം ആസ്വദിക്കുന്ന മട്ട്. ജനറലിന് ആകെയൊരു പൊരുത്തക്കേടു തോന്നി. ഒരു കുറ്റവാളിയുടെ പരിഭ്രമം ഒട്ടുമില്ലാതെ...

ആയുധങ്ങൾ മഞ്ഞുകൊള്ളിച്ച കീഴുദ്യോഗസ്ഥനെ വിരട്ടിയ സംഭവം ജനറലിന് ഓർമ്മ വന്നു. അയാളെത്ര കേണു പറഞ്ഞിട്ടാണ് അതൊരു പ്രശ്നമാക്കാതിരുന്നത് ! തന്റെ കാലിൽ വീഴുക വരെ ചെയ്തു അയാൾ. ലൊറെൻസോയുടെ ഇരിപ്പു കണ്ടാൽ പഴയ ബന്ധം ഓർത്തെടുത്ത് താനയാളെ അത്താഴത്തിനു ക്ഷണിച്ചു കൊണ്ടു പോകുന്ന പോലെയുണ്ട്. ഒരു പേടിയുമില്ലാതെ.

റോജറിനെക്കുറിച്ച് ആലോചിക്കും തോറും ജനറലിന് ക്രോധം കൂടിക്കൊണ്ടു വന്നു. ഇയാളാണ് തീ വിഴുങ്ങിയ തന്റെ സഹപ്രവർത്തകനെ നിഷ്കരുണം വെടിവെച്ചു കൊന്നത്. ഒരു പ്രകോപനവുമില്ലാതെ ഒരാളെ ഇത്തരത്തിൽ കൊല്ലണമെങ്കിൽ ലൊറെൻസോ തീർച്ചയായും ഒരു മൃഗം തന്നെ. മൃഗങ്ങൾ ഇരകളെപ്പോലും വിശപ്പിനു വേണ്ടി മാത്രമേ കൊല്ലാറുള്ളൂ. ഇയാളെ അങ്ങനെയും പറയാൻ വയ്യ.

ലൊറെൻസോയുടെ കൂസലില്ലാത്ത പെരുമാറ്റം ധാർഷ്ട്യത്തെയാണു കാണിക്കുന്നത്. നിയമത്തെയും മര്യാദയെയും കർത്താവിനെയും പേടിക്കാത്തവൻ തന്നെ എന്തിനു പേടിക്കണം ? ഇനി നേരിടേണ്ടി വരുന്ന സൈനിക വിചാരണകളെക്കുറിച്ച് ഇയാൾക്ക് അറിവില്ലെന്നുണ്ടോ ? ആ ചിന്ത പിന്നീട് ജനറൽ കുടഞ്ഞു കളഞ്ഞു. ജനറലാകേണ്ടിയിരുന്നയാളാണ് ലൊറെൻസോ. ഇവിടേക്കുള്ള തന്റെ സ്ഥലംമാറ്റം സ്ഥാനകയറ്റത്തോടൊപ്പമായതാണ് അതു നഷ്ടപ്പെടാൻ കാരണം. തീർച്ചയായും നടപടികൾ അയാൾക്കറിയാം

ലൊറെൻസോയുടെ പേടിയില്ലായ്മ എത്ര ചിന്തിച്ചിട്ടും പിടികിട്ടിയില്ല. അയാൾക്ക് കാര്യമായി എന്തോ പറ്റിയിട്ടുണ്ട്. വെറുതെ പുഞ്ചിരിക്കുന്നു. തലയിളക്കുന്നു. കേട്ടിടത്തോളം അയാളുടെ രീതികളും സാധാരണക്കാരന്റേതല്ല. സ്വബുദ്ധിയുള്ള ഒരാൾക്ക് റോജറിനു നേരെ എങ്ങനെ നിർത്താതെ വെടിവയ്ക്കാൻ കഴിയും?

സഹയാത്രികന്റെ ദൃഷ്ടി നിരത്തിൽ തന്നെയാണെന്ന് ഉറപ്പിച്ച ശേഷം ജനറൽ വണ്ടിക്കാരന്റെ ചുമലിൽ പതുക്കെ കൈവച്ചു. ചുണ്ടുകൾ അയാളുടെ ചെവിയിലേക്കെത്താൻ പറ്റും വിധം ശരീരം വളച്ച് പതുക്കെ ലൊറെൻസോയുടെ ശ്രദ്ധ ക്ഷണിക്കാത്ത വിധം മന്ത്രിച്ചു.

മൈക്കേലിന്റെ കൈക്കുള്ളിൽ റോജറിന്റെ ജീവനറ്റ കൈ വിറങ്ങലിച്ചു കിടന്നു. ടോം അടുത്തു വന്നിരുന്ന് പുറം തലോടുന്നത് മൈക്കേൽ അറിയായ്കയല്ല. വാക്കുകൾ കിട്ടിയില്ല. അവന്റെ റോജർ ഇനിയില്ല. ഒന്നുകൂടി ഒറ്റപ്പെട്ടതു പോലെ. മുത്തച്ഛനെ എന്നെങ്കിലും കാണാം എന്ന പ്രതീക്ഷയിൽ ജീവിക്കാം. ലോറയെ എപ്പോഴെങ്കിലും കണ്ടുകിട്ടും എന്നു ടോമിനെ സമാശ്വസിപ്പിക്കാം. പക്ഷേ, ഇനി റോജർ അവരുടെ ജീവിതത്തിലേക്ക് ഒരിക്കലും വരില്ല.

അയാളുടെ പ്രകാശമുള്ള പുഞ്ചിരിയെക്കുറിച്ച് മൈക്കേൽ ഓർത്തു. വേദനയെ വകവയ്ക്കാതെ അയാൾ പിടിച്ചു നിന്നു. ചിലപ്പോൾ അഗ്നിയുടെ നിഷ്ഠുരതയെ അയാൾ പരാജയപ്പെടുത്തിയേനെ. ലൊറെൻസോ അതിന് അവസരം കൊടുത്തില്ല. അതിനു മുമ്പേ യാത്രയാക്കി.

ലൊറെൻസോയെക്കുറിച്ച് ചിന്തിച്ചപ്പോൾ മൈക്കേലിനു ദേഷ്യം വന്നു. അയാൾ ക്രൂരനാണെന്നും കല്ലിന്റെ ഹൃദയമുള്ളവനാണെന്നും വ്യക്തമായിരുന്നു. മനുഷ്യനല്ല എന്നു പൂർണ്ണമായി തിരിച്ചറിഞ്ഞത് ഇന്നാണെന്നു മാത്രം. നിസ്സാരമെന്നോണം ഒരു ജീവനെടുത്തത് മാപ്പർഹിക്കുന്നതല്ല. ചുറ്റിലും നില്ക്കുന്ന മനുഷ്യർ തന്നെ നോക്കുന്നത് വെറുപ്പോടെയും അവജ്ഞയോടെയും ആണെന്ന് മനസ്സിലായിട്ടും അയാൾ ഒരിഞ്ച് അനങ്ങിയില്ല. നിന്നു മടുത്തിട്ടാകണം തിരമാല പോലെ കൈ വീശിക്കൊണ്ട് പുറത്തേക്കു പോയത്.

പുതുതായി പ്രവേശിപ്പിക്കപ്പെട്ട തോമസ് എന്നയാൾക്ക് കാലിൽ ആഴത്തിലുള്ള മുറിവുണ്ടായിരുന്നു. എന്നിട്ടും അയാൾ റോജറിന് സല്യൂട്ടു നല്കാൻ എഴുന്നേറ്റതു കണ്ടപ്പോൾ മൈക്കേലിനു വല്ലാതെ വേദനയായി.

അവിടെയുണ്ടായിരുന്ന ഓരോരുത്തരും വിടപറഞ്ഞ നല്ല പട്ടാളക്കാരന് അന്ത്യയാത്ര പറയാനെത്തിയപ്പോൾ സ്നേഹം മരിച്ചിട്ടില്ല എന്നു ബോദ്ധ്യമായി. അവരുടെ കണ്ണീർ മനുഷ്യത്വം മരിച്ചിട്ടില്ല എന്നാണു പ്രഖ്യാപിച്ചത്.

കുറച്ചു മുമ്പു വന്ന ഉയരമുള്ളയാളെ ആദ്യമായിട്ടാണു കാണുന്നത്. അയാൾ വലിയ ഉദ്യോഗസ്ഥനാണെന്ന് മട്ടു കണ്ടപ്പോൾ മനസ്സിലായി. ആരായാലും ആളു നല്ലവനാണ്. മൃതദേഹം കണ്ടപ്പോൾ അയാൾ നന്നായൊന്നു ഞെട്ടിയിട്ടുണ്ട്. ആരെന്നു ചോദിച്ചപ്പോൾ കണ്ഠമിടറുകയും ചെയ്തു. എന്തു ധൈര്യത്തിലാണ് താൻ മറുപടി പറഞ്ഞതെന്ന് എത്ര ചിന്തിച്ചിട്ടും മൈക്കേലിന് പിടികിട്ടിയില്ല.

വന്നവർ പോയെന്നിരിക്കും. ലൊറെൻസോ തന്നെ വെറുതെ വിടില്ല. അടുത്ത ഉന്നം തന്റെ ചങ്കായിരിക്കും. എങ്കിലും സത്യം പറയാനായതിൽ അഭിമാനമുണ്ട്. അൾത്താരയിൽ നിന്ന് പ്രാർത്ഥിക്കവെ സത്യത്തിന്റെ ശാന്തിയെക്കുറിച്ച് ഏറെ ചിന്തിച്ചതാണ്. സത്യത്തെ തുടച്ചു നീക്കാനും മറച്ചു പിടിക്കാനും ലൊറെൻസോയ്ക്കു കഴിയില്ലല്ലോ.

ലൊറെൻസോയുടെ പേരു പറഞ്ഞു കേട്ടപ്പോൾ വന്നയാൾ തന്നെ തറപ്പിച്ചു നോക്കി, എന്തോ വിശ്വസിക്കാൻ പറ്റാത്തതു കേട്ടപോലെ. ലൊറെൻസോയുടെ യാഥാർത്ഥ്യം അയാൾക്കറിയില്ലല്ലോ? അതു കൊണ്ടാണ് കൂടുതൽ വിശ്വാസയോഗ്യമായ രീതിയിൽ എല്ലാം വിവരിച്ചത്. ലൊറെൻസോ കാട്ടിക്കൂട്ടിയ വിക്രിയകൾ ഒന്നൊന്നായി പറഞ്ഞു. ഇത്രയും കാര്യങ്ങൾ ഒറ്റയടിക്ക് വിട്ടുപോകാതെ പറയാനായത്, അത്ഭുതം തന്നെ.

എല്ലാം കേട്ടുകഴിഞ്ഞപ്പോൾ അയാൾ ഒരക്ഷരം പറയാതെ മുറി വിട്ടുപോയി. പിന്നെയിതുവരെ വന്നില്ല. കാര്യങ്ങളങ്ങനെ തുറന്നു പറഞ്ഞതിന് എല്ലാവരും അവനെ ശകാരിച്ചു. ലൊറെൻസോ പകവീട്ടുമോ എന്നാണവരുടെയൊക്കെ തോന്നൽ. ആയിക്കോട്ടെ പക്ഷേ, അയാളെ അങ്ങനെ വെറുതെ വിടാൻ പറ്റില്ലല്ലോ. തെറ്റു ചെയ്തവർ ശിക്ഷിക്കപ്പെടുമെന്നാണ്. അത് അയാൾക്കും ബാധകമാണ്.

മൈക്കേൽ പുറത്തേക്കിറങ്ങി. ഇരുട്ടാണ് ചുറ്റിലും. ആകാശം തെളിമയാർന്ന കണ്ണുകളോടെ അവനെത്തന്നെ നോക്കുന്നു. അവന് മുത്തച്ഛനെ കാണണമെന്നു തോന്നി. അദ്ദേഹമിപ്പോൾ തന്നെക്കുറിച്ചോർത്ത് എന്തുമാത്രം വിഷമിക്കുന്നുണ്ടാകും? കണ്ണുകൾ കരഞ്ഞ് കരഞ്ഞ് വീർത്തിട്ടുണ്ടാകും. ദൈവം ഒരിക്കൽ അവസരം തന്നിരുന്നെങ്കിൽ ഇവിടെ നിന്ന് എന്നെന്നേക്കുമായി രക്ഷപ്പെടാമായിരുന്നു പിന്നെയൊരിക്കലും ഈ നരകത്തെക്കുറിച്ച് ചിന്തിക്കുക പോലുമില്ല.

ഏബലിലെത്തിയാൽ.......

ടോമിനെയും കൊണ്ടു പോകും കൂടെ. എന്നിട്ട് മുത്തച്ഛന്റെ സഹായത്തോടെ ലോറയെയും കണ്ടുപിടിക്കാം. എന്നിട്ട്, ഒരുമിച്ച് സന്തോഷത്തോടെ താമസിക്കും. ഏബൽ വിട്ട് എവിടേക്കും പോകില്ല. അവിടെ തന്നെ താമസിക്കും.

ഏതു നിമിഷവും നിറച്ച തോക്കുമായി ലൊറെൻസോ വരാം.

എന്നിട്ട്, കണ്ണിമ വെട്ടാതെ തനിക്കു നേരെ വെടിയുതിർക്കും. അലറിക്കരഞ്ഞ് താൻ മണ്ണിൽ കിടന്നുരുളും. വേദനയ്ക്കൊപ്പം പതുക്കെ ജീവനും തന്നെ വിട്ടു പറക്കും. ചോര വീണു നനഞ്ഞ ആ മണ്ണിൽ മുട്ടുകുത്തിയിരുന്ന് ടോം തേങ്ങിക്കരയുന്നതായും അവൻ കണ്ടു. പാടില്ല, സങ്കല്പ്പങ്ങൾ മനുഷ്യന് ദോഷമേ ചെയ്യൂ.

മനസ്സിനിത്തിരി കരുത്തു കിട്ടാനായി പ്രാർത്ഥിച്ചു. സർവ്വശക്തനും കരുണാമയനുമായ കർത്താവ് തന്റെ കുഞ്ഞിക്കൈ വിടില്ല. തനിക്കൊരു പോറൽ പോലും ഏല്ക്കാതെ മാലാഖമാർ ചിറകു വിരിച്ചു നില്ക്കും.

പുതുതായി വിടർന്ന സുന്ദരസ്വപ്നത്തിൽ അവൻ ലയിച്ചു നിന്നു.

ഡോക്ടർ അലക്സിന്റെ ദിനചര്യ സാമാന്യം നല്ല രീതിയിൽ കടുപ്പമുള്ളതാണ്. അതിരാവിലെ എഴുന്നേറ്റു നടക്കാൻ പോകും. പിന്നെ കുടുംബമൊരുമിച്ചുള്ള പ്രഭാതഭക്ഷണം. അവിടുന്നങ്ങോട്ട് രാത്രി പത്തുമണിക്കുള്ള അത്താഴം വരെ പിടിപ്പതു ജോലി തന്നെയാണ്. ഭക്ഷണത്തിനു ശേഷം ഒരല്പനേരം കീബോർഡു വായിക്കണം. മനസ്സിന് ഉന്മേഷം പകരാൻ ഡോക്ടർ കണ്ടെത്തിയ കുറുക്കുവഴി. പതിനൊന്നു മണിക്കു മുമ്പേ ഉറക്കം പിടിക്കണം.

അന്നും അയാൾ കൃത്യം പതിനൊന്ന് മണിക്ക് ഉറങ്ങി. പതിവിലേറെ ക്ഷീണം തോന്നിയിരുന്നു. അതുകൊണ്ട് വേഗം ഉറങ്ങിപ്പോയി. വേലക്കാരൻ പയ്യൻ വാതിലിൽ മുട്ടിയപ്പോൾ കടുത്ത നീരസം തോന്നി. നന്നായൊന്ന് ഉറങ്ങാനും സമ്മിക്കില്ലെന്നുണ്ടോ? വാതിൽ തുറന്നപ്പോൾ അവനും പാതിയുറക്കത്തിലാണ്. കമ്പിളിക്കു പുറത്ത് അവന്റെ മുഖം മാത്രം കണ്ടു.

"സാർ, ആരോ പുറത്തു വന്നു നില്പുണ്ട്. ഗെയ്റ്റ് തുറക്കട്ടെയെന്ന് കാവൽക്കാരൻ ചോദിക്കുന്നു."

ഡോക്ടർ തിരിഞ്ഞ് ചുമരിലെ ക്ലോക്കിലേക്കു നോക്കി. സമയം രണ്ടര. വേണ്ടെന്നു പറയാനാണ് തോന്നിയത്. പക്ഷേ, പറഞ്ഞത് മറ്റൊന്നാണ്.

"ഞാൻ നോക്കിക്കൊള്ളാം. നീ പോയിക്കിടന്നോ."

അവൻ മറുത്തൊന്നും പറയാതെ പാതിയുറക്കത്തിൽ തപ്പിത്തടഞ്ഞു പോയി. നിശാവസ്ത്രം നേരെയിട്ട് മുഖത്ത് പ്രസന്നത വരുത്തി ഡോക്ടർ വീടിനു പുറത്തേക്കിറങ്ങി.

അരണ്ട വെളിച്ചമുണ്ട്. കവലയിലെ വലിയ വിളക്കിനു ചുറ്റും പറക്കാറുള്ള പ്രാണികളെയൊന്നും കാണുന്നില്ല. പൂന്തോപ്പിന്റെ വേലിയിൽ ഉരസാതിരിക്കാൻ ശ്രദ്ധവെച്ച് മുന്നോട്ടു നടന്നു. നാശം. ഈ സമയത്തൊക്കെ ആരാണിങ്ങനെ ഇറങ്ങി നടക്കുന്നതാവോ? ഉറക്കം പോയ ദേഷ്യത്തിൽ ഡോക്ടർ മുറുമുറുത്തു.

"പോൾ, നീയെന്തിനാണ് അവനോട് എന്നെ വിളിക്കാൻ പറഞ്ഞത്? ആരാണീ നട്ടപ്പാതിരയ്ക്ക്?"

ഡോക്ടർ ദേഷ്യത്തിലാണെന്ന് പോളിനു മനസ്സിലായി. ഈ

സമയത്ത് ശല്യപ്പെടുത്തിയാൽ ആർക്കായാലും ദേഷ്യം തോന്നും.

"മാപ്പാക്കണം സാർ. ഇപ്പോൾതന്നെ കാണണമെന്നു വന്നയാൾക്ക് നിർബ്ബന്ധം. ശരിക്കും വെളിച്ചത്തിൽ കണ്ടില്ല. കേട്ടിട്ട്, കർശനമായ സ്വരം. ആവശ്യക്കാരനെന്നു തോന്നിയതുകൊണ്ടാണ് ഉണർത്തേണ്ടി വന്നത്."

പോൾ തല ചൊറിഞ്ഞു. ഡോക്ടർ നോക്കിയത് പുറത്തേക്കാണ്. അടച്ചിട്ട ഗെയ്റ്റിനു മുമ്പിൽ ഒരു കുതിരവണ്ടി നിർത്തിയിട്ടുണ്ട്. അകത്താരാണെന്നു കാണാൻ വയ്യ.

"ങാ, നീയവരെ അകത്തു കയറ്റ്."

പോൾ അതെയെന്ന മട്ടിൽ തലകുലുക്കി ഗെയ്റ്റ് തുറക്കാൻ പോയി. അവിചാരിതമായ അതിഥികളുടെ വരവ് അത്ഭുതകരമായി ഡോക്ടർക്കു തോന്നി. ആദ്യമായാണ് ഈ സമയത്ത് തനിക്ക് അതിഥികൾ വരുന്നത്. ആരായിരിക്കുമെന്ന് ആകാംക്ഷയായി.

"ശുഭരാത്രി ഡോക്ടർ. ഈ സമയത്ത് എഴുന്നേല്പിച്ചതിന് ക്ഷമിക്കണം."

'നീരസം അലിഞ്ഞു പോയി. അല്പം ജാള്യതയോടെ മുന്നിൽ നില്ക്കുന്നത് മറ്റാരുമല്ല. ഉറ്റ സുഹൃത്ത് ജനറൽ ഫെർണാണ്ടസ്!'

കുറെ കാലത്തിനു ശേഷം കണ്ടുമുട്ടിയ സുഹൃത്തുക്കൾ ഗാഢാലിംഗനം ചെയ്തു. സുഹൃത്തിനു പരിക്കില്ലെന്നു കണ്ടപ്പോൾ ഡോക്ടർക്ക് ആശ്വാസം തോന്നി. ഓരോ ദിവസവും ഓരോരുത്തരെ കാണുമ്പോൾ വലിയ ആധിയായിരുന്നു. യുദ്ധം തല്ക്കാലത്തേക്കു മാറ്റി വെച്ചെന്നു കേട്ടപ്പോൾ ഡോക്ടർ നിലാവുപോലെ പുഞ്ചിരിച്ചു.

"വളരെ നല്ല തീരുമാനം. നിങ്ങൾ അകത്തേക്കു വരൂ. നമുക്കൊന്നാഘോഷിക്കാം."

ജനറൽ അനങ്ങിയില്ല.അയാൾ ഗൗരവത്തിലാണെന്ന് ഡോക്ടർക്കു മനസ്സിലായി. കനപ്പിച്ചെടുത്ത ശബ്ദത്തിൽ അയാൾ ഡോക്ടറെ ഖേദപൂർവ്വം അറിയിച്ചു.

"നമ്മുടെ റോജർ മരിച്ചു. അല്പനേരം മുമ്പ്."

ഡോക്ടർ കുരിശു വരച്ചു. ആത്മാവിനു നിത്യശാന്തി നേർന്നു. ഡോക്ടർക്കു ചെറിയൊരു കുറ്റബോധം തോന്നാതിരുന്നില്ല. രക്ഷിക്കാനായില്ലെങ്കിലും കുറേ നാൾ കൂടി ജീവിപ്പിക്കാമായിരുന്നു. താൻ ചെറിയൊരു ശ്രമം നടത്തിയതുമാണ്. ഇതാണവസരം. ക്യാമ്പിലെ ദുഷ്ചെയ്തികളെ അവതരിപ്പിക്കുക തന്നെ വേണം.

"നിർഭാഗ്യകരം തന്നെ ഫെർണാണ്ടസ്. ഞാൻ കഴിവിന്റെ പരമാവധി ശ്രമിച്ചതാണ്. പക്ഷേ."

"അല്ല, അലക്സ്. നിങ്ങളുടെ പരാജയമല്ല. റോജർ മരിച്ചത് വെടിയേറ്റിട്ടാണ്."

ഡോക്ടർക്ക് അന്ധാളിപ്പായി. റോജറിനെ വെടിവെക്കുകയോ? സുഹൃത്തിന്റെ സംശയം വായിച്ചറിഞ്ഞ പോലെ ജനറൽ തലയാട്ടി. മൗനത്തിന്റെ ഇടവേളയ്ക്കു ശേഷം അയാൾ ഡോക്ടറോടു പറഞ്ഞു.

"ലൊറെൻസോ..."

"ലൊറെൻസോ...?"

"അതെ. അതിനാണ് എനിക്കു നിങ്ങളുടെ സഹായം വേണ്ടത്. അതിനാണ് ഞാനിവിടെ വന്നതും."

ജനറൽ പറയുന്നതിന്റെ അർത്ഥം പൂർണ്ണമായും ഗ്രഹിക്കാനായില്ലെങ്കിലും സംഗതി ഗൗരവമുള്ളതാണെന്ന് ഡോക്ടർക്കു മനസ്സിലായി. ഡോക്ടറുടെ നോട്ടം കണ്ടപ്പോൾ അദ്ദേഹം തന്റെ വിളി കേട്ടതായി ജനറലിനും തോന്നി.

ലൊറെൻസോയെ സുരക്ഷിതമായി ഡോക്ടർ അലക്സിന്റെ കൈകളിലേല്പിച്ച് മടക്കയാത്രയിലായിരുന്നു ജനറൽ ഫെർണാണ്ടസ്. ഇനിയും എന്തൊക്കെയോ ചെയ്തു തീർക്കാനുണ്ട്. ഇത്രയും നാൾ മാറ്റിവെച്ചിരുന്ന ഉറക്കം തട്ടി വിളിക്കുന്നതായി തോന്നി. ഇപ്പോൾ ഉറങ്ങാനുള്ള സമയമില്ല.

ലൊറെൻസോ ചെയ്തു കൂട്ടിയ തെറ്റുകളെല്ലാം തിരുത്തണം. ദൈന്യതയിലമർന്ന ഒരുപാടു പേർക്ക് നല്ലൊരു ജീവിതം കിട്ടണം. എന്തിനുമേറെ, റോജർക്ക് ബഹുമതികളോടുകൂടി യാത്രയയപ്പു നല്കണം. അതിനെക്കുറിച്ചോർത്തപ്പോൾ ചെറിയൊരു മന:സാക്ഷിക്കുത്തുണ്ടായി. ഒന്നു ശ്രദ്ധിച്ചിരുന്നെങ്കിൽ ഒഴിവാക്കാമായിരുന്നു.

കുട്ടികളെ ശിക്ഷിക്കരുതെന്നും വേദനിപ്പിക്കരുതെന്നും നിർദ്ദേശിച്ചിരുന്നതാണ്. എന്നിട്ടാണ് പത്തു വയസ്സു തികയാത്ത രണ്ടു കുട്ടികളെ ക്യാമ്പിൽ ഇത്രയും നാൾ പാർപ്പിച്ചത്. അവർക്കെന്തെല്ലാം ദുരനുഭവങ്ങൾ നേരിടേണ്ടിവന്നിട്ടുണ്ടാകും? അവർക്കൊരു മോചനം വേണം. ഇരുവരെയും വീട്ടിലേക്കു കൊണ്ടുപോയാലോ?

ചിന്തിച്ചപ്പോൾ സ്വന്തം ചിന്താശേഷിയിൽ അഭിമാനം തോന്നി. ആലീസിനും സന്തോഷമാകും. കുട്ടികളെ കാണുന്നത് അവൾക്കൊരു ഉത്സാഹമാണ്. വീടിന്റെ ദു:ഖാന്തരീക്ഷം തനിക്കും മടുത്തു തുടങ്ങിയിട്ടുണ്ട്. ദുരന്തങ്ങൾ മറന്നു മുന്നോട്ടു പോകാൻ മനുഷ്യൻ മടിക്കരുത്. ദു:ഖത്തെ വേരോടെ മനസ്സിൽ നിന്നു പിഴുതെറിയുകയാണു വേണ്ടത്.

വേറെ എന്തൊക്കെയോ കൂടി ചെയ്യാനുണ്ട്. മറന്നു പോകാതിരിക്കണമേയെന്ന് ജനറൽ ആഗ്രഹിച്ചു. വണ്ടിക്കാരനെ കൂടെക്കൂടെ തട്ടിവിളിച്ചു വേഗത്തിൽ പോകാൻ പറഞ്ഞു. പാവം അവനു വിശ്രമം അനുവദിക്കണം. എത്രയോ ദിവസങ്ങളായി അവന്റെ ഉറക്കം നശിച്ചിട്ട്. ഇന്നു കൂടിയേ ഉള്ളു.

ടോമിന്റെ ഹൃദയമിടിപ്പ് കൂടിക്കൊണ്ടേയിരുന്നു. മൈക്കേൽ ഇത്രയൊന്നും പറയേണ്ടിയിരുന്നില്ല. ഒരാവേശത്തിന് താനും കൂടെ കൂടി. ലൊറെൻസോ വന്നാൽ രണ്ടുപേരും കഴിഞ്ഞതുതന്നെ. ലോറയ്ക്കിനി ചേട്ടനും ഇല്ലാതാകും. എന്തു ചെയ്യണമെന്ന് ഒരു പിടിയും കിട്ടുന്നില്ല.

ഒരു ശബ്ദം കേട്ടു. ലൊറെൻസോയാണോ? ടോം മൈക്കേലിനെ കൈ പിടിച്ചു മറവിലേക്കു നിർത്തി. അവസാനം അടുത്തോയെന്ന

അശുഭകരമായ ചോദ്യം മനസ്സിലുയർന്നു. എന്നാൽ, വന്നത് നേരത്തെ കണ്ട ജനറലാണ്. ഹാവൂ! ശ്വാസം കിട്ടി. ആകെ പേടിച്ചു പോയതാണ്.

അയാൾ തങ്ങളുടെ നേരെയാണു വരുന്നത് ചിരിച്ചുകൊണ്ട്. ടോമിന് വിശ്വസിക്കാനായില്ല. സൈനിക വേഷമിട്ട അയാൾക്ക് ചിരി യോജിക്കുന്നില്ലല്ലോ എന്ന് അവനു സംശയം തോന്നി. എന്തിനായിരിക്കും വരുന്നത്? മൈക്കേലിന്റെ മുഖത്തും ഇതേ ചോദ്യമാണ്. അവനും പരിഭ്രമത്തിലാണ്.

വന്നയുടൻ അവർക്കു മുന്നിൽ അയാൾ മുട്ടുകുത്തിയിരുന്നു. അപ്പോഴാണ് മുഖം ശരിക്കും കാണാനായത്. മുഖം കണ്ടാൽ പ്രകൃതം മനസ്സിലാക്കാമല്ലോ. ആൾ എന്തായാലും ദുഷ്ടകഥാപാത്രമല്ല. ടോമിനു സമാധാനമായി. അവൻ അന്നു രാത്രി ആദ്യമായി ചിരിച്ചു.

അയാൾ തനിക്കു നേരെയല്ല നോക്കുന്നതെന്ന് ടോമിനു പൊടുന്നനെ മനസ്സിലായി. മൈക്കേലിനെയാണു നോട്ടം. അവൻ ചെറുതല്ലേ. മൈക്കേലിനെ കണ്ടാൽ ആർക്കായാലും സ്നേഹം തോന്നുകയും ചെയ്യും. അവൻ അത്രയ്ക്കു പാവമാണ്. മൈക്കേലിന്റെ തോളിൽ കൈ പതുക്കെ വെച്ച് അയാൾ മൃദുവായി ചോദിച്ചു.

"നീ എന്റെ കൂടെ വീട്ടിലേക്കു പോരുന്നോ? നിനക്കവിടെ താമസിക്കാം."

ഹൃദയത്തിൽ കുറുകെ വിലങ്ങുവീണതായി ടോമിനു തോന്നി. അതിനു തുടിക്കാൻ സ്വാതന്ത്ര്യമില്ലാത്തതു പോലെ. മൈക്കൽ പോയാൽ താനൊറ്റയ്ക്കാവും. കൂട്ടിനു മറ്റാരാണുണ്ടാവുക? കുറച്ചു മുമ്പു കണ്ട സ്വപ്നവും വൃഥാവിലാകും. അവൻ വേദനയോടെ മൈക്കേലിന്റെ നേർക്കു നോക്കി.

മൈക്കേൽ അയാളുടെ മുഖത്തേക്കേ നോക്കുന്നില്ല. അയാൾക്കു പിറകിലെവിടെയോ അവന്റെ കണ്ണുകൾ ഉടക്കി നില്ക്കുന്നു. ഒന്നു നോക്കിയാൽ വേണ്ടെന്നു പറയാമായിരുന്നു. അവന്റെ കൂടെ തനിക്കും ലോറയ്ക്കും ഏബനിലെ മുത്തച്ഛന്റെയടുത്തു പോകാനുള്ളതാണ്. മറ്റാരാണ് തങ്ങൾക്കുള്ളത്? ടോമിനു കരച്ചിൽ വന്നു. മൈക്കേൽ നോക്കുന്നതേയില്ല. അവൻ മറുപടി പറയുന്നതും അശ്രദ്ധയോടെയാണ്. ടോം കാതു കൂർപ്പിച്ചു.

"വരാം. പക്ഷേ...."

ടോമിനു മേലെ ഇടി വെട്ടി. പക്ഷേയിൽ അവന്റെ പൂർണ്ണ ശ്രദ്ധയും പതിഞ്ഞു. സ്വപ്നവും മോഹവുമൊക്കെ ആ വാക്കിൽ തടഞ്ഞു നിന്നു.

"എന്റെ കൂടെ ഇവനുമുണ്ടാകും."

ജനറൽ ചിരിച്ചു. ഒരു കൈ ടോമിന്റെ ചുമലിൽക്കൂടി വെച്ച് അയാൾ ആഹ്ലാദത്തോടെ പ്രഖ്യാപിച്ചു.

"നിങ്ങൾ രണ്ടുപേരും. ഞാനും അതു തന്നെയാണാഗ്രഹിച്ചത്."

ടോമിന് അലറിയാർക്കാൻ തോന്നി. ഇന്നൊരിക്കൽക്കൂടി കർത്താവിനെ ഓർക്കുകയാണ്. ഒടുവിൽ ഈ നരകത്തിൽ നിന്നു രക്ഷപ്പെടുന്നു. എന്നെന്നേക്കുമായി......

# ഒൻപത്

ജനറലിനൊപ്പം വീട്ടിലെത്തിയപ്പോൾ മൈക്കേലിന് അത്ഭുതമാണുണ്ടായത്. ടോമിനും അങ്ങനെ തന്നെ. കൊട്ടാരസമാനമായ വീടിനെ അവർ അതിശയത്തോടെ നോക്കി. ഇനി സുരക്ഷിതരായിക്കഴിയാം. ചങ്ങാതിമാരുടെ അമ്പരന്ന മുഖം നോക്കി ജനറൽ സ്നേഹപൂർവ്വം പുഞ്ചിരിച്ചു.

വണ്ടിയിൽ നിന്നിറങ്ങിയിട്ട് അയാൾ കുസൃതിയോടെ പറഞ്ഞു.

"ഇവിടെത്തന്നെ ഇരിക്കുക. എന്റെ ഭാര്യ ഇപ്പോൾ ദേഷ്യത്തിൽ വരും. ഈ സമയത്തു വന്നതിന് ചിലപ്പോൾ അകത്തു കയറ്റിയില്ലെന്നും വരും. പിന്നെ നിങ്ങളാണെനിക്കു രക്ഷ."

മൈക്കേലിനു ചിരി പൊട്ടി. ആളു കൊള്ളാമല്ലോ! അവർ എന്തു പറയുമെന്നു വരെ അറിയാം. അവർ ഒച്ചയനക്കമില്ലാതെ നിശ്ശബ്ദരായിരുന്നു. ആകാംക്ഷ അവരെ പൊതിഞ്ഞുനിന്നു.

"ആരോ അകത്ത് നിന്നു വരുന്നുണ്ട്. അതിവേഗത്തിലാണ് വരവ്. പുറകിലെന്തൊക്കെയോ തട്ടി മറിക്കുന്നു." ജനറലിന്റെ പ്രവചന ശക്തിയിൽ മൈക്കേലിന് ആദരവു തോന്നി. അയാൾ മുഖഭാവം അങ്ങേയറ്റം വിനീതനാക്കാനുള്ള തയ്യാറെടുപ്പിലാണ്.

വാതിൽ വലിയൊരൊച്ചയോടെ തുറന്നു. വെളുത്ത നിശാവസ്ത്രങ്ങളണിഞ്ഞ സുന്ദരിയായൊരു ചെറുപ്പക്കാരി. അവരുടെ മുഖം ഉറക്കച്ചടവു കൊണ്ടും ദേഷ്യം കൊണ്ടും ചുവന്നു തുടുത്തിരുന്നു. കവിളുകൾ അല്പം വിറയ്ക്കുന്നുവോ എന്നു സംശയം. രണ്ടു പടവുകൾ ഒന്നിച്ചിറങ്ങി അവർ മുന്നിൽ വന്നു നിന്നപ്പോൾ ജനറൽ ഒരടി പിറകോട്ടു വെച്ചു. ഇരുകൈകളും ഇടുപ്പിൽ കുത്തി അവർ ചോദിച്ചു.

"ജനറൽ ഫെർണാണ്ടസ്, തോന്നുമ്പോൾ വീട്ടിൽ കയറി വരരുതെന്ന് എത്ര തവണ പറഞ്ഞിട്ടുണ്ട്? ഇതിപ്പോൾ എത്ര പ്രാവശ്യമായി?

എന്റെ ക്ഷമയ്ക്ക് ഒരതിരൊക്കെയുണ്ട്. ഇന്നു നിങ്ങളെ അകത്തു കയറ്റുന്ന പ്രശ്നമില്ല."

അവരുടെ ദേഷ്യവും ജനറലിന്റെ പരുങ്ങലും കണ്ട് ടോം പൊട്ടിച്ചിരിക്കുമായിരുന്നു. മൈക്കേൽ വളരെയേറെ പാടുപെട്ടിട്ടാണ് അവന്റെ വായ് പൊത്തിപ്പിടിച്ചത്. അവനും ചിരി വരുന്നുണ്ട്. ജനറൽ എന്തു പറയുമെന്നതാണ് വിഷയം. ഭാര്യയുടെ മുന്നിൽ അയാൾ അങ്ങേയറ്റം വിനീതനായി.

"ശ്രീമതി ആലീസ് ഫെർണാണ്ടസ്. താങ്കളുടെ നിദ്രയ്ക്കു തടസ്സം വരുത്തിയതിൽ ഞാൻ ഖേദിക്കുന്നു. പക്ഷേ, എനിക്കു മുന്നിൽ മറ്റു വഴികളില്ലായിരുന്നു. ഈ തണുത്തുറഞ്ഞ രാത്രി ഞാൻ മറ്റെവിടേക്കു പോകാൻ?"

അവർ ഒന്നയഞ്ഞു. ഭർത്താവിന്റെ കോട്ട് കൈയിൽ വാങ്ങിയിട്ട് തണുത്ത രീതിയിൽ പരാതി തുടർന്നു.

"നോക്കു ഫെർണാണ്ടസ്. എന്തൊരസൗകര്യമാണിത്? മേലിൽ ഇങ്ങനെ ചെയ്യില്ലെന്നു വാക്കു തരൂ."

തലകുലുക്കി ഉറപ്പു കൊടുത്തിട്ട് അദ്ദേഹം വണ്ടിയിലേക്ക് നോക്കി.

"നീ ഇവർക്കും മാപ്പുകൊടുത്തുവോ?"

അത്രയും നേരം മറ്റാരെയും കാണാതിരുന്ന അവർ ഒന്നു പകച്ചു. വണ്ടിക്കരികിലേക്കു ചെന്നു. മൈക്കേലിനെ വാത്സല്യത്തോടെ തടവി. ടോമിന്റെ അനുസരണ കെട്ട മുടി ഒതുക്കി വെച്ചു. അവരുടെ പെരുമാറ്റത്തിൽ വളരെയധികം സ്വാഭാവികത തോന്നി. ഏതൊരമ്മയും ചെയ്യുന്ന പോലെ.

"ഫെർണാണ്ടസ്, ഇവരാരൊക്കെയാണ്? ഇവിടേക്കു വന്നതെന്തിന്?"

അവരുടെ തോളിലൂടെ കൈവെച്ച് ജനറൽ ഉത്തരം കൊടുത്തു.

"മൈക്കേലും ടോമും. ക്യാമ്പിലെത്തിയ കുട്ടികൾ. അവിടെ നിന്നും ഞാനിവരെ ഇങ്ങോട്ടു കൊണ്ടുവന്നു. നിനക്കൊരു കൂട്ടാകുമല്ലോ."

അവർ ജനറലിന് സ്നേഹത്തോടെ ഒരു നോട്ടം സമ്മാനിച്ചു. സമയം ഒട്ടും കളയാതെ മൈക്കേലിനെയും ടോമിനെയും അകത്തേക്കു ക്ഷണിച്ചു. അവരുടെ മിനുത്ത കൈത്തലം ഗ്രസിച്ചപ്പോൾ മൈക്കേലിന് പരിചയം തോന്നി. ഈ സ്പർശം മുമ്പറിഞ്ഞ പോലെ. പക്ഷേ, അതിനുള്ള സാദ്ധ്യതകൾ പോലുമില്ല.

പരുപരുത്ത മെത്ത വിരിച്ച കട്ടിൽ ചൂണ്ടിക്കാട്ടി കിടന്നോളു എന്നു പറയേണ്ട താമസം രണ്ടുപേരും ചാടിക്കയറി. പേടിച്ചരണ്ട രാത്രികൾ ഇനിയില്ലെന്ന തിരിച്ചറിവാണ് അവർക്കു കരുത്തു പകർന്നത്. കിടന്നയുടനെ കട്ടിയുള്ള കമ്പിളി അവർക്കു മേലെക്കൂടി വലിച്ചിട്ട് ജനറലിന്റെ ഭാര്യ മുറിക്കു പുറത്തിറങ്ങി.

വർഷങ്ങൾക്കു ശേഷമാണ് വീട്ടിൽ രണ്ടു കുട്ടികളെത്തുന്നത്. ആലീസിനു സങ്കടവും സന്തോഷവും തോന്നി. കുട്ടികളെ കാണുമ്പോഴൊക്കെ അവർക്ക് നഷ്ടബോധം തോന്നും. എന്നാലും കാലത്തി

നനുസരിച്ച് മാറാൻ അവർ പഠിച്ചു കഴിഞ്ഞു. പാർട്ടികളിൽ സുഹൃത്തുക്കളുടെ കുസൃതിക്കാരായ മക്കളെക്കുറിച്ചു കേൾക്കുമ്പോൾ ചെവി പൂട്ടാനുള്ള തന്ത്രം ഹൃദിസ്ഥമാക്കി.

അപ്രതീക്ഷിതമായ ദുരന്തങ്ങളും ആഹ്ലാദങ്ങളും നിറഞ്ഞതാണ് ആലീസിന്റെ ജീവിതം. അച്ഛനൊരു നാവികനായിരുന്നു. അമ്മയെ ഓർമ്മയില്ല. ഒറ്റപ്പെടലിന്റെ കുറേയേറെ വർഷങ്ങൾ. അച്ഛന്റെ ഉറ്റസുഹൃത്ത് ഒരു ജനറലുണ്ടായിരുന്നു. അയാൾ സ്ഥലം മാറ്റം കിട്ടി കുടുംബത്തോടൊപ്പം വീടിനടുത്തേക്കു താമസം മാറി വന്നു.

അങ്ങനെയാണ് ഫെർണാണ്ടസിനെ കാണുന്നത്. വലിയ സൗഹൃദബന്ധമൊന്നുമില്ലായിരുന്ന തനിക്ക് ഫെർണാണ്ടസായിരുന്നു ആദ്യത്തെ സുഹൃത്ത്. പിന്നീടവർ അവിടെ നിന്നു പോയി. എഴുത്തുകൾ മാത്രം കിട്ടി. അവധിക്കാലത്ത് തന്റെ കൂടെ ബോട്ടിങ്ങിനു വരണമെന്നു പറഞ്ഞ് നിർബ്ബന്ധിച്ചാണ് അച്ഛനെ കൂടെക്കൊണ്ടുപോയത്.

കടലിന്റെ തിരകളെ ഏറെ സ്നേഹിച്ച അച്ഛൻ നിഗൂഢതകൾ അത്രയില്ലാത്ത നദിയുടെ മുന്നിൽ കീഴടങ്ങി. ആഴങ്ങളിലെവിടെയോ വെച്ച് തലയിടിച്ചതായിരുന്നു. അതോടെ ശരിക്കും തനിച്ചായി. ആരുമില്ലാതെ ഭ്രാന്തു പിടിക്കുമായിരുന്നു. അപ്പോൾ നിയോഗം ജനറലിനെ വീണ്ടും അവിടേയ്ക്കു വരുത്തി. അടുത്ത ചങ്ങാതിയുടെ മകളെ ഒറ്റക്കാക്കി പോരാൻ നല്ലവനായ ആ മനുഷ്യനു കഴിഞ്ഞില്ല. കൊട്ടാരസദൃശമായ തന്റെ വീട്ടിലേക്കയാൾ ആലീസിനെ കൊണ്ടു വന്നു.

ഫെർണാണ്ടസുമായുള്ള വിവാഹം നടന്നതും ജനറലിന്റെ അനുഗ്രഹംകൊണ്ടാണ്.സന്തുഷ്ട കുടുംബം. ജനറലിന്റെ ഭാര്യ മറിയത്തെപ്പോലെ വിശുദ്ധ മനസ്സിനുടമയായിരുന്നു. സഹോദരൻ ജേക്കബും ഭാര്യ ഡെല്ലയും തന്നെ സ്വന്തമായിക്കണ്ടു. മറ്റൊരാൾ കൂടിയുണ്ടായിരുന്നു. ലൊറെൻസോ. ജനറലിന്റെ വളർത്തു മകൻ. അയാൾ അവിടുത്തെ എല്ലാമെല്ലാമായിരുന്നു. തന്നെയും അയാൾക്കു വലിയ കാര്യമായിരുന്നു.

പിന്നെ ഒന്നൊന്നായി കർത്താവു തിരിച്ചെടുത്തു. ആദ്യം അമ്മ. അമ്മയ്ക്കൊപ്പം തന്നെ ജേക്കബും. അതിന്റെ ആഘാതം വിട്ടൊഴിയാൻ ഏറെ നേരമെടുത്തു. അതിനിടയിലാണ് തനിക്കൊരു മകനുണ്ടായത്. ദു:ഖത്തെ സന്തോഷം മറച്ചു പിടിച്ചു. പക്ഷേ, ഏറെ നാൾ കഴിയും മുമ്പെ, ... അച്ഛനും അവനും ഒരുമിച്ച് നഷ്ടമായി.

ഇക്കഴിഞ്ഞ വർഷങ്ങളത്രയും ചെലവഴിച്ചത് തന്റെ വിധിയെക്കുറിച്ചു ചിന്തിച്ചാണ്. നാലുമാസം പ്രായമുള്ള മകനെ കർത്താവ് തിരിച്ചു വിളിക്കാൻ മാത്രം ക്രൂരയാണോ താൻ? തകർന്നു പോയ ഫെർണാണ്ടസിനു മുന്നിൽ ഒന്നും ചോദിച്ചില്ല. എന്നിട്ടും, മന:സാക്ഷിയോട് ഒളിച്ചുവയ്ക്കാൻ പറ്റിയില്ല. ഇനിയും ഉത്തരം കിട്ടാത്ത അതേ ചോദ്യം ആവർത്തിച്ചു കൊണ്ടിരുന്നു.

ഏകാന്തതയാണ് ആശ്വാസം. ഡെല്ലയുണ്ടായിരുന്നു കൂടെ. അവർ

സ്വന്തം വീട്ടിലേക്കു പോയിരിക്കുകയാണ്. ഇവിടെയിപ്പോൾ കുറച്ച് വീട്ടുജോലിക്കാർ മാത്രം. ഫെർണാണ്ടസ് തിരക്കുകളിൽപ്പെട്ട് അർദ്ധ രാത്രിയോടെ കടന്നു വരും. കലഹിക്കുമെങ്കിലും അസമയങ്ങളിൽ ഉറ ങ്ങാതെ കാത്തിരുന്നു.

വന്നാൽ പിന്നെ ഉറക്കം നടക്കില്ല. പകൽ നടന്ന സംഭവങ്ങൾ മുഴുവൻ പറഞ്ഞു തീർന്നാലേ സമാധാനമാവൂ. അതു കഴിയുമ്പോൾ നേരം വെളുത്തിരിക്കും. പിന്നെ ഉറങ്ങുന്നത് ഇഷ്ടമുള്ള കാര്യവുമല്ല. അതുകൊണ്ട് പകലാണ് ഉറക്കം. ഫെർണാണ്ടസ് നേരാംവണ്ണം ഉറങ്ങി യിട്ട് കാലങ്ങളായിട്ടുണ്ട്.

യുദ്ധം നടക്കുകയാണെങ്കിലും ഇന്നുവരുമെന്ന് തോന്നിയിരുന്നു. പക്ഷേ, കൂടെയുണ്ടായിരുന്ന കുട്ടികളെ പ്രതീക്ഷിച്ചില്ല. അതിൽ ചെറിയവനോട് ഒരടുപ്പം തോന്നുന്നുണ്ട്. വല്ലാത്തൊരു വാത്സല്യം. ഇനി രണ്ടു പേരും ഇവിടെ ഉണ്ടാകുമല്ലോ. സുഖകരമായ അറിവാണത്.

വിളക്കുകളണച്ച് കിടക്കയിലേക്കു ചാഞ്ഞപ്പോൾ ഒന്നു മനസ്സിലായി, കർത്താവ് തന്നതാണിത്. നഷ്ടപ്പെട്ട ഒന്നിനു പകരം രണ്ടെണ്ണം. ഇരട്ടി മധുരം. ആഹ്ലാദത്തോടെ ആലീസ് തലയിണയിലേക്ക് മുഖം പൂഴ്ത്തി.

പുതുതായി വന്ന ചെറുക്കന്മാരെ സാലി വിശദമായി നിരീക്ഷിച്ചു. കുഴപ്പക്കാരല്ലെന്നാണു നിഗമനം. ചെറിയ കുട്ടികളാണേലും ഒന്നു പഠിച്ചിട്ടു മാത്രമേ വീട്ടിൽ നിർത്താവൂ എന്നാണ് സാലിയുടെ പക്ഷം. അതുകൊണ്ടാണ് ഇത്രയും നീണ്ട നിരീക്ഷണം വേണ്ടി വന്നത്. കൊള്ളാം എന്ന മട്ടിൽ തലയനക്കിയിട്ട് അവർ ഒന്നുകൂടി ചിന്തയി ലമർന്നു.

ആ കുടുംബത്തിലെ ഒരംഗത്തെപ്പോലെയാണ് സാലി. വീട്ടുവേല യിൽ സഹായത്തിനായി ഇരുപതു വർഷം മുമ്പ് വന്നതാണ്. ജനറ ലിന്റെയും ഭാര്യയുടെയും സ്നേഹം അവരെ ആ വീടിന്റെ ഭാഗമാക്കി. ഭൂമിയിലെ സ്വർഗ്ഗം ഇതാണെന്ന് കിടക്കുന്നതിനു മുമ്പ് കുരിശു വരയ് ക്കുമ്പോൾ അവർ കർത്താവിനോടു മന്ത്രിച്ചു.

ഇത്രയും കാലമായി താനൊരന്യയാണെന്നും വേലക്കാരിയാണെ ന്നുമുള്ള മട്ടിൽ ആരും പെരുമാറിയിട്ടില്ല. ഓരോന്നു ചോദിക്കാനായി ആലീസ് വരുമ്പോൾ കൊച്ചമ്മേയെന്നു വിളിക്കാൻ സാലിക്കു കൊതി തോന്നും. അവരാണു വേണ്ടെന്നു പറഞ്ഞത്. “പേരു വിളിച്ചാൽ മതി സാലിയാന്റീ.” പിന്നെ വിളിക്കാൻ കഴിഞ്ഞില്ല, അതങ്ങനെയാണ്.

ഫെർണാണ്ടസിനെയും ജേക്കബിനെയും വളർത്തിയെടുത്തത് സാലിയാണ്. രണ്ടു പേരെയും ഒരുമിച്ചു സഹിക്കാൻ ആർക്കും കഴിയു മായിരുന്നില്ല. ജേക്കബിനെ അമ്മയെടുക്കുമ്പോൾ ഫെർണാണ്ടസിനെ താനെടുക്കും. സൗമ്യനായ കുട്ടിയായിരുന്നു അവൻ. ഒരിക്കലും അനാവ ശ്യവാശി കാട്ടിയില്ല. നന്നായി എഴുതുകയും പാടുകയും ചെയ്തു. ഫെർ ണാണ്ടസ് ഒരു കവിയാകുമെന്നാണ് നിനച്ചത്. പക്ഷേ, അവനും കുടുംബ ത്തിന്റെ പേര് നിലനിർത്താനായി സൈനികനായി. അതിലും തനിക്ക്

അഭിമാനമാണു തോന്നിയത്.

ഇവർക്കു പുറമേ മൂന്നാമതൊരുത്തൻ കൂടിയുണ്ടായിരുന്നു- ലൊറെൻസോ എന്ന വളർത്തുമകൻ. അവനെ കൊണ്ടുവരേണ്ടെന്നു പറഞ്ഞതാണ്. പക്ഷേ, ജനറൽ അവനെ സ്വന്തമാക്കിയെടുത്തു വളർത്തി. എല്ലാ ധാരണകളും തെറ്റായിരുന്നുവെന്ന് തോന്നുംവിധമാണ് അവൻ ഇടപഴകിയത്. അത്രയും സ്നേഹിക്കാൻ കഴിയുന്ന ആൺകുട്ടികളുണ്ടാകുമോ?

ഈ കുടുംബത്തിന്റെ നല്ലകാലം ദുരന്തങ്ങൾ കാണാനും കർത്താവ് വഴിയൊരുക്കി. അടുപ്പിച്ച നാലു മരണങ്ങൾ. വീടാകെ തരിശായി മാറി. ഒച്ചയുമനക്കവുമില്ലാതെ ഉറങ്ങിയപോലെ. ഈയൊരൊറ്റ കാരണത്താലാണ് വന്നു കേറിയ ചെറുക്കന്മാരെ പറഞ്ഞു വിടാൻ ആവശ്യപ്പെടാത്തത്. കണ്ടപ്പോൾ തെറ്റില്ലെന്നു തോന്നുകയും ചെയ്തു.

ആലീസിന്റെ സന്തോഷമാണു വലുത്. അവൾക്കിത്തിരി ആശ്വാസം തോന്നുന്നെങ്കിൽ ആയിക്കോട്ടെ. ഇത്ര സ്നേഹശീലയായ അവർ ദുഃഖത്തിനർഹയല്ല. എന്നിട്ടോ ഉണ്ടായതൊക്കെയും വേർപാടുകൾ. വിധിയുടെ കളി അനൗചിത്യം നിറഞ്ഞതാണ്. കുട്ടികളെയും കൂട്ടി അകത്തേക്കു നടക്കുമ്പോൾ സാലി പരിതപിച്ചു.

വീടൊക്കെയൊന്നു കാട്ടിക്കൊടുക്കാം. ഇനി ഇവിടെ നില്ക്കാൻ പോവുകയല്ലേ. ഓരോന്നു കണ്ട് വാ പൊളിച്ചു നില്ക്കുകയാണ്. നല്ല കുട്ടികൾ തന്നെ. ഒന്നും എടുക്കാൻ ശ്രമിക്കുന്നില്ല. കുട്ടികളുടെ സഹജമായ ഒച്ച വയ്ക്കലില്ല. വളരെ ശാന്തരായ രണ്ടുപേർ. സാലിക്കു അത്ഭുതമായി. ഒരുപാടു കുട്ടികളെ കണ്ടതാണല്ലോ.

ഗോവണി കയറുമ്പോൾ കിതച്ചു. ഇതൊക്കെ വലിയ അദ്ധ്വാനമാണ്. വയസ്സ് എഴുപതു കഴിയാറായി. തളർച്ച കാലുകളെ അനങ്ങാൻ വയ്യാതാക്കി. ശ്വാസമെടുക്കാൻ ബുദ്ധിമുട്ടി. നാലാമത്തെ പടിയിലെത്തിയതും ഇരുന്നു പോയി. വായിൽ നിന്ന് കിതപ്പുയർന്നു.

ഓടി തിരിച്ചെത്തി പുറത്ത് തടവിക്കൊണ്ട് ചെറിയ പയ്യൻ ആശങ്കയോടെ ചോദിച്ചു.

"വല്ല്യമ്മേ, നിങ്ങൾക്കു സുഖമില്ലേ?"

ഡോക്ടർ അലക്സിനെ കാണാനിറങ്ങുകയായിരുന്നു ജനറൽ. ലൊറെൻസോയുടെ നില അറിയാനുണ്ട്. ആലീസിനോടു യാത്രപറഞ്ഞ് പുറത്തേക്കു കാൽ വച്ചതും ഷൂവിൽ നിന്നൊരു ശബ്ദം കേട്ടു. തുടർച്ചയായ നടത്തം ഷൂവിന്റെ ഉപ്പൂറ്റിഭാഗത്ത് വശത്തായി വിള്ളൽ വീഴ്ത്തിയിട്ടുണ്ട്.

നാശം. ഒരു വഴിക്കിറങ്ങുമ്പോൾ.... ജനറലിന് കോപം വന്നു. ഊരിയെടുത്ത് ഊക്കൊരേറു കൊടുക്കണം. ഒറ്റക്കാലിൽ മുടന്തി മുറിയിലെ മൂലവരെ ചെന്നു. അവിടെയാണ് ഷൂ കൂട്ടിയിടുന്നതും തുന്നൽ സാമഗ്രികളുള്ളതും.

ഇത്തരത്തിലുള്ള ചെറിയ ജോലികൾ മറ്റുള്ളവരെക്കൊണ്ട് ചെയ്യിക്കാൻ അഭിമാനം അനുവദിച്ചില്ല. ക്യാമ്പിലാണെങ്കിലും പട്ടാളക്കാരെ

ക്കൊണ്ട് വീട്ടുപണികൾ ചെയ്യിക്കുന്നത് കഴിയുന്നത്ര ഒഴിവാക്കാറാണ്.

"സാർ......"

തിരിഞ്ഞു നോക്കി. മൈക്കേലാണ്. അവൻ ചിരിക്കുന്നു. കൈ മുന്നോട്ടു നീട്ടിയിട്ട് മൈക്കേൽ സ്നേഹത്തോടെ പറഞ്ഞു.

"ഞാൻ തുന്നിത്തരാം. എനിക്കറിയാം. ഞാൻ പഠിച്ചതാണ്."

'ആദ്യം വേണ്ടെന്നു പറഞ്ഞെങ്കിലും ഷൂ അവനു കൈമാറി. തുന്നലും ഒരു കലയാണ്. അച്ഛൻ ഭംഗിയായി ഷൂ തുന്നുമായിരുന്നു. ഇത്തരം ജോലികൾ ഒറ്റയ്ക്കു ചെയ്യാനാണ് അദ്ദേഹം ഇഷ്ടപ്പെട്ടത്. ചിത്രത്തുന്നലുകളിൽ അമ്മ നിപുണയായിരുന്നു. അവരുടെ കരസ്പർശമില്ലാത്ത കർട്ടനുകൾ ഉണ്ടായിരുന്നില്ല.'

മൈക്കേൽ. ഏകാഗ്രതയോടെ ജോലിയിൽ മുഴുകിയിരിക്കുകയാണ്. മറ്റൊന്നും അവനെ ബാധിക്കാത്തപോലെ. ആലീസ് വന്നു കണ്ടാൽ തന്റെ ഗതിയെന്താകുമെന്ന് ചിന്തിച്ചതേയില്ല. അവന്റെ കുഞ്ഞിക്കൈകളുടെ ചലനത്തിൽ ആകൃഷ്ടനായി നിന്നുപോയി.

പണി തീർത്ത് ചിരിച്ചുകൊണ്ട് മൈക്കേൽ ഷൂ ജനറലിനു തിരികെ നല്കി.

"ഗംഭീരം! തുന്നലിന്റെ അടയാളമേയില്ല ജനറൽ മൈക്കേലിന്റെ മൃദുവായ മുടിയിൽ ഒന്നു തട്ടി. അവന്റെ മൂക്കിൻത്തുമ്പത്തൊരു വിയർപ്പുതുള്ളി നിന്നു വിറച്ചു. യാത്ര പറയാനും ജനറൽ മറന്നില്ല.

അവൻ കൈവീശിക്കാട്ടിയപ്പോൾ ജനറലിന് വല്ലാത്തൊരു ആനന്ദം അനുഭവപ്പെട്ടു. അവനിപ്പോൾ തന്റേയാണ്. അവൻ മാത്രമല്ല. ടോമും. തന്റെ മകനുണ്ടായിരുന്നെങ്കിൽ അവന് കൂട്ടായേനെ.പക്ഷേ, അവനില്ലല്ലോ. ജനറൽ മാറ്റിച്ചിന്തിച്ചു. ഇനിയങ്ങനെ പരാതിപ്പെട്ടാൽ കർത്താവ് തന്നതിനെയും തിരിച്ചെടുത്തേക്കും. മൈക്കേലും ടോമുമില്ലാത്ത ജീവിതം നിരർത്ഥകമാണ്.

ലൊറെൻസോയ്ക്കു തല തരിച്ചു. പല്ലുകൾ കൂട്ടിയുരസുന്നതുപോലെ. തനിക്കു നല്ല സുഖമില്ല. ജനാലമേലൊരു കാറ്റ് വന്ന് തട്ടി വിളിച്ചു കടന്നു പോയി. കിടക്കാൻ തുടങ്ങിയിട്ട് ഏറെ നേരമായി. മടുത്തെന്നു തോന്നി എണീറ്റെങ്കിലും പിന്നെയും കിടയ്ക്കയിലേക്കു വീണു.

എന്തൊക്കെയാണു സംഭവിച്ചത് ? ഫെർണാണ്ടസ് തന്നെ ഇവിടേക്കു കൊണ്ടുവന്നതെന്തിന്? ഡോക്ടറാകട്ടെ, എല്ലാ സമയവും നിരീക്ഷിക്കുകയാണ്. അയാളുടെ നോട്ടവും ചോദ്യങ്ങളും ലൊറെൻസോയ ശുണ്ഠി പിടിപ്പിച്ചു. ഫെർണാണ്ടസിനെ അനുസരിക്കേണ്ട നിലയിലായിപ്പോയി. ഇല്ലായിരുന്നെങ്കിൽ കുറഞ്ഞത് പത്തു വെടിയുണ്ടകളെങ്കിലും തറപ്പിച്ചേനെ.

വന്നുപെട്ടിട്ടുള്ള ദുർഗ്ഗതിയെക്കുറിച്ച് ആലോചിച്ചപ്പോൾ ലൊറെൻസോ പല്ലു ഞെരിച്ചു. കൈകൾ തോക്കിനായി പരതി. ചിട്ടയും നിയമങ്ങളുമുള്ള ഈ വീട്ടിൽ നിന്നാൽ താൻ മുഴു ഭ്രാന്തനായിപ്പോകും. ആ നാശം പിടിച്ചവൻ വേഗം തന്നെ ഇവിടെനിന്നു മാറ്റിയിരുന്നെങ്കിൽ!...

അയാൾ വരുന്ന ലക്ഷണമേയില്ല. തന്നെ ഇവിടെയാക്കി പോയിട്ട് ചുരുങ്ങിയത് ഒരാഴ്ചയായി.

വാതിൽ അനങ്ങുന്നുണ്ട്. ഡോക്ടർ അകത്തേക്കു വരികയാകും. പുതുതായി എന്താണയാൾക്കു ചോദിക്കാനുള്ളത്? എനിക്കിനി ഒന്നും പറയാനില്ല.

ലൊറെൻസോ ചുമരിനഭിമുഖമായി തിരിഞ്ഞിരുന്നു. പൊക്കോട്ടെ അയാൾ. പക്ഷേ, പോകുന്ന ശബ്ദം കേട്ടതേയില്ല. ആകാംക്ഷയോടെ തിരിഞ്ഞു നോക്കി. ഡോകടർ ഒറ്റയ്ക്കല്ല.

അയാളുടെ കൂടെയുള്ളത് ജനറൽ. ആശ്വസിക്കണോ അമ്പര ക്കണോ എന്നറിയാതെ ലൊറെൻസോ കണ്ണു മിഴിച്ചു. ജനറൽ മുന്നോട്ടു വരികയാണ്. ലൊറെൻസോ പേടിച്ചു.

“അവൻ നിന്നെത്തേടി വരും..”

# പത്ത്

**ലൊ**റെൻസോയുടെ കാട്ടിക്കൂട്ടലുകൾ കണ്ടപ്പോൾ തോന്നിയത് ശരിയാണെന്ന് ജനറൽ മനസ്സിലാക്കി. ഇയാൾക്കു മുഴുത്ത വട്ടു തന്നെ. തലയിളക്കലും കാരണമില്ലാത്ത ചിരിയും ഒളിച്ചുകളിക്കുന്ന കണ്ണുകളു മെല്ലാം ആ വസ്തുതയെ ശരി വയ്ക്കുന്നതാണ്. ഡോക്ടർ അലക്സിനും ഇതുതന്നെയാണ് പറയാനുള്ളത്. ഉന്നത സൈനിക വൃത്തങ്ങൾക്കു മുമ്പിൽ ഹാജരാക്കുന്നതിനു മുമ്പ് അയാൾക്കു ചികിത്സ കൊടുക്കണം.

ലൊറെൻസോയെ മുറിക്കകത്താക്കി വാതിൽ പതുക്കെയടച്ചു. ഡോക്ടർക്ക് മുഖാമുഖം ഇരുന്ന് ചുടുകാപ്പി ഊതിയൂതിക്കുടിച്ചു. കാപ്പി ജനറലിനു പ്രിയമാണ്. മനസ്സും ശരീരവും തണുത്തിരിക്കുവാൻ കാപ്പിയുടെയത്ര ഗുണം ചെയ്യുന്ന മറ്റൊന്നില്ല. അതുതന്നെ മൊത്തത്തിൽ ചൂടു പിടിപ്പിക്കുന്നതായി പലപ്പോഴും തോന്നിയിട്ടുണ്ട്.

പണ്ടൊരു യാത്ര പോകാനിടയായിട്ടുണ്ട്, കൂട്ടുകാരുമൊത്ത്. മടങ്ങി വന്നപ്പോൾ ശുദ്ധമായ കാപ്പിപ്പൊടി മാത്രമേ ജനറൽ വാങ്ങിയുള്ളൂ. മറ്റൊരു അലങ്കാരവസ്തുവും അതിലേറെ നന്നെന്ന് തോന്നിയില്ല. ആലീസ് തന്നെ അനുനയിപ്പിക്കുന്നതും രുചികരമായ കാപ്പിയുണ്ടാക്കി യാണ്. വഴക്കിട്ടതെന്തിനെന്നേ ജനറൽ മറന്നു പോകും.

കാപ്പികുടി കഴിഞ്ഞപ്പോൾ ഗൗരവം വീണ്ടെടുത്തു. കാര്യങ്ങളുടെ സങ്കീർണ്ണത ഡോക്ടറുമായി പങ്കുവെച്ചു.

“അലക്സ്, ലൊറെൻസോ ചെയ്ത കുറ്റങ്ങളുടെ ആഴം നിങ്ങൾക്കു മനസ്സിലായിക്കാണുമല്ലോ? പക്ഷേ, ഇയാളുടെ മാനസികനില ശരിയ ല്ലെന്നു നമുക്കു രണ്ടുപേർക്കും അറിയാം. നമുക്കു മാത്രം. ഈയൊരവ സ്ഥയിൽ ഇയാളെ ഹാജരാക്കണമെന്നാണോ നിങ്ങൾ ആഗ്രഹിക്കു ന്നത്?”

അലക്സിന് ഉത്തരം കിട്ടുന്നില്ലെന്നു തോന്നി. അയാളുടെ കാപ്പികുടി അവസാനിച്ചിരുന്നില്ല. കുടിച്ചു തീർത്തിട്ട് അയാൾ സംഭാഷണത്തിൽ പങ്കുചേർന്നു.

"ഫെർണാണ്ടസ്, നിങ്ങളുടെ രീതികളെക്കുറിച്ച് എനിക്കറിയില്ല. എന്നാൽ ഇയാളൊരു രോഗിയാണെന്ന് നമുക്കു സ്ഥാപിച്ചെടുക്കാം. ഇത്തരക്കാർക്ക് ശിക്ഷ ഇളവു ചെയ്തു കൊടുക്കും. എങ്കിലും ലൊറെൻസോയ്ക്ക് ഒത്തിരി സമയം നമുക്കനുവദിക്കാം. ചെയ്ത തെറ്റിന്റെ ഗൗരവം അയാൾകൂടി മനസ്സിലാക്കട്ടെ.

ജനറലിനു കാര്യം പിടികിട്ടി. അയാളെ തല്ക്കാലം ഡോക്ടർ വിട്ടുകൊടുക്കാൻ ഉദ്ദേശിക്കുന്നില്ല. ആയിക്കോട്ടെ. ഡോക്ടർക്കും അതിന്റേതായ ന്യായമുണ്ട്. ഇവിടെ ലൊറെൻസോ സുരക്ഷിതനായിരിക്കും. അയാൾക്കു കൂടുതൽ കുഴപ്പങ്ങൾ സൃഷ്ടിക്കാൻ കഴിയുകയുമില്ല.

ജനറൽ എഴുന്നേറ്റു. യാത്ര പറഞ്ഞു. തിരിച്ചു വീട്ടിലേക്കു പോകാം. ഇവിടെ തനിക്കിനി ഒന്നും ചെയ്യാനില്ല. വേഗം മടങ്ങിച്ചെന്നാൽ ആലീസിന്റെ പരിഭവങ്ങളും കേൾക്കേണ്ടി വരില്ല. അലക്സ് തനിച്ചാണ്. ആരെയും പേടിക്കേണ്ടതില്ല. അതല്ല തന്റെ കാര്യം. കൂട്ടുകാരനെ അനുഗമിച്ച് ഡോക്ടർ ഗെയ്റ്റു വരെ നടന്നു.

തനിച്ച് തിരിച്ചു പോകണമല്ലോയെന്ന് ജനറലിനു തോന്നിയത് അപ്പോഴാണ്. ചർച്ചകൾ അന്ത്യഘട്ടത്തിലെത്തിക്കാണും. തീരുമാനങ്ങളുണ്ടായിക്കാണും. രക്തം ചൊരിയുന്ന ഒരു യുദ്ധം കൂടി വേണ്ടായെന്ന് ജനറലിന് അലറിപ്പറയണമെന്നുണ്ടായിരുന്നു. ചർച്ചകൾക്ക് ആരും തന്നെ ക്ഷണിച്ചില്ലല്ലോ.. ആയുധവിപണിക്കും കൊലപാതകികൾക്കും മാത്രം ലാഭം കൊടുക്കുന്ന ഒന്നാണ് യുദ്ധം. മറ്റെങ്ങും നഷ്ടങ്ങൾ മാത്രം.

പഠിക്കുന്ന കാലത്ത് ഒട്ടേറെ പുസ്തകങ്ങൾ വായിച്ചു തള്ളിയിട്ടുണ്ട്. അവയിലെല്ലാം യുദ്ധത്തിന്റെ നിരർത്ഥകതയെക്കുറിച്ചാണ് കൊടുത്തിരിക്കുന്നത്. യുദ്ധം വരുത്തിയിട്ടുള്ള നഷ്ടങ്ങൾ ഒരിക്കലും നികത്താനാകാത്തതാണ്. അതുണ്ടാക്കുന്ന ശൂന്യത മറയ്ക്കാനും കഴിയില്ല. ആരും ഒറ്റയ്ക്കല്ല മരിക്കുന്നത്. കൂടെ ഒരുപാടു മനസ്സുകളും മരിച്ചു വീഴുന്നുണ്ട്.

ചിന്താധീനനായിത്തീർന്ന ജനറൽ ശരീരം പിന്നിലേക്കു ചായ്ച്ച് കണ്ണുകളടച്ചിരുന്നു. ആ ഇരിപ്പ് കൂടുതൽ ആശയങ്ങളുണ്ടാക്കാൻ സഹായിക്കുന്നതാണ്. പെട്ടെന്നാണു വണ്ടി നിന്നത്. ജനറൽ മുന്നോട്ടാഞ്ഞു. എന്താണു സംഭവിച്ചത്? എന്തിനാണു വണ്ടി നിർത്തിയത്? സ്ഥലം എവിടെയെന്നറിയാനും കൂടി പുറത്തേക്കു തലയിട്ടു നോക്കി.

അശ്വാരൂഢനായ ഒരു യുവാവ്. അയാൾ പൊടുന്നനെ പാതയിലേക്കു കടന്നു വന്നതാണ് വണ്ടി നില്ക്കാനിടയായത്. അശ്രദ്ധയുടെ വലുപ്പം! ജനറൽ ക്രുദ്ധനായി പുറത്തേക്കിറങ്ങി. ചെറുപ്പക്കാർ തീരെ വിവേകമില്ലാതെ പെരുമാറരുത്. താനെന്തെങ്കിലും ചെയ്തോയെന്ന ഭാവം പോലും ചെറുപ്പക്കാരനില്ല. അവൻ ചിരിക്കുന്നു!

ജനറൽ ഇറങ്ങുന്നതു കണ്ടപ്പോൾ അവൻ കുതിരപ്പുറത്തു നിന്നു ചാടിയിറങ്ങി. ബഹുമാനപൂർവ്വം സല്യൂട്ട് ചെയ്തു. അവനു തന്നെ പരിചയമുണ്ടെന്നതിൽ ജനറൽ അത്ഭുതപ്പെട്ടു. ഇതു പ്രതീക്ഷിച്ചതല്ല. അവൻ ആദരപൂർവ്വം ഒരു കവർ വച്ചു നീട്ടി.

കവർ വാങ്ങി പൊളിക്കുമ്പോൾ തിരിച്ചു ചെല്ലാനുള്ള ഉത്തരവാകരുതേയെന്ന് ജനറൽ പ്രാർത്ഥിച്ചു. ഇനിയും കൊല്ലാൻ വയ്യ. തീർച്ചയായും ഔദ്യോഗികമായ കത്തു തന്നെ. ചങ്കിടിപ്പോടെയാണ് അതു വായിച്ചത്.

'ജനറൽ ഫെർണാണ്ടസ്,'

ചർച്ചകൾ വിജയകരമായി പര്യവസാനിച്ച വിവരം സന്തോഷത്തോടെ അറിയിക്കുന്നു. ഉടമ്പടിയും തയ്യാറായിട്ടുണ്ട്. താങ്കൾക്ക് സൈന്യത്തെ പിൻവലിക്കാവുന്നതാണ്.

തുടർന്നങ്ങോട്ട് നോക്കാനൊന്നും സന്തോഷത്താൽ നിറഞ്ഞ കണ്ണുകൾക്കായില്ല. താനൊരു ജനറലാണെന്നതൊക്കെ മറന്ന് അയാൾ ഉത്സാഹത്തോടെ ചെറുപ്പക്കാരന്റെ തോളിലിടിച്ചു.

"നല്ല വാർത്ത, വളരെ നല്ല വാർത്ത!"

സൈന്യത്തെ പിരിച്ചു വിടാനായി ചെറുപ്പക്കാരൻ തിരിച്ചു. അവൻ പോയപ്പോഴാണ് മുമ്പത്തെ അശ്രദ്ധയുടെ കാര്യം ജനറലിന് ഓർമ്മ വന്നത്. അതിലൊന്നും വലിയ പ്രസക്തിയില്ലെന്ന് അപ്പോൾതന്നെ മനസാ തിരുത്തുകയും ചെയ്തു. ഈ സന്തോഷവാർത്ത വീട്ടിലെത്തിക്കുകയാണു വേണ്ടത്. തിടുക്കത്തിൽ മടക്കയാത്ര തുടങ്ങി.

ആലീസിനിപ്പോൾ സന്തോഷിക്കാനേ നേരമുള്ളൂ. ഒന്ന്, ഫെർണാണ്ടസ് സുരക്ഷിതനായി തിരിച്ചെത്തി. രണ്ട്, വീട്ടിൽ രണ്ടു പുതിയ അംഗങ്ങൾ എത്തിയിട്ടുണ്ട്. പുതിയ വാർത്തയും അത്ര തന്നെ ആഹ്ലാദകരമാണ്. എത്രയോ ജീവനെടുത്ത യുദ്ധം ഇനി വേണ്ടെന്ന് തീരുമാനിച്ചിരിക്കുന്നു. പ്രാർത്ഥനകൾ എങ്ങുമെത്താതെ പോകുന്നില്ല.

ഇത്രയും നാൾ തനിക്കുണ്ടായ ദുരന്തങ്ങളെക്കുറിച്ച് ഓർത്തെടുത്ത് സമയം പോക്കിയതിൽ ആലീസിനു കുറ്റബോധം തോന്നി. തന്ന സന്തോഷങ്ങൾക്ക് കർത്താവിനു നന്ദി പറയാൻതന്നെ വിട്ടുപോയി. ഇനിയങ്ങനെ ഒരു വിഡ്ഢിയാവില്ല. മനുഷ്യനു കിട്ടുന്ന ചുരുങ്ങിയ സമയത്തിനുള്ളിൽ പരാതി മാത്രം പറഞ്ഞാലോ. അല്പമൊക്കെയാവാം. ഫെർണാണ്ടസ് പറയും പോലെ കർത്താവിനു മടുക്കില്ലേ?

അച്ഛനുണ്ടായിരുന്നപ്പോൾ വീട്ടുമുറ്റത്ത് വലിയൊരു പൂന്തോട്ടമുണ്ടായിരുന്നതാണ്. നിറയെ പലതരത്തിലും വലിപ്പത്തിലും നിറത്തിലും മണത്തിലുമുള്ള പൂക്കൾ. വീട്ടിലേക്കു നോക്കുമ്പോൾതന്നെ ആ കാഴ്ച കണ്ണിനെ കവർന്നെടുക്കും. അച്ഛന്റെ മരണത്തിനു ശേഷം പൂന്തോപ്പാകെ നാനാവിധമായി. ഒരൊറ്റ ചെടിയില്ലാതെയായി. ഇക്കാലംവരെ അതു വീണ്ടും ഒരുക്കൂട്ടുന്നതിനെപ്പറ്റി ചിന്ത പോയില്ല. ഇന്നലെയാണ് അതു തോന്നിയത്.

സഹായത്തിന് സാലിയും രണ്ടു പാചകക്കാരും കാവൽക്കാരനുമുണ്ട്. ഇതിനെല്ലാം പുറമെ എന്തു സഹായത്തിനും തയ്യാറെടുത്ത് മൈക്കേലും ടോമും. അവരോട് ഒന്നും ചെയ്യണ്ട എന്നു പറയാൻ വയ്യ. വിളിക്കുകയും വേണ്ട. അവർ വരും. എല്ലാം ചെയ്യും. ആദ്യമൊക്കെ വേണ്ടെന്നു പറഞ്ഞു. അപരിചിതത്വം തീർത്തും നീങ്ങിയപ്പോൾ അതിനും വയ്യാതായി.

മുറ്റത്തു വളർന്നു നിന്നിരുന്ന ചില കളകളെ ആദ്യമേ പറിച്ചൊഴിവാക്കി. ആഴത്തിൽ പോയ വേരുകൾ കുനിഞ്ഞിരുന്നു വലിച്ചെടുക്കുക അത്ര എളുപ്പമല്ല. എല്ലാവരും ചേർന്ന് തുടങ്ങിവെച്ചപ്പോൾ പരിപാടി രസമുള്ളതായി. സാലിയെ നിർബ്ബന്ധിച്ചിരുത്തി. പ്രായത്തെക്കുറിച്ച് അവർക്കു മറക്കാം. മറ്റുള്ളവർക്ക് അതു വയ്യല്ലോ.

ജനറൽ ലൊറെൻസോയെക്കുറിച്ചു പറഞ്ഞ കാര്യങ്ങളത്രയും ആലീസ് ഞെട്ടലോടെയാണ് കേട്ടത്. ലൊറെൻസോ അവർക്ക് സ്നേഹസമ്പന്നനായ ജ്യേഷ്ഠനായിരുന്നു. അയാളുടെ മനോനില തകരാറിലാണെന്നു കേട്ടപ്പോൾ സന്തോഷവും തോന്നി. അയാൾ ചെയ്തതൊന്നും മനപൂർവ്വമല്ലല്ലോ. അസുഖബാധിതമായ മനസ്സാണ് അയാളെ കുറ്റവാളിയാക്കിയത്.

കേട്ടതെല്ലാം സത്യമാണോ എന്നറിയാൻ മൈക്കേലിനെ വിളിച്ച് ഒരന്വേഷണവും നടത്തി. അവൻ കള്ളം പറയില്ല. മൈക്കേലിന്റെ വിവരണങ്ങൾ വിശ്വസിക്കാനായില്ല. അയാൾക്കു തീർച്ചയായും എന്തോ സംഭവിച്ചിട്ടുണ്ടായിരിക്കണം.

അലക്സിനെ കാണാൻ പോയ ഫെർണാണ്ടസ് പെട്ടെന്നു മടങ്ങി വന്നു. അയാൾക്കും സമനില തെറ്റിയോ എന്ന് കാണുന്നവർ സംശയിക്കും വിധമാണ് അയാൾ ഓടി വന്നത്. എന്തോ നിധി കിട്ടിയതു പോലെ, ഉറക്കെ ചിരിച്ചു കൊണ്ട്. താൻ മാത്രമല്ല എല്ലാവരും ഞെട്ടിയെന്ന് ആലീസ് ഉറപ്പിച്ചു.

അയാളുടെ തൊപ്പി പറന്നു പോയിരുന്നു. മുടി എഴുന്നേറ്റു നിന്നു. മുഖമാകെ ചുമന്നു തുടുത്തു. വല്ലാത്തൊരു സന്തോഷഭാവം.

"ആലീസ്, യുദ്ധമിനിയില്ല. ചർച്ചകൾ വിജയിച്ചു. എനിക്കിനി ആരെയും കൊല്ലേണ്ടതില്ല."

ആലീസ് ദൈവത്തിനു നന്ദി പറഞ്ഞു.

യുദ്ധമവസാനിച്ചെന്നു കേട്ടപ്പോൾ മൈക്കേലിനും അതിയായ ആഹ്ലാദമുണ്ടായി. വളരെ നന്നായെന്ന് അവന്റെ ഹൃദയം തുടികൊട്ടി. ഇനിയിപ്പോൾ ആരും ആരെയും വേദനിപ്പിക്കില്ലല്ലോ. ജനറലിനു തിരക്കൊഴിയാൻ കാത്തിരിക്കുകയായിരുന്നു. ഇനി മുത്തച്ഛന്റെയടുത്തു പോകാം. ടോമിന് ലോറയെ കണ്ടുപിടിക്കാം. ഏബലിന്റെ നിഷ്കളങ്കതയിലേക്ക് യാത്രയാകാം.

വരാനിരിക്കുന്ന സന്തോഷങ്ങളെ മൈക്കേൽ സങ്കല്പിച്ചു നോക്കി. ആദ്യം ടോമിന്റെ കൂടെ ലോറയെ അന്വേഷിക്കും. അവളെ വേഗം കണ്ടു

കിട്ടും. എന്നിട്ട് മൂന്നുപേരും കൂടി മുത്തച്ഛന്റെയടുത്തേക്കു മടങ്ങും. ആ കണ്ടുമുട്ടൽ കരച്ചിൽ നിറഞ്ഞതായിരിക്കും. മുത്തച്ഛന് ടോമിനെയും ലോറയെയും തന്നെപ്പോലെ സ്നേഹിക്കാൻ കഴിയും. എല്ലാവരും കൂടി ആ ചെറിയ വീട്ടിൽ താമസിക്കും.

കാരലിനു ചിലപ്പോൾ ടോമിനെ ഇഷ്ടമായെന്നു വരില്ല. ലോറയെ എന്തായാലും ഇഷ്ടമാകും. കണ്ടില്ലെങ്കിലും മൈക്കേലിന് ലോറയെ അറിയാം. ചുരുണ്ട മുടിയാണത്രെ ലോറയ്ക്ക്. ടോമിന്റേത് ഒതുക്കമില്ലാത്ത കോലൻ മുടിയാണ്. കാരലിനെ കൊണ്ടുപോകുമ്പോൾ അവരെയും കൂട്ടി വയലറ്റു പൂക്കൾ കാട്ടിക്കൊടുക്കണം. അവരുടെ മുഖത്തെ അന്ധാളിപ്പ് മനസ്സിൽ കാണാനാകുന്നുണ്ട്.

മുത്തച്ഛന്റെ നീണ്ട താടിയിൽ ലോറ പിടിച്ചു വലിക്കുമായിരിക്കും. അദ്ദേഹം വഴക്കൊന്നും പറയില്ലല്ലോ. മുത്തച്ഛൻ തന്നെക്കാളേറെ അവളെ സ്നേഹിച്ചേക്കുമോ? എന്നാലും സാരമില്ല. അവൾ കൊച്ചു കുട്ടിയല്ലേ. ചെറിയ കുട്ടികൾക്ക് ഇത്തിരി സ്നേഹം കൂടുതൽ കിട്ടേണ്ടതാണ്. അതിൽ അസൂയപ്പെടാനൊന്നും പാടില്ല.

ജോർജിയാനയെപ്പോലെ ലോറയും കരഞ്ഞുവിളിക്കുമോ എന്നാണ് പേടി. പെൺകുട്ടികൾ കരച്ചിൽ തുടങ്ങിയാൽ വലിയ ബുദ്ധിമുട്ടാണ്. പിന്നെ, അവരെ മിണ്ടാതിരുത്തുക എന്ന പ്രയാസം ആരേറ്റെടുക്കും? ലോറ അങ്ങനെയൊരു കരച്ചിലുകാരിയല്ലെന്നാണ് ടോം പറയുന്നത്. ആർക്കറിയാം? കളിയിൽ തോറ്റു കൊടുക്കാനൊക്കെ തയ്യാറാണ്. പക്ഷേ, അവൾ കരയാൻ പാടില്ല.

താനെന്തായാലും ടോമിനേക്കാൾ ഭാഗ്യമുള്ളവനാണ്. അവനിനി ആരുമില്ല. പോകാൻ വീടുമില്ല. ലോറ എവിടെയാണെന്ന് ഇനിയും കണ്ടുപിടിച്ചിട്ടില്ല. തനിക്ക് മുത്തച്ഛനുണ്ട്. വീടുമുണ്ട്. മാത്രമല്ല, തന്നേക്കാൾ കഠിന ദിനങ്ങൾ ക്യാമ്പിൽ ചെലവഴിച്ചതും ടോമാണ്. തന്റെ തലവര കുറേക്കൂടി നേരെയാണെന്ന് ടോമിനെ കൂടുതലറിഞ്ഞപ്പോഴാണ് മനസ്സിലായതുതന്നെ.

ജനറൽ വീട്ടിലേക്കു ക്ഷണിച്ചപ്പോൾ ഭയന്നു പോയി. കുറച്ചു ദിവസങ്ങളിലെ അനുഭവം ആളുകളെ സംശയിക്കാൻ പഠിപ്പിച്ചിരുന്നല്ലോ. എന്നിട്ടും, എന്തും വരട്ടെയെന്നു വെച്ച് സമ്മതിച്ചു. അതു നന്നായെന്ന് ഇപ്പോൾ തോന്നുന്നു. ജീവിതം നല്ല ദിശയിലേക്കാണു തിരിഞ്ഞത്. ടോമും സന്തുഷ്ടനാണ്. ഭയം മൂടിയ ജീവിതം അവൻ മറന്നു പോയ പോലെ.

ജീവിതചര്യകളിലും മാറ്റങ്ങൾ വന്നിട്ടുണ്ട്. ക്യാമ്പിനു പുറമെ സംസാരിക്കാനും ചിരിക്കാനും അന്തരീക്ഷമോ കാരണമോ കിട്ടിയിരുന്നില്ല. ഇവിടെ അങ്ങനെയല്ല. വികാരങ്ങളും വിചാരങ്ങളും പ്രകടിപ്പിക്കാം. ആരെയും ഭയന്നുകൊണ്ടുള്ള ഓടിയൊളിക്കലുകളില്ല. എല്ലാവർക്കും എല്ലാവരോടും സ്നേഹം മാത്രം. ലോകത്തെ മറ്റൊരു ഏബലാണിത്. നരകത്തിൽനിന്നും സ്വർഗ്ഗത്തിലേക്കാണ് എത്തിച്ചേർന്നത്.

ആലീസമ്മക്ക് എന്തൊരു സ്നേഹമാണ്! വന്നു കയറിയ ദിവസം മുതൽ അവർ പരിചിതയായി. ഒരിക്കലും കണ്ടിട്ടില്ലാത്ത അമ്മയായി. തന്റെ അമ്മയും ഇതുപോലെ ആയിരുന്നിട്ടുണ്ടാകും. അവരുടെ വാക്കും നോക്കും സ്നേഹവും വാത്സല്യവും ഉള്ളതാണ്. നെറ്റിയിൽ കൈ വയ്ക്കുമ്പോഴെല്ലാം ഒരിക്കലും അനുഭവിച്ചിട്ടില്ലാത്ത അമ്മയുടെ സ്പർശം ഓർമ്മ വരും.

അമ്മ എവിടെയാണെന്നോ എങ്ങനെയാണെന്നോ മുത്തച്ഛൻ പറഞ്ഞു തന്നിട്ടില്ല. ചോദിച്ചതുമില്ല. അമ്മ എന്തു തന്നെയായാലും ഇവരെപ്പോലിരിക്കും, തീർച്ച.

ജനറലും സ്നേഹസമ്പന്നൻ തന്നെ. പക്ഷേ, കുറച്ചേ സംസാരിക്കൂ. താൻ സംസാരിക്കുന്നത് കേൾക്കാനാണ് അദ്ദേഹത്തിനു താല്പര്യം. കേട്ടിരിക്കുമ്പോഴുള്ള മുഖഭാവം വാത്സല്യം നിറഞ്ഞതാണ്. ടോമിനെയും തന്നെയും അദ്ദേഹം ഒരിക്കലും വേദനിപ്പിക്കില്ല. അദ്ദേഹത്തിനൊരു മകനുണ്ടായിരുന്നെങ്കിൽ അവന് എത്ര സ്നേഹം കിട്ടുമോ അത്രയും സ്നേഹം തനിക്കും ടോമിനും കിട്ടുന്നുണ്ട്.

സാലി അമ്മൂമ്മയും പാവമാണ്. അവർക്ക് ഒരുപാടു കാര്യങ്ങളറിയാം. ആരെയും പേടിയില്ലെന്നു പറഞ്ഞ ടോമിനെ കാനനയക്ഷിയുടെ കഥ പറഞ്ഞാണ് അവർ പേടിപ്പിച്ചത്. അന്ന് ഒരുപാടു നേരം ചിരിച്ചു. വയറു വേദനിച്ചു തുടങ്ങിയപ്പോഴാണ് ചിരി നിർത്തിയത്. മുത്തച്ഛന്റെയത്ര പ്രായമില്ല. എങ്കിലും ഈ വീട്ടിൽ ഏറ്റവും മുതിർന്നത് സാലി അമ്മൂമ്മയാണ്.

യുദ്ധമവസാനിച്ച സ്ഥിതിക്ക് തിരിച്ചു പോകണം. ഈ വീടിനെയും വീട്ടുകാരെയും വിട്ടു പോകുന്നത് വേദന തന്നെ. എന്നാലും മുത്തച്ഛനാണ് വലുത്. അദ്ദേഹത്തെ ഒറ്റയ്ക്കാക്കാൻ വയ്യ. തിരിച്ചുപോകണം. ഒരുപാടു സ്നേഹം തന്ന് അനുഗ്രഹിച്ച ജനറലിനെയും ആലീസമ്മയെയും സാലി അമ്മൂമ്മയെയും ഡോക്ടറെയും പിരിഞ്ഞ് പോയേ പറ്റൂ, മുത്തച്ഛനെക്കാണാൻ.

സാലിക്കു ചിരി വന്നു പോയി. ഫെർണാണ്ടസിന് ഒരു മാറ്റവുമില്ല. കണ്ടില്ലേ, കൊച്ചു കുട്ടിയെപ്പോലെ ഓടി വന്നത്! ആലീസിന്റെ അമ്പരപ്പ് കാണാൻ ചേലായിരുന്നു. അവളാകെ കുതിർന്നു പോയി.

കാര്യമറിഞ്ഞപ്പോൾ ശ്വാസം വീണു. നല്ലത്. കുറെയേറെ മരണം നടന്നതിനു ശേഷമാണെങ്കിലും ഇനി മരണങ്ങൾ ഒഴിവാക്കാമല്ലോ. ഫെർണാണ്ടസിന്റെ സന്തോഷത്തിൽ കഴമ്പുണ്ട്. അല്ലെങ്കിലും അദ്ദേഹം പണ്ടേ ആർദ്രതയുള്ളവനാണ്. ജേക്കബ് ഇത്തിരി അഹന്തയുള്ളവനായിരുന്നു. അവൻ തനിക്കിഷ്ടമുള്ളവരോട് സ്നേഹപൂർവ്വവും അല്ലാത്തവരോട് കടുപ്പത്തിലും സംസാരിച്ചു. ഫെർണാണ്ടസിന് തരംതിരിവൊന്നുമില്ല. അന്നും ഇന്നും അവൻ എല്ലാവരെയും ഇഷ്ടപ്പെട്ടു.

നാല്പതു വർഷങ്ങൾക്കു മുമ്പ് അവൻ തന്റെ മടിയിലാണ് ആദ്യം കിടന്നത്. അവനു തന്നോടുള്ള ഊഷ്മള ബന്ധം അന്നു തുടങ്ങി.

ഇപ്പോഴും മനസ്സിനു പിരിമുറുക്കം തോന്നുമ്പോൾ അവൻ മുന്നിൽ വരും. അല്പനേരം സംസാരിക്കും. ശാന്തമായ മനസ്സുമായി മടങ്ങും. ഒരു മകനില്ലെന്ന വേദന ഒരിക്കലും തോന്നിയിട്ടില്ല.

ഫെർണാണ്ടസിനെ സന്തോഷിപ്പിക്കാൻ എന്നും താൻ ശ്രദ്ധിച്ചു. അവന്റെ പിറന്നാളുകൾ കെങ്കേമമായി ആഘോഷിച്ചു. അവന്റെ വധു ആലീസാണെന്നു കേട്ടപ്പോൾ ആശ്വസിച്ചു. അവൾ കുലീനയാണ്. ആ വിവാഹമാണ് താൻ മതിമറന്നാഘോഷിച്ച ചടങ്ങുകളിലൊന്ന്. മറ്റൊന്ന് അവനു മകൻ പിറന്ന വേളയും. എന്തൊരോമനത്തമുള്ള കുഞ്ഞായിരുന്നു? പക്ഷേ, കർത്താവ് മാലാഖകളെ വിട്ടു വിളിപ്പിച്ചു.

യുദ്ധമവസാനിച്ചതിന്റെ ആനന്ദം പങ്കുവയ്ക്കാൻ ഫെർണ്ടാണ്ടസ് ഒരു സൽക്കാരം നടത്താൻ തീരുമാനിച്ചിരിക്കയാണ്. എട്ടു വർഷങ്ങൾക്ക് ശേഷം ഈ വീട്ടിൽ അതിഥികൾ എത്താൻ പോകുന്നു! സന്തോഷമുള്ള കാര്യം. ജനറലുണ്ടായിരുന്നപ്പോൾ എപ്പോഴും ആരെങ്കിലും വന്നുകൊണ്ടിരുന്ന വീടാണ്. വീടിന്റെ സൗന്ദര്യത്തെ ആരെങ്കിലും പുകഴ്ത്തിയാൽ അദ്ദേഹം പറയുമായിരുന്നു. സാലിയുടെ കഴിവാണ്. അപ്പോഴെല്ലാം അനുഭവിച്ചിരുന്ന അഭിമാനം മറ്റൊരിക്കലും കിട്ടിയിട്ടില്ല.

സൽക്കാരം ഗംഭീരമാക്കാം. പണ്ടത്തേതു പോലെ ഇവിടെയെല്ലാം താൻ തന്നെ അലങ്കരിക്കും.

ആരെയും എതിർക്കാനോ സഹായിക്കാനോ സമ്മതിക്കില്ല. താനിപ്പോൾ പഴയ മുപ്പതുകാരിയാണ്. ചുറുചുറുക്കും പ്രസന്നതയും കൈവന്നപോലെ. മൈക്കലും ടോമും പിന്നാലെ നടക്കുന്നുണ്ട്. കുട്ടികളുടെ സാന്നിദ്ധ്യം ആരെയും ചെറുപ്പമാക്കുന്നു.

പിന്നെയാണ് അക്കാര്യം ഓർമ്മ വന്നത്. ജനറലിന്റെ ഫോട്ടോ വെയക്കണം. അദ്ദേഹത്തെ അനുസ്മരിക്കാതെ ഇവിടെയൊരു പരിപാടിയും നടത്താൻ പാടില്ല.

എല്ലാവരും ചേർന്ന് വർഷങ്ങൾക്കു മുമ്പെടുത്ത ഫോട്ടോ ഭദ്രമായി വെച്ചിട്ടുണ്ടല്ലോ. അതിൽ തന്റെ മുഖം അത്ര വ്യക്തമായില്ല. ജനറൽ ഫോട്ടോഗ്രാഫറെ വഴക്കു പറഞ്ഞത് ഓർക്കുന്നു.

ഫോട്ടോ മുകളിലത്തെ മുറിയിലുണ്ട്. ഏറെക്കാലമായി അവിടെയെല്ലാം പൂട്ടിക്കിടക്കുകയാണ്. ആരെങ്കിലും അങ്ങോട്ടു പോയിട്ട് വർഷങ്ങളായി. അവിടെപ്പോകുക തന്നെ. എല്ലാവരും വരുന്നതിനു മുമ്പ് ആ ഫോട്ടോയെടുത്ത് വൃത്തിയാക്കിവെക്കണം. ഒരു ഓർമ്മപുതുക്കൽ.

സാലി പതുക്കെ ഗോവണിക്കരികിലേക്കു നടന്നു.

ഗോവണി കയറാൻ അശക്തയാണ്. കയറാതിരിക്കാനും വയ്യ. ഓരോ പടിയും പതുക്കെ പിടിച്ചു പിടിച്ച് കയറി.

മാറാല കെട്ടിയ, ഇരുണ്ട മുറികൾ. ചുമരിന്മേൽ പതിപ്പിച്ച ഫോട്ടോയും നശിച്ചു തുടങ്ങിയിട്ടുണ്ട്. മുഖങ്ങൾ ഇരുട്ടത്ത് കാണുന്നതേയില്ല. ഫോട്ടോ പ്രയാസപ്പെട്ടു താഴെയിറക്കി. ഫ്രെയിമിന് കാര്യമായ നാശം സംഭവിച്ചിട്ടില്ല. അതു താഴെയെത്തിക്കാനുള്ള വഴികളൊന്നും

മനസ്സിൽ തെളിഞ്ഞില്ല. കനമുണ്ട്, പിടിച്ചിറങ്ങാൻ തനിക്കു കഴിയില്ല.

"അമ്മൂമ്മേ, ഞാനിതു പിടിക്കണോ?"

കുട്ടികൾ ദൈവദൂതരാണെന്നു പറയുന്നത് അക്ഷരംപ്രതി ശരിയാണ്. കൃത്യസമയത്താണ് മൈക്കേൽ വന്നത്.

അവൻ ഫോട്ടോ പിടിച്ച് മുന്നിലിറങ്ങി. ഇടയ്ക്കിടെ തിരിഞ്ഞു നോക്കുന്നതു കാണുമ്പോൾ അവന്റെ മനസ്സു സ്നേഹം കൊണ്ടു നിറഞ്ഞിരിക്കുന്നു എന്ന് വെളിവാകും. അവന്റെ നോട്ടം ഫെർണാണ്ടസിന്റെ ബാല്യകാലത്തെ ഓർമ്മിപ്പിക്കുന്നു. അവന്റെ സ്നേഹവും ഇതുപോലെ കറയില്ലാത്തതാണ്.

താഴെയെത്തിയപ്പോൾ ഫോട്ടോ തിരിച്ചു വാങ്ങി. അവൻ വിട്ടില്ല. അവനതിൽ ആകൃഷ്ടനായതുപോലെ. ആ കണ്ണുകൾ ഫോട്ടോയിൽ തറച്ചു നില്ക്കുകയാണ്! അവൻ എന്താണ് നോക്കുന്നതെന്ന് മനസ്സിലായില്ല. അവൻ കണ്ടിട്ടില്ലാത്തവരാണ് ഫോട്ടോയിൽ അധികവും. എന്നിട്ടും... അവന്റെ നോട്ടം ഫോട്ടോയിൽ ഉടക്കി നില്പാണ്. പിന്നെ ഒന്നും ചിന്തിച്ചില്ല.

"നീ ആരെയാണു നോക്കുന്നത്, മൈക്കേൽ....?"

# പതിനൊന്ന്

**ആ** ഫോട്ടോയ്ക്ക് വളരെയധികം പഴക്കമുണ്ട്. അവനെക്കാളും. അതിൽ ജനറലിനെയും സാലി അമ്മൂമ്മയെയും അവനു മനസ്സിലായി. മറ്റുള്ളതെല്ലാം അപരിചിതർ. പക്ഷേ, ഒത്ത നടുക്കായി ഗംഭീരഭാവത്തിൽ ഇരിക്കുന്നയാളുടെ കണ്ണുകൾ അവൻ ശ്രദ്ധിച്ചു. നല്ല പരിചയം. ആരാണ് എന്നു മനസ്സിലാകുന്നില്ല.

"നീ ആരെയാണ് നോക്കുന്നത്?"

അമ്മൂമ്മ അത്ഭുതത്തോടെ നോക്കുന്നു. ആരെയും ഇല്ലെന്നു കഴുത്തു വെട്ടിച്ചു. അമ്മൂമ്മ എത്ര കുട്ടികളെ കണ്ടിട്ടുള്ളതാണ്. അവർക്കു മനസ്സിലായി. നോക്കിക്കൊണ്ടിരിക്കുന്നയാളെ തൊട്ടുകാണിച്ചു കൊണ്ട് വിശദീകരിച്ചു.

"ഇതാണു വലിയ ജനറൽ സാർ. ഇവിടത്തെ സാറിന്റെ അച്ഛൻ. പേരുകേട്ട ആളായിരുന്നു. സാറിനിപ്പുറത്തിരിക്കുന്നത് ഭാര്യയാണ്. അവരും മരിച്ചുപോയി. ഇതു സാറിന്റെ ഇളയമകൻ ജേക്കബ്, ഭാര്യ ഡെല്ല. എന്നെ നിനക്കറിയാമല്ലോ. ഫെർണാണ്ടസിനെയും ആലീസിനെയും മനസ്സിലായിക്കാണും.

ഏറ്റവും അവസാനമായി പുഞ്ചിരി തൂകിക്കൊണ്ടു നില്ക്കുന്ന ചെറുപ്പക്കാരനെ അവർ ചൂണ്ടിക്കാട്ടി.

"ഇവൻ, ജനറലിന്റെ വളർത്തുമകനാണ്. മകനെപ്പോലെ തന്നെയായിരുന്നു. ഫെർണാണ്ടസിന്റെയും മൂത്തതാണ്. നല്ല സ്നേഹമുള്ളവനാ, ലൊറെൻസോ."

ചെവി തുളഞ്ഞുപോയതുപോലെ. ലൊറെൻസോ? കണ്ണു വേദനിക്കുന്നതുവരെ അയാളെ സൂക്ഷിച്ചു നോക്കി. അതെ, ലൊറെൻസോ തന്നെ. ഇത്ര നല്ല അന്തരീക്ഷത്തിൽ വളർന്നിട്ടും ഇയാളിങ്ങനെ ഹൃദയമില്ലാത്തവനായിപ്പോയല്ലോ. സ്നേഹമുള്ളവനാണെന്നു പരിചയപ്പെ

ടുത്തിയ അമ്മൂമ്മയ്ക്ക് ഇയാളെ വേണ്ടത്ര അറിയില്ല.

കുറെ നാളുകൾക്കു ശേഷമാണ് ലൊറെൻസോയെക്കുറിച്ച് ഓർക്കുന്നത്. അയാളുടെ ചത്ത കണ്ണുകളും ഭീഷണിസ്വരവും മനസ്സിലെത്തി. ഈ വീട്ടിൽ എല്ലാവർക്കുമിടയിൽ വളർന്നു വന്നതാണയാൾ. എന്നിട്ടും അയാളുടെ നീചത്വം അളക്കാൻ കഴിയാത്തതാണ്. ലൊറെൻസോയെക്കുറിച്ച് ഓർക്കുന്നതുപോലും പാപമാണ്.

"എന്തു സന്തോഷമായിരുന്നു. ജനറൽ സാറിന്റെയത്ര നല്ല മനുഷ്യൻ ഇനിയുണ്ടാകില്ല. എല്ലാത്തരക്കാരുമായും ചങ്ങാത്തം അദ്ദേഹത്തിനുണ്ടായിരുന്നു. ഭാര്യയെയും മക്കളെയും ഇങ്ങനെ സ്നേഹിച്ച ഒരു മനുഷ്യൻ. ഓർക്കുമ്പോൾ സങ്കടം തോന്നും."

അമ്മൂമ്മയുടെ കണ്ണു നിറഞ്ഞു. അവർ വീണു പോകേണ്ടതായിരുന്നു. കസേരയിൽ താങ്ങുകൊടുത്ത് പിടിച്ചുനിന്നു. പിന്നെ, പതിയെ കസേര നീക്കിയിട്ട് അതിന്മേലിരുന്നു. പറഞ്ഞുകൊണ്ടിരുന്നത് മുഴുവനാക്കാൻ....

"അവരും അങ്ങനെ തന്നെ. എന്നെ ചേച്ചിയെന്നാണ് വിളിച്ചത്. ഞാൻ വെറും വേലക്കാരി. എന്നിട്ടും എനിക്കങ്ങനെ ഒരിക്കലും തോന്നിയില്ല. അത്ര കാര്യമായിട്ടാണ് അവരെന്നോടു പെരുമാറിയത്. മക്കളും മരുമക്കളും എല്ലാം അങ്ങനെതന്നെ. ഒക്കെ കുറച്ചു കാലത്തേക്കു മാത്രം."

അമ്മൂമ്മയ്ക്ക് കുറച്ചു നേരത്തേക്ക് ഒന്നും പറയാനായില്ല. ചുണ്ട് കടിച്ചു പിടിച്ച് അനങ്ങാതിരുന്നു. എവിടെയോ കറങ്ങാൻ പോയ ടോം അപ്പോഴാണ് തിരിച്ചെത്തിയത്. കഥ കേൾക്കാൻ അവനും വന്നു.

"എല്ലാവരെയും പെട്ടെന്നു കൊണ്ടു പോയി. ഒരു കൊടുങ്കാറ്റു വീശിയതു പോലെ. സന്തോഷം മാത്രമുണ്ടായിരുന്ന വീട്, ദു:ഖത്തിന്റേതു മാത്രമായി. എല്ലാവർക്കും നഷ്ടം മാത്രമായി ആദ്യം അവരു പോയി. കൂടെ ജേക്കബും. ഏറെക്കഴിയും മുമ്പെ ജനറലും പോയി പിന്നെ...."

അമ്മൂമ്മ പൊട്ടിക്കരയാൻ തുടങ്ങി. ടോം അന്തം വിട്ടു നില്പാണ്. എന്തു ചെയ്യണമെന്ന് മൈക്കേലിനും മനസ്സിലായില്ല. അമ്മൂമ്മയുടെ അടുത്തു ചെന്നു നില്ക്കാം. കരച്ചിൽ നിർത്തിയേക്കും. അവൻ മെല്ലെ അടുത്തേക്കു നീങ്ങി നിന്നു. അമ്മൂമ്മ ഒരു നിമിഷം അവനെ നോക്കി.

"പിന്നെ ഫെർണാണ്ടസിന്റെ നാലു മാസമായ മകനും. ജനറലിന്റെയും കുഞ്ഞിന്റെയും അവശിഷ്ടംപോലും കിട്ടിയില്ല. ജീവനോടെയുണ്ടായിരുന്നെങ്കിൽ നിന്റെ പ്രായമായിരുന്നേനെ. പാവം ആലീസ്. ഇക്കാലമത്രയും മകനു വേണ്ടി കണ്ണീരൊഴുക്കി."

പറഞ്ഞു നിർത്തിയിട്ട് അമ്മൂമ്മ മുഖം തുടച്ചു. ഒന്നു പുഞ്ചിരിക്കാനുള്ള ശ്രമവും നടത്തി. ഫോട്ടോ തുടയ്ക്കാനായി കയ്യിലെടുത്തു. പകുതി തന്നോടായും പകുതി മൈക്കേലിനോടായും പറഞ്ഞു.

"ഇന്നൊരു നല്ല ദിവസമായിട്ട്, നമ്മൾ ദു:ഖിക്കരുത്."

ലൊറെൻസോയുടെ മസ്തിഷ്കം ഇപ്പോൾ പിറകോട്ടു പ്രവർത്തി

ക്കുകയാണ്. അതിനു വർത്തമാനവും ഭാവിയും നഷ്ടപ്പെട്ടു. ഭൂതകാലത്തിന്റെ നന്മകളും. ചില കറുത്ത ഏടുകൾ മാത്രം അത് അനാവൃതമാക്കിക്കാട്ടി. ഒരു ചലച്ചിത്രം പോലെ ആ കറുത്ത കാഴ്ചകൾ അയാൾ കണ്ടുകൊണ്ടിരുന്നു.

അതൊരു തെളിഞ്ഞ ദിവസമായിരുന്നു. ജനറലിന്റെ ഭാര്യ, തന്റെ വളർത്തമ്മ, ജേക്കബിനൊപ്പം പള്ളിയിൽ പോകാനിറങ്ങി. തന്നിൽ വിദ്വേഷം കത്തിപ്പടർന്നതിന്റെ ആദ്യനാളുകളായിരുന്നു അത്. ആരുമറിയാതെ അമ്മയെയും മകനെയും പിന്തുടർന്നു. അവർ പള്ളിയിലേക്കാണെന്നൊക്കെ അറിയാമായിരുന്നു. കുബുദ്ധി അങ്ങനെ ചെയ്യാൻ തന്നെ പ്രേരിപ്പിച്ചു.

അവർ പള്ളിയിൽ നിന്നിറങ്ങുന്നത് അപരിചിതനെപ്പോലെ അകലെ നിന്നു കണ്ടു. ജനറലിന്റെ ഭാര്യക്ക് പൂക്കളോടു വല്ലാത്ത പ്രണയമായിരുന്നു. പള്ളിക്കു മുന്നിലെ പൂന്തോപ്പിൽ അവർ വെറുതെ ചെന്നിരുന്നു. ജേക്കബ് അവർക്കൊപ്പം പോകാതെ പള്ളിക്കു പുറകിലേക്കാണു പോയത്. ജേക്കബിനെ പിന്തുടർന്നു.

ഫെർണാണ്ടസ് എന്നും അലിവുള്ളവനായിരുന്നു. അയാൾ തനിക്കൊരു തടസ്സമേയല്ലെന്ന് നേരത്തെ മനസ്സിലാക്കിയതാണ്. ജേക്കബ് അങ്ങനെയല്ല. അവൻ ഒരു തലതിരിഞ്ഞവനാണ്. അവന്റെ കണ്ണുകൾ ഒരു ദിനം തന്റെ നേരെ സംശയത്തോടെ നീളുമെന്നതിൽ യാതൊരു തർക്കവുമില്ല. അവനെ വഴിയിൽ നിന്നൊഴിവാക്കണം. ഏറെ നാളായി കാത്തിരിക്കുകാണ്.

പള്ളിയുടെ പിറകിലാണ് സെമിത്തേരി. കല്ലറകളിൽ നിന്ന് ആത്മാവുകൾ മന്ത്രിക്കുന്നയിടം. ജേക്കബ് അങ്ങോട്ടു പോകുന്നതിന്റെ അർത്ഥം മനസ്സിലാക്കാവുന്നതിനുമപ്പുറത്തായിരുന്നു. ദൈവം പോലും ആവശ്യമനുസരിച്ച് ചെറുതായും വലുതായും തനിക്ക് തോന്നിയിട്ടുണ്ട്. ആത്മാക്കളുടെ ശക്തിയിലൊന്നും ഒരുനാളും വിശ്വസിച്ചിട്ടില്ല.

ജേക്കബ് എന്തിലും വിശ്വസിച്ചു. ആത്മാക്കൾക്ക് നമ്മുടെ പ്രാർത്ഥനകൾ കേൾക്കാൻ കഴിയുമെന്ന് അയാൾ എവിടെയോ വായിച്ചു. മുതുമുത്തച്ഛന്മാരടക്കം എല്ലാ പിതാമഹരും ഉറങ്ങുന്ന ഭൂമിയിൽ അയാൾ ചെന്നത്, അവരോട് തന്റെ ആഗ്രഹങ്ങൾ പറയാനാണ്. അവർ കാതോർക്കുകയാണെന്നും എല്ലാം സാർത്ഥകമാക്കുമെന്നും അയാൾ ആശിച്ചു.

മുത്തച്ഛന്റെ കല്ലറയ്ക്കു മുന്നിൽ മുട്ടുകുത്തിയിരുന്നു പ്രാർത്ഥിക്കുന്ന ജേക്കബിനെ നോക്കി നില്ക്കുന്തോറും കണ്ണുചുകന്നു. ക്ഷമ നശിച്ചു. അവൻ അവന്റേതു മാത്രമായ മുത്തച്ഛനോടു സംസാരിക്കുകയാണ്. തനിക്കവിടെ സ്ഥാനമില്ലല്ലോ. താൻ വെറും വളർത്തു മകൻ.

ജേക്കബ് കൈയിലിരുന്ന മഞ്ഞപ്പൂക്കൾ കല്ലറയിൽ വെച്ചു. ഇനിയും പറയാനുള്ള മട്ടു കണ്ടപ്പോൾ കാത്തിരിപ്പു നിർത്തി. ഇതിവിടെ തീരണം. അജ്ഞാതന്റെ കല്ലറയുടെ മുകളിൽ വെച്ചിരുന്ന ഭാരിച്ച കല്ല്

എടുത്തുയർത്തി. ഏറു കൃത്യമായിരുന്നു. ഒന്നു ഞരങ്ങുക പോലും ചെയ്യാതെ തല തകർന്ന് ജേക്കബ് മരിച്ചു.

ആദ്യത്തെ കൊലപാതകം. സംഗതി കരുതുന്നത്ര സുഖകരമല്ലെന്ന് ബോദ്ധ്യമായി. ചുറ്റിലും മറ്റാരുമില്ല. ജേക്കബ് പോലുമറിയാതെയാണ് അവനെ കൊന്നത്. അഭിമാനം തോന്നി. ഇനി അവന്റെ ആത്മാവ് അവിടെ നിന്നു യഥേഷ്ടം സംസാരിക്കട്ടെ. തനിക്കൊരു പരാതിയുമില്ല.

"ജേക്കബ് .... പോകാം."

നാശം. അവരെന്തിനാണ് ഇങ്ങോട്ടു വരുന്നത്? പൂന്തോപ്പിലിരുന്ന സ്ത്രീ ഇത്ര പെട്ടെന്ന് ഇവിടെ വരേണ്ടതില്ലല്ലോ. കാലടി ശബ്ദം അടുത്തു വന്നു. ഓടിപ്പോവാനൊന്നും തോന്നിയില്ല. ഭയം കൊണ്ടോ കുറ്റബോധം കൊണ്ടോ അല്ല. എന്തോ, അതിനായില്ല. രാവിലെ അവരുടെ മുഖത്തേക്കു നോക്കി ഭംഗിയായി പുഞ്ചിരിച്ചതാണ്. പക്ഷേ, ഇപ്പോൾ അതിനാവുന്നില്ല.

അടുത്തു വന്ന് അവർ കൈയിലൊന്നു തട്ടി.

"നീയും വന്നിരുന്നോ, പള്ളിയിൽ?"

പിന്നെയാണ് അവരുടെ കണ്ണുകൾ പിറകോട്ടു നോക്കിയത്. അതെന്തെന്നു മനസ്സിലാക്കാൻ കുറച്ചു സമയം വേണ്ടി വന്നു. പിന്നെ നോക്കിയത് തന്റെ മുഖത്തേക്കാണ്. ആ നോട്ടം സഹിക്കാനായില്ല. ചെയ്തത് പുറംലോകമറിയരുത്. സിംഹി ഇരയുടെ കഴുത്തിൽ മുറുക്കിക്കടിക്കുന്നതു പോലെ, അതേ വന്യതയോടെ, കൈകൾ അവരുടെ കഴുത്തിലമർന്നു.

"ലൊറാൻ..."

വേദനയോടെ വിളിച്ചു. ആ കണ്ണുകളിലെ തിളക്കം കൈകളെ കൂടുതൽ കരുത്തുറ്റതാക്കി. മരിച്ചുവെന്ന് ബോദ്ധ്യം വന്നപ്പോൾ ജേക്കബിടുത്ത് കിടത്തി. തിരിഞ്ഞു നോക്കാതെ വേഗം മടങ്ങി. പാഴാക്കാൻ സമയമില്ലായിരുന്നു.

പള്ളിയിൽ പോയവർ തിരിച്ചെത്തിയില്ല. വൈകുന്നേരമായപ്പോഴാണ് മൃതദേഹങ്ങൾ പുറംലോകം കണ്ടത്. കിഴവൻ ജനറൽ തന്റെ പുറത്ത് മുഖം പൂഴ്ത്തിയാണു കരഞ്ഞത്. ജേക്കബിന്റെ ഭാര്യയുടെ ശബ്ദം ചെവിതുളയ്ക്കുന്നത്ര ഉച്ചത്തിലായിരുന്നു. മനസ്സിൽ ചിരിച്ചു. രണ്ടെണ്ണം വഴിയിൽ എന്നെന്നേക്കുമായി ഇല്ലാതായി....

ലൊറെൻസോയുടെ കാര്യം കേട്ടപ്പോൾ ടോം വിടർന്ന കണ്ണുകളുമായി അനങ്ങാതെ നിന്നുപോയി. അവനാണല്ലോ ലൊറെൻസോയെ കൂടുതൽ പരിചയം. ഒന്നാലോചിച്ചിട്ട് അവൻ മൈക്കേലിനോട് പത്താം തവണയും ചോദിച്ചു.

"സത്യമായിട്ടും..?"

ഇനി തലയാട്ടാൻ മൈക്കേലിനു വയ്യ. ടോമിന് ഇനിയും വിശ്വാസമായിട്ടില്ല. മൈക്കേലിന് എല്ലാം മനസ്സിലായി. ലൊറെൻസോയുടെ പേര് താൻ പറഞ്ഞപ്പോൾ ജനറലിനുണ്ടായ ഞെട്ടൽ യാദൃച്ഛികമല്ല. ലൊറെൻസോയെക്കുറിച്ച് സാലി അമ്മൂമ്മ പറഞ്ഞതു കേട്ടില്ലേ? സ്നേഹമുള്ളവൻ പോലും. അയാൾക്ക് കാര്യമായി എന്തോ പറ്റിയിട്ടുണ്ടാകും.

വട്ടായിക്കാണുമോയെന്ന് ടോം ചോദിച്ചു കഴിഞ്ഞു.

കൂടുതൽ നേരം അയാളെക്കുറിച്ചാലോചിക്കാൻ അവർക്കു സമയം കിട്ടിയില്ല. ഒരുപാടു തയ്യാറെടുപ്പുകൾ നടത്തേണ്ടതായിട്ടുണ്ട്. വളരെ ഗംഭീരമായൊരു സൽക്കാരമാണ് ജനറൽ പദ്ധതിയിട്ടിരിക്കുന്നത്. പരിചയക്കാരെയെല്ലാം ക്ഷണിക്കുന്നുണ്ട്. ഡോക്ടറെ കാണാം എന്നതിൽ മൈക്കേലും ടോമും വളരെയധികം സന്തോഷിക്കുന്നു.

അതിഥികളോട് പെരുമാറേണ്ട വിധം ആലീസാണവരെ പഠിപ്പിച്ചത്. ആ ഭാഷ വളരെയധികം കൃത്രിമത്വമുള്ളതാണെന്നു മൈക്കേലിനു തോന്നി. എന്നാലും അവനെല്ലാം പഠിച്ചു വെച്ചു. പുതിയ പ്രയോഗങ്ങൾ പഠിച്ചെടുക്കാനായതിന്റെ സന്തോഷത്തിലാണ് ടോമും. ഭക്ഷണം കഴിക്കുന്നതിലും ചില ചിട്ടകളുണ്ട്. തീൻമേശ മര്യാദകൾ പഠിക്കാൻ ടോം വല്ലാതെ ബുദ്ധിമുട്ടി. മൈക്കേലിനത് ഇഷ്ടപ്പെട്ടതുകൊണ്ട് അവൻ വേഗം മനസ്സിലാക്കി. ഭക്ഷണം കഴിക്കുമ്പോൾ ശാന്തത വേണമെന്ന് അവനു നിർബ്ബന്ധമാണ്.

ഉത്സാഹം കൊണ്ട് ഉറക്കം കിട്ടിയില്ല. ഇത്രയധികം ആളുകളെ ആദ്യമായി കാണാൻ പോവുകയല്ലേ. അവരൊക്കെ എങ്ങനെയുള്ളവരായിരിക്കും. ഭാവന ചെയ്തു നോക്കി. എന്നിട്ടൊന്നും മൈക്കേലിനു തൃപ്തി വന്നില്ല. ടോമിന് ഇതൊന്നുമൊരു വിഷയമല്ല. അവൻ പട്ടണത്തിൽ താമസിച്ചവനല്ലേ. ആളുകളോട് ഇടപഴകാനൊക്കെ അവനു കഴിയുമായിരിക്കും.

ആലീസമ്മ രാവിലെ അവരെ വിളിച്ചുണർത്തി. എല്ലാ ഒരുക്കങ്ങളും പൂർത്തിയായിട്ടുണ്ട്. പിങ്ക് നിറമുള്ള നീണ്ട വസ്ത്രത്തിൽ അവർ വളരെ സുന്ദരിയായിത്തോന്നി. അവനതു പറയുകയും ചെയ്തു. വലതു കൈപ്പത്തിയിലൊരു ചുംബനമായിരുന്നു മറുപടി. അവർ കൊണ്ടു വെച്ച പുതിയ വസ്ത്രങ്ങളണിഞ്ഞ് സുന്ദരന്മാരായി മൈക്കേലും ടോമും മുറി വിട്ടിറങ്ങി.

സാലി അമ്മൂമ്മയ്ക്ക് സന്തോഷമായെന്ന് അവരുടെ മുഖം പറഞ്ഞു. ജനറലിനും വലിയ സന്തോഷമായി. പകിട്ടേകിയ പരിപാടിയിൽ അതിഥികൾ സമയത്തിന് എത്തിത്തുടങ്ങി. ഉപചാരപൂർവ്വം അവരോടു സംസാരിക്കാൻ മൈക്കേലിനു കഴിഞ്ഞു. ആലീസമ്മയെ ഓർത്തു കൊണ്ട് അവൻ മുതിർന്നവരോടു സംസാരിച്ചു. ഒതുക്കമുള്ള നല്ല കുട്ടിയെന്ന് സുന്ദരിയായ ഒരു സ്ത്രീ അവനോടു പറഞ്ഞു.

ഡോക്ടർ നേരത്തെയെത്തി. മൈക്കേലിന് ഒരു നുള്ളുകിട്ടി ഡോക്ടറുടെ വക. അയാളെ ചെന്നു കാണാത്തതിനായിരുന്നു അത്. ടോമിനും കിട്ടി ഒരു നുള്ള്. ജനറലിനൊപ്പം മറ്റു സുഹൃത്തുക്കളുടെ അടുത്തേക്കു പോകുംവരെ ഡോക്ടർ അവരുടെ വിശേഷങ്ങൾ ചോദിച്ചറിഞ്ഞു. ഡോക്ടറുടെ വീട് വളരെ ദൂരെയല്ലെന്നും വരണമെന്നും പറഞ്ഞു. ടോം എല്ലാത്തിനും നിർത്താതെ തല കുലുക്കിക്കൊണ്ടിരുന്നു. അവന്റെ കഴുത്തൊടിഞ്ഞു പോകുമോയെന്ന് മൈക്കേൽ ഭയന്നു.

സാലി അമ്മൂമ്മയ്ക്ക് അധികമാരോടും സംസാരിക്കാൻ തോന്നുന്നില്ലെന്ന് അവൻ ശ്രദ്ധിച്ചു. അവർക്കൊരു കൂട്ടിന് അവിടേക്കു പോയി നിന്നു. കണ്ടപ്പോൾ പരാതി പറയും പോലെ പറഞ്ഞു.

"മിസ്റ്റർ ലൂയിസ് കുടുംബത്തോടൊപ്പം വന്നില്ല. അദ്ദേഹം ജനറലിന്റെ വലിയ സുഹൃത്തായിരുന്നു. അദ്ദേഹത്തിന്റെ മൂത്ത മകൻ മിൽട്ടൻ പട്ടാളത്തിലാണ്. അവർ വരുമെന്നാണ് ഞാൻ കരുതിയത്. എനിക്ക് അവരെ മാത്രമേ അറിയൂ. ഈ വന്നവരൊക്കെ ചെറുപ്പക്കാരാണ്. എനിക്ക് പരിചയമില്ല."

അതാണ് അമ്മൂമ്മ മിണ്ടാതെ അകന്നു മാറിയിരിക്കുന്നത്. അവർക്കു വിരസത തോന്നാതിരിക്കാൻ മൈക്കേൽ വാതോരാതെ വർത്തമാനം പറഞ്ഞുകൊണ്ടിരുന്നു. ടോമിനെ കാണുന്നതേയില്ല. ആരോടെങ്കിലും സംസാരിച്ചു കൊണ്ടിരിക്കുകയാകും. ഈ ആൾക്കൂട്ടത്തിനിടയിൽ അവനെയെങ്ങനെ കാണാൻ കഴിയും? ജനറലിനെയും കാണുന്നില്ല. ആലീസമ്മ ഏതോ സ്ത്രീക്കൊപ്പം കാപ്പികുടിക്കുന്നു. മൈക്കേലിന്റെ കണ്ണുകൾ ടോമിനെ തിരഞ്ഞു.

"ടോം എവിടെ?"

അമ്മൂമ്മയും അവന്റെ അഭാവം മനസ്സിലാക്കി. പുറത്തേക്കു പോകാനിടയില്ലല്ലോ. ഇവിടെയുണ്ടാകും

അവരെ സമാധാനിപ്പിച്ചു. വാസ്തവത്തിൽ മുഷിയുന്നുണ്ട്. വലിയവർക്കാണ് സൽക്കാരങ്ങളും പരിപാടികളുമൊക്കെ. കുട്ടികൾക്ക് അതിലെന്തു കാര്യം? ടോം വന്നിരുന്നെങ്കിൽ ഇത്രയും മുഷിപ്പ് തോന്നില്ലായിരുന്നു.

ഒട്ടു കഴിഞ്ഞപ്പോൾ ഒതുക്കം പോയ മുടി മാടിക്കൊണ്ട് തല താഴ്ത്തിപ്പിടിച്ച് ടോം വന്നു. അവൻ ആരോടോ സംസാരിക്കുകയായിരുന്നു. അവരുടെ പൊങ്ങച്ചം കേട്ടു മടുത്തിട്ടു വരികയാണ്. അവനും മുഷിഞ്ഞു തുടങ്ങിയിട്ടുണ്ട്. ജനറലിന്റെ പ്രത്യേകക്ഷണം സ്വീകരിച്ചെത്തിയ കലാകാരന്മാർ ഒരറ്റത്ത് വയലിൻ വായന ആരംഭിച്ചു.

കേട്ടിരുന്നുപോകും. ഹൃദയത്തെ തൊടുന്ന ഈണം. ഗൃഹാതുരത വർദ്ധിച്ചപ്പോൾ മൈക്കേലിന് വിഷമമായി. വീടും നാടും മുത്തച്ഛനെയും ഓർമ്മ വന്നു. ടോമിന്റെ ദൃഷ്ടിയിലും നഷ്ടബോധം. വയലിനിസ്റ്റ് പുതിയ ഈണത്തിലേക്കു കടന്നു. വിരസമായൊരീണം. മൈക്കേലിനു വല്ലാതെ മുഷിഞ്ഞു. ഇനിയവിടെ നിന്നാൽ പറ്റില്ലെന്ന തോന്നൽ. മുറിയിലേക്കു നടക്കാൻ തുടങ്ങിയതാണ്.

"അവർ വന്നു.. ലൂയിസ് കുടുംബം..."

സാലി അമ്മൂമ്മ വാതിൽക്കലേക്കു ചൂണ്ടി. അവർ ഒരുപാടു പേരുണ്ടായിരുന്നു. മുന്നിൽ നരച്ച ഒരു മനുഷ്യൻ. അയാളുടെ കൈ പിടിച്ച് ഭാര്യ. പിന്നെ മൂന്ന് ആൺമക്കൾ. അവർക്കൊപ്പം അവരുടെ ഭാര്യമാരും. ആ കുടുംബം വളരെ ഒത്തൊരുമയുള്ളതാണെന്ന് വരവു കണ്ടാലറിയാം. അവർ വന്നപ്പോൾ എല്ലാവരും ആദരവോടെ തിരിഞ്ഞു നോക്കി. വയലിൻ

സംഗീതം നിലച്ചു.

എല്ലാവരെയും ഹസ്തദാനം ചെയ്ത് ജനറൽ ഉറക്കെ ചോദിക്കുന്നതു കേട്ടു.

"എവിടെ, മിൽട്ടൻ വന്നില്ലേ?"

"അവർ വലിയ സുഹൃത്തുക്കളാണ്. ചെറുപ്പം മുതൽ-സാലി അമ്മൂമ്മ ചെവിയിൽ പറഞ്ഞു. ജനറലിന്റെ സുഹൃത്തിനെ കാണാൻ കൊതിയോടെ മൈക്കേൽ എത്തി നോക്കി. അയാളും വളരെ നല്ലയാളായിരിക്കുമല്ലോ."

"ഞാൻ വരാതിരിക്കുകയോ?"

മിൽട്ടൺ ലൂയിസ് എന്ന പട്ടാളക്കാരൻ പ്രൗഢിയോടെ അകത്തേക്കു പ്രവേശിച്ചു. അയാൾക്ക് ജനറലിനെക്കാളും ഉയരം തോന്നിച്ചു. പുഞ്ചിരിക്കുന്ന ആരോഗ്യമുള്ള മുഖം. അയാളുടെ കൈയിൽ ഒരു കുട്ടിയുമുണ്ടായിരുന്നു. ഓമനത്തമുള്ള ചിരിക്കുന്ന പാവക്കുട്ടി പോലൊരു പെൺകുട്ടി.

ഒന്നേ കണ്ടുള്ളു. ടോമിന്റെ ശബ്ദം ക്രമാതീതമായി ഉയർന്നു.

"ലോറ...!!!"

## പന്ത്രണ്ട്

ഇത്രയും വേഗത്തിൽ ഓടാൻ കഴിയുമെന്ന് ടോം തിരിച്ചറിയുക യായിരുന്നു. തന്റെ സ്വന്തം ലോറയെ കണ്ടെത്തിയിരിക്കുന്നു. ശ്വാസം മുട്ടി, സന്തോഷം കൊണ്ട്. അവളും കുഞ്ഞിക്കാലുകൾ വലിച്ചുവെച്ച് അവന്റെയടുത്തേക്ക് ഓടി വന്നു. എന്തു ചെയ്യണമെന്നോ പറയണമെ ന്നോ മനസ്സിലാവാത്ത നിമിഷം.

ലോറയെ മെല്ലെ എടുത്തുയർത്തി. അവളുടെ ഭാരമൊന്നും വിഷയ മായതേയില്ല. സന്തോഷം അത്ര വലുതായിരുന്നു. അമ്മ എന്നും ഇരുട്ടിൽ അടുത്ത് വരുകയും ലോറയെ കണ്ടെത്താൻ പറയുകയും ചെയ്യാറുണ്ട്. അതു സാധിച്ചുകഴിഞ്ഞു. ലോറയുടെ ചുരുണ്ട മുടിയിൽ മെല്ലെ ഉമ്മ വെച്ചു.

അവൾ സുരക്ഷിതയാണെന്നതാണ് ഏറ്റവും വലിയ ആശ്വാസ മായത്. ഒരു പരുക്കുമില്ല. വില കൂടിയ ഉടുപ്പും ചെരിപ്പുകളുമാണ് ഇട്ടി രിക്കുന്നത്. മുഖത്ത് ക്ഷീണമില്ല. ലോറയെ ഇത്ര കാര്യമായി നോക്കിയ കുടുംബത്തോട് കൃതജ്ഞത തോന്നി. വലിയ ഉപകാരമാണ് അവർ ചെയ്തു തന്നത്.

ടോം മൈക്കേലിനെ വിളിച്ചു. അവൻ ഒരുപാടു പറഞ്ഞതാണ് ഒരി ക്കൽ ലോറയെ തിരിച്ചു കിട്ടുമെന്ന്. ഇനി തങ്ങൾക്കു പോകാമല്ലോ മൈക്കേലിന്റെ മുത്തച്ഛന്റെ അടുത്തേക്ക്. അവൻ പറയുന്ന കിഴവൻമല കാണാനായി. അവന്റെ കൂടെ ഏബലെന്ന നല്ല നാട്ടിൽ താമസിക്കുവാൻ. സന്തോഷം താങ്ങാനാവാതെ തന്റെ ചെറിയ ഹൃദയം വിങ്ങുന്നുണ്ടോ യെന്നു ടോമിനു തോന്നി.

കൂടെയിരിക്കുന്നവരൊക്കെ തന്നെയാണു നോക്കുന്നത്. അതിൽ അസ്വാഭാവികത തോന്നിയില്ല. അത്ര ഒച്ചയ്ക്കാണല്ലോ താൻ ലോറ

എന്നു വിളിച്ചുകൂവിയത്. സ്വയം കുറ്റപ്പെടുത്താനും ടോം തയ്യാറായില്ല. അപ്പോൾ അങ്ങനെയാണു തോന്നിയത്. അതു ചെയ്തു. അതിൽ തെറ്റൊന്നുമില്ല.

ലോറയുടെ കൈ പിടിച്ചു. ഇനിയിവളെ നഷ്ടപ്പെടുത്താൻ വയ്യ. ഒരുപാടു പിണക്കങ്ങളുണ്ടെങ്കിലും അനുജത്തി എന്തിനേക്കാളും വലുതാണ്. അവളില്ലാതെ പറ്റില്ല. അവളേക്കാളേറെ ആരെയും ഇതേവരെ സ്നേഹിക്കാനായിട്ടില്ല. ഇത്രയും നാൾ അവളെ കാണാതിരുന്നപ്പോഴാണ് അവളെ നഷ്ടപ്പെട്ടെന്നു തോന്നിയപ്പോഴാണ് അവളുടെ സ്നേഹം മനസ്സിലായത്. തള്ളിയിടുമ്പോൾ കരയുമെങ്കിലും തനിക്കു മുറിവു പറ്റിയാൽ ആദ്യം ഓടി വരിക അവളാണ്.

വീട് തീ കൊണ്ടുപോയി. അച്ഛനും അമ്മയും മരിച്ചു. ലോകവുമായി തനിക്കുള്ള ഓരേയൊരു ബന്ധം ഇവളിലൂടെയാണ്. അവളെ വേദനിപ്പിച്ചതിനുള്ള ശിക്ഷയൊക്കെ അനുഭവിച്ചുകഴിഞ്ഞിരിക്കുന്നു. ഇനിയൊരിക്കലും ഇവളെ വേദനിപ്പിക്കില്ല.

കുട്ടികളുടെ പുനഃസമാഗമം കണ്ടപ്പോൾ ജനറൽ ഫെർണാണ്ടസിന്റെ കണ്ണുകൾ ഈറനണിഞ്ഞു. ടോമിന്റെ ലോറ എന്നുള്ള സ്നേഹം നിറഞ്ഞ വിളിയും അവന്റെ അടുത്തേക്കുള്ള അവളുടെ ഓട്ടവും കണ്ടപ്പോൾ താനൊരു കവിയായിരുന്നെങ്കിൽ എന്നയാൾ ചിന്തിച്ചുപോയി. സ്നേഹത്തിന്റെ ഏറ്റവും പരിശുദ്ധമായ വിഗ്രഹങ്ങളാണ് കുട്ടികൾ.

ടോമിന്റെ കഥയെല്ലാം കേട്ടതാണ്. പക്ഷേ, അവളെ കണ്ടെത്തിക്കൊടുക്കാൻ തനിക്കായില്ല. അവൾ തൊട്ടടുത്തുണ്ടായിരുന്നു, മിൽട്ടന്റെ വീട്ടിൽ. പക്ഷേ, നിയോഗം അതിന്റെ പ്രായശ്ചിത്തം ഇന്നിവിടെ വെച്ചു ചെയ്തു തീർത്തു. ലോറ ചെറിയ കുട്ടിയാണ്. ഏറിയാൽ അഞ്ചു വയസ്സ്. അവളുടെ കണ്ണിലും സ്നേഹത്തിന്റെ അമൂല്യത കാണാം. ചുറ്റിലും നിന്നിരുന്ന സകലരും ഏതോ മന്ത്രജാലത്തിനടിപ്പെട്ടതു പോലെ കണ്ടു നിന്നു പോയി.

ലോറയെ ടോമിന്റെ കൂടെ വിടണമെന്ന് മിൽട്ടനോടു പറയണം. എങ്ങനെ പറയുമെന്നതാണു സംശയം. മിൽട്ടൺ എന്നും തന്റെ അടുത്ത ചങ്ങാതിയാണ്. അവനും തന്നെപ്പോലൊരു ദുരന്തം അനുഭവിച്ചു തീർത്തതേയുള്ളൂ. അവന്റെ മകൾ ജ്വരബാധിതയായാണ് മരിച്ചത്. അവൾക്കു പകരമായി വളർത്താൻ കൊതിച്ചതായിരിക്കും. അതു വേണ്ടെന്നു പറയാനാകുമോ തനിക്ക്? ഏതായാലും സംസാരിച്ചു നോക്കാമെന്നു തന്നെ ഫെർണാണ്ടസ് തീരുമാനിച്ചു.

അതിഥികളോട് വേഗം യാത്ര പറഞ്ഞിട്ട് മിൽട്ടണെ സംസാരിക്കാൻ ക്ഷണിച്ചു. കുട്ടികൾ അവരുടെ ലോകത്താണ്. ആലീസും സാലിയമ്മയും മറ്റു ലൂയിസ് കുടുംബാംഗങ്ങളും പഴയ ഓർമ്മകൾ അയവിറക്കുന്നു. തന്റെ മുറിയിൽ സമ്മർദ്ദം പ്രകടമാകുന്ന മുഖത്തോടെയിരിക്കുന്ന സുഹൃത്തിനെ ജനറൽ ആശങ്കയോടെ നോക്കി.

“കാപ്പിയെടുക്കട്ടെ?”

"വേണ്ട. ഞാനൊന്നു കുടിച്ചതേയുള്ളൂ, നന്ദി."

അവർക്കിടയിൽ ആദ്യമായാണ് വാക്കുകൾക്കു ക്ഷാമം വരുന്നത്. എന്തു പറയണമെന്ന് രണ്ടു പേർക്കും രൂപമില്ല. മിൽട്ടന്റെ മുഖത്ത് ഭയമോ വേദനയോ കണ്ടു.

"നിനക്കെന്തു തോന്നുന്നു?"

ജനറൽ പ്രതികരിച്ചില്ല. അതാണല്ലോ പറയാൻ കഴിയാത്തത്. നിർദ്ദേശത്തിനു കാതോർത്ത സുഹൃത്തിന്റെ മുഖത്തേക്കു നോക്കാതെ ഒരിറക്ക് കാപ്പി കുടിച്ചു.

കാപ്പിയുടെ ധൈര്യത്തിൽ ജനറൽ നിവർന്നിരുന്ന് മിൽട്ടനെ നോക്കി.

കുട്ടികളുടെ ഭാവി മുഖ്യമാണ്. ടോം ലോറയെയും ലോറ ടോമിനെയും വളരെയധികം സ്നേഹിക്കുന്നു. അവർക്ക് മറ്റാരുമില്ല. എല്ലാം നഷ്ടപ്പെട്ടുപോയ ആ കുട്ടികൾക്ക് പരസ്പരം നഷ്ടപ്പെടാതിരിക്കാൻ നാം ശ്രമിക്കണം.

മിൽട്ടൺ മിണ്ടിയില്ല. ജനറലിനെ നോക്കിയതുമില്ല. നേരത്തെ നിരസിച്ചതൊക്കെ മറന്ന് അയാളും കാപ്പിയൊഴിച്ചു കുടിച്ചു. നീണ്ട നിശ്ശബ്ദത. സമയം ഒന്നും സംഭവിക്കാത്ത മട്ടിൽ കടന്നു പോയി.

അപ്പോൾ, ഞാൻ ലോറയെ വിട്ടുകൊടുക്കണമല്ലേ?

ആ ചോദ്യത്തിലൊരു വീർപ്പുമുട്ടൽ തെളിഞ്ഞിരുന്നു. ജനറലിന് എളുപ്പം മനസ്സിലാവുന്ന ഒന്ന്. ഒന്നും പറയാനായില്ല. മിൽട്ടൺ അവളെ മകളെപ്പോലെ സ്നേഹിക്കുന്നു. ഒരച്ഛന് മകളെ എങ്ങനെയാണ് വിട്ടുകൊടുക്കാനാവുക ? ജനറലിന്റെ അഭിപ്രായത്തിൽ മിൽട്ടനോളം നല്ല ഹൃദയം ആർക്കുമില്ല. പിന്നെങ്ങനെ അതു ചെയ്യും?

"അതെ."

വീണ്ടും ദീർഘിച്ച നിശ്ശബ്ദത. മിൽട്ടൻ ഒഴിഞ്ഞ കാപ്പിഗ്ലാസ് ശക്തിയായി മേശപ്പുറത്തു വെച്ചു. അതു നന്നായെന്ന് ജനറലിനും തോന്നി. അന്തരീക്ഷത്തിന് ഒരു അയവു വന്നതു പോലെ.

"ഞാനൊന്നു തീരുമാനിച്ചു."

മിൽട്ടന്റെ ശബ്ദത്തിൽ കാഠിന്യം. അവനെന്താണ് തീരുമാനിച്ചതെന്ന് ജനറലിന് പിടികിട്ടിയില്ല.

"ഞാനെന്റെ മോളെ ആർക്കും കൊടുക്കുന്നില്ല."

ജനറൽ സ്തബ്ധനായി.

"പിന്നെ?"

"അവനെയും കൊണ്ടു പോകും, അവളുടെ കൂടെ."

മിസിസ് മിൽട്ടൺ ജീവിതത്തിലേക്കുള്ള തിരിച്ചുവരവ് ആഘോഷിക്കാനാണ് സൽക്കാരത്തിനെത്തിയത്. എന്നാൽ എല്ലാം തകർന്നടിഞ്ഞു. മകൾക്ക് പുതിയ അവകാശി വന്നിരിക്കുന്നു. ടോമിന്റെ രംഗപ്രവേശം പ്രതീക്ഷകളെയാകെ തകർത്തടിച്ചു. സ്വപ്നങ്ങൾ കാണാൻ യാതൊരു അർഹതയുമില്ലാതായി.

ഏകമകൾ ജുവൽ മരിച്ചിട്ട് ആറു വർഷമായി. ഓമനക്കുഞ്ഞായിരു

ന്നു അവൾ. വീട്ടിൽ പിറന്ന ഒരേയൊരു പെൺകുഞ്ഞ്. എല്ലാവരുടെയും ലാളനകൾ ഏറ്റു വാങ്ങി ഒന്നാം പിറന്നാൾ ആഘോഷിക്കാനൊരുങ്ങുകയായിരുന്നു. പെട്ടെന്നാണ് അവൾക്കൊരു പനി പിടിപെട്ടത്. നിസ്സാരമെന്നാണു കരുതിയത്. പക്ഷേ, പിറന്നാൾ ദിനം അവൾ പോയി.

അന്നത്തെ അവിചാരിതമായ മഴച്ചാറ്റൽ കിറ്റി ഓർക്കുന്നു. പ്രകൃതിയും ദു:ഖത്തിൽ കണ്ണീർ പൊഴിച്ചു. പിറന്നാൾ കൂടാൻ വന്ന സകലരും കരഞ്ഞു. അതിനു ശേഷം ആദ്യമായാണ് കിറ്റി ഒന്നു പുറത്തേക്കിറങ്ങിയത്. ലോറയെ കിട്ടിയതിന്റെ ആനന്ദത്തിൽ ആകെ മറന്നു പോയിരുന്നു. പഴയ സുഹൃത്തുക്കളെ കണ്ടു പരിചയം പുതുക്കാൻ വന്ന തന്നെ വീണ്ടും ദൈവം പരീക്ഷിക്കുകയാണ്.

ആരുമില്ലാതെ, കത്തിക്കൊണ്ടിരുന്ന വീടിനകത്ത് ഉറക്കെ കരയുകയായിരുന്ന ലോറയെ മിൽട്ടനാണ് സുരക്ഷിതയായി പുറത്തെത്തിച്ചത്. മരണക്കിടക്കയിൽ അവളുടെ അച്ഛന് അവളെ നോക്കിക്കൊള്ളാമെന്ന് മിൽട്ടൺ വാക്കു നല്കിയതുമാണ്. ഒരു പട്ടാളക്കാരൻ യുദ്ധഭൂമിയിൽ ചെയ്തു കൂടാത്ത കരുണ. എന്നിട്ടും, അയാൾ അതു ചെയ്തത് തനിക്കു വേണ്ടിക്കൂടിയാണെന്ന് മനസ്സിലാക്കാനായി. സഹപ്രവർത്തകരുടെയും മേലാളന്മാരുടെയും ശകാരവും കേട്ടിരിക്കുന്നു. എല്ലാം വ്യർത്ഥമായിപ്പോയി.

ലോറ പോയാൽ എല്ലാം പഴയതുപോലെയാകും. ഇരുട്ടു പിടിച്ച, നിശ്ശബ്ദമായ ജീവിതത്തിലേക്ക് ഇനിയും മടങ്ങിച്ചെല്ലാൻ പേടിയുണ്ട്. ഇനി പിടിച്ചു നില്ക്കാൻ കഴിയണമെന്നില്ല. തനിക്കല്ല, മിൽട്ടണും കഴിയില്ല. അയാൾ എന്നും ലോലഹൃദയനാണ്. കുട്ടിയെ ടോമിനൊപ്പം വിടാൻ തയ്യാറായേക്കും.

മിൽട്ടണും ഫെർണാണ്ടസും മുറിയിലേക്കു പോയ നിമിഷം മുതൽ തനിക്കു ചൂടു കൂടുന്നുണ്ടോ എന്നു കിറ്റിക്കു തോന്നി. ഹൃദയതാളം മുറുകി. ആലീസ് ആശ്വാസവാക്കുകൾ കോരിച്ചൊരിയുന്നുണ്ട്. അവർക്ക് തന്റെ വികാരം തിരിച്ചറിയാൻ കഴിയുമെന്നാണ് ഈ നിമിഷം വരെ തോന്നിയിരുന്നത്. കുടിച്ചിറക്കിയ കാപ്പി ഇപ്പോഴും തൊണ്ടയിൽ തങ്ങി നില്ക്കുന്നു. കൈകൾ കൂട്ടിപ്പിടിച്ച് അക്ഷമയോടെ അവൾ ഭർത്താവിനെ കാത്തു നിന്നു.

ഏറെ നേരത്തെ കാത്തിരിപ്പിനു ശേഷം സുഹൃത്തുക്കൾ പുറത്തേക്കു വന്നു. എന്തോ തീരുമാനമെടുത്ത ഭാവം രണ്ടുപേരിലും കണ്ടു. കിറ്റിയും ആലീസും പരസ്പരം നോക്കി. രണ്ടു പേർക്കും ഒന്നും ഊഹിച്ചെടുക്കാനായില്ല. കാര്യമറിയാൻ വേണ്ടി അവർ നെഞ്ചിടിപ്പോടെ കാത്തു നിന്നു. തോളിൽ കൈയിട്ട് ഉല്ലാസഭാവത്തിലാണ് ചങ്ങാതിമാർ വരുന്നത്.

തൊട്ടടുത്തെത്തിയപ്പോൾ ഫെർണാണ്ടസിനെ വിട്ട് മിൽട്ടൺ കിറ്റിക്കു മുന്നിലേക്കു കയറി നിന്നു. അയാളുടെ നില്പു കണ്ടപ്പോൾ തീരുമാനം വിഷമകരമാണെന്ന് കിറ്റിക്കുറപ്പായി. ഇനിയതു കേൾക്കുകയേ ബാക്കിയുള്ളൂ. കിറ്റിയുടെ കൈയിൽ പതുക്കെ അമർത്തിയിട്ട്

മിൽട്ടൺ ആരാഞ്ഞു.

"നിനക്ക് ഒരു മകൻ കൂടി വരുന്നതിൽ വിരോധമുണ്ടോ?"

ചോദ്യത്തിന്റെ അർത്ഥം മനസ്സിലായില്ല. ലോറയെക്കുറിച്ചു പറയുമ്പോൾ മകന്റെ കാര്യം എവിടെ നിന്നു വന്നു? വായിൽ നിന്നും അബദ്ധം വീഴും മുമ്പെ ടോമിനെ കണ്ടു. തിരിച്ചറിവിന്റെ നിമിഷം. കിറ്റിയുടെ മുഖത്ത് വെളിച്ചം വന്നു. ആരെയും നോവിക്കാത്ത തീരുമാനം. എന്നാൽ പലരെയും സന്തോഷിപ്പിക്കുന്നതും. മുഖമുയർത്തി നോക്കുമ്പോൾ അവർ ചിരിയടക്കാൻ പ്രയാസപ്പെട്ടു.

"ഒരിക്കലുമില്ല."

മിൽട്ടൺ മറുപടിയൊന്നും പറഞ്ഞില്ല. തിരിഞ്ഞ് ടോമിനെയും ലോറയെയും ചേർത്തു പിടിച്ചു. ഇവരുടെ സന്തോഷത്തിനും സ്നേഹത്തിനും മുന്നിൽ ആരുടെയും സ്വാർത്ഥത വരാൻ പാടില്ല. ഇനിയിവർ അനാഥരായി അലയുകയും വേണ്ട.

ടോമിന്റെ മുന്നിലിരിക്കുമ്പോൾ മിൽട്ടണ് കുട്ടിത്തം കൈവന്നു. ചുറുചുറുക്കോടെ ടോമിനെ ക്ഷണിച്ചു.

"നീയും വരുന്നോ ഞങ്ങളുടെ കൂടെ? നിനക്കും ലോറയ്ക്കും ഞങ്ങളുടെ കൂടെ താമസിക്കാനിഷ്ടമല്ലേ? ഇവളെ എന്നും നോക്കിക്കൊള്ളാമെന്ന് ഞാൻ നിന്റെയച്ഛനു വാക്കു കൊടുത്തതാണ്.

നിശ്ചലനും നിശ്ശബ്ദനുമായിപ്പോയ ടോമിനെ നോക്കി കിറ്റിയും അനങ്ങാതെ നിന്നു. അവൻ തീർച്ചയായും വരും. തങ്ങളെക്കാൾ സ്നേഹം അവന് കൊടുക്കാൻ ആർക്കു കഴിയും? അല്പം മുമ്പു പറന്നു പോയ പ്രതീക്ഷയെന്ന കുരുവി കിറ്റിക്കുള്ളിൽ വീണ്ടും ചേക്കേറി.

തനിക്ക് ഏബലിലേക്കാണു പോകേണ്ടതെന്നു പറയാൻ ടോമിനു തോന്നി. പക്ഷേ ഇത്രയും സ്നേഹത്തോടെ സംസാരിക്കുന്ന ഒരാളോട് പറ്റില്ലെന്നു പറയാൻ ബുദ്ധിമുട്ടാണ്. അവൻ മൈക്കേലിനെ തിരിഞ്ഞൊന്നുനോക്കി. അവൻ എന്തെങ്കിലും പറയുമെന്നാണ് കരുതിയത്. അവനു തന്നെക്കാൾ ധൈര്യമുണ്ട്. അവനും മിണ്ടുന്നില്ല. ടോം നിസ്സഹായനായി.

സുഹൃത്തിനു പിൻബലമായി ജനറലും അവനെ പറഞ്ഞു മനസ്സിലാക്കാൻ വന്നു. അയാളോടും നിരസിച്ചു സംസാരിക്കാൻ ടോം അശക്തനാണ്.

"ടോം, നിനക്കു നിന്റെ ലോറയെ കണ്ടുകിട്ടിയില്ലേ. അവളിനി നിന്റെ കൂടെതന്നെയായിരിക്കും. പക്ഷേ, അവളെ പിരിയാൻ ഇവർക്കൊക്കെ വലിയ വിഷമമാണ്. നമ്മൾ മറ്റുള്ളവരെ ഒരിക്കലും ദു:ഖിപ്പിക്കരുത്. നിനക്കും ലോറയ്ക്കും ഇവരുടെയൊപ്പം താമസിച്ചൂടെ ? നിങ്ങൾക്കിവിടെ ഒരു മുത്തച്ഛനും മുത്തശ്ശിയും നാലു ചെറിയച്ഛന്മാരും നാലു ചെറിയമ്മമാരും ഒരുപാട് സഹോദരങ്ങളും ഉണ്ടാവും.ഇതുപോലൊരു വലിയ വീട്ടിൽ ഇത്രയും പേരുടെ കൂടെ നിങ്ങൾക്കു കഴിഞ്ഞുകൂടേ?"

ടോമിന് ഒന്നും തീരുമാനിക്കാൻ കഴിഞ്ഞില്ല. അവിടെ പോയാൽ അവനും ലോറയ്ക്കും സന്തോഷത്തോടെ കഴിയാം. ബന്ധുക്കളും

സ്നേഹവും കിട്ടും. എല്ലാം ശരിയെന്നിരിക്കിലും എന്തോ തന്നെ പിൻവലിക്കുന്നതായി തോന്നി. മുത്തച്ഛനെ പോയി കാണണമെന്നത് വലിയ മോഹമാണ്. ലോറയും അവനും മൈക്കേലും മുത്തച്ഛനുമൊത്ത ലോകം എത്ര തവണ സ്വപ്നം കണ്ടതാണ്! സ്വപ്നത്തിൽ നിന്നും ഇറങ്ങിവന്ന് യാഥാർത്ഥ്യത്തെ തിരിച്ചറിയാൻ കഴിയുന്നില്ല.

എനിക്കും ലോറയ്ക്കും മുത്തച്ഛനെ കാണണം. ഏബലിൽ തങ്ങണം.

മുത്തച്ഛനെന്ന പുതിയ കഥാപാത്രത്തെ ഉൾക്കൊള്ളാനാകാതെ മിൽട്ടൺ അന്തിച്ചു നിന്നു. ടോം മൈക്കേലിനു നേരെ ചൂണ്ടിക്കാട്ടി.

"മൈക്കേലിന്റെ മുത്തച്ഛൻ. മുത്തച്ഛന്റെയടുത്ത് ഞങ്ങൾ മൂന്നുപേരും മടങ്ങിച്ചെല്ലണമെന്നു കരുതിയതാണ്. അവിടെ ഒരു ദിവസമെങ്കിലും എനിക്ക് ലോറയെ കൊണ്ടു ചെല്ലണം."

പറഞ്ഞതിനു ശേഷമാണ് പറഞ്ഞതെന്തെന്ന് മനസ്സിലായത്. മറ്റൊരു രീതിയിൽ, വളഞ്ഞ വഴി, സമ്മതം മൂളുകയാണുണ്ടായത്. മുത്തച്ഛനെ കണ്ടു വന്നാൽ അതിനു ശേഷം എന്നെന്നേയ്ക്കും അവർക്കൊപ്പം ചെല്ലാം എന്നാണല്ലോ പറഞ്ഞത്. തന്റെയും ലോറയുടെയും ഭാവി അയാളുടെ കൈയിലാണെന്ന് ടോമിനു തോന്നിത്തുടങ്ങി. അതുകൊണ്ട് കൂടുതലൊന്നും പറഞ്ഞില്ല.

തീർത്തും അപരിചിതനായ ഇയാൾ എങ്ങനെ ലോറയുടെ രക്ഷകനായി? അച്ഛനു വാക്കു കൊടുത്തു. ഇതുവരെ സ്വന്തം വീട്ടിൽ മകളെപ്പോലെ വളർത്തി. ഇതിനെല്ലാത്തിനും പിന്നിൽ നിയോഗമുണ്ട്. അല്ലെങ്കിൽ, വീട്ടിലേക്ക് തന്നെയും വിളിക്കുമോ? ഇയാളുടെ വാക്കിൽ കാണുന്ന ഇഷ്ടം സത്യസന്ധമാണ്. പ്രതീക്ഷയോടെ തന്റെ മുഖത്തേക്കു നോക്കുന്ന ഇയാളുടെ ഭാര്യയാണ് ലോറയെ നോക്കിയത്. അവർക്ക് കന്യാമറിയത്തിന്റെ മുഖച്ഛായയുണ്ട്. അവർ സമ്മാനിക്കുന്നത് ദയയിൽ പൊതിഞ്ഞ നോട്ടങ്ങളാണ്.

"സമ്മതിച്ചു. നിനക്ക് ഏബൽ ഞാൻ കാട്ടിത്തരാം. നിന്റെ മനസ്സു സമ്മതിക്കുംവരെ നിനക്കവിടെ തങ്ങാം. മൈക്കേലിനെയും കൊണ്ടു പോകാം. അതിനു ശേഷം നീ ഞങ്ങളുടെ വീട്ടിലേക്കു വരണം.

വാഗ്ദാനം ചെയ്യാൻ വേണ്ടി മിൽട്ടൺ കൈ മുന്നോട്ടു നീട്ടി. വിശ്വാസത്തോടെ ടോം തന്റെ കൊച്ചു കൈ അയാളുടെ പരന്നു നീണ്ട കൈയിലമർത്തി. അയാളുടെ മുഖത്തേക്കു നോക്കി വിടർന്നു ചിരിച്ചു.

നനഞ്ഞും ചിരിച്ചും മൈക്കേലിന്റെ കണ്ണു കുതിർന്നു. അവൻ തന്റെ മുത്തച്ഛന്റെയടുത്തെത്താൻ കൊതിച്ചിരിക്കുകയാണ്. താൻ പോയാലും അവൻ സന്തുഷ്ടനായിരിക്കുമല്ലോ. എല്ലാ സ്വപ്നങ്ങളും ഇത്രയും പെട്ടെന്ന് പൂവണിയുമെന്ന് ആരും കരുതിയില്ല. ലോറയെ കിട്ടി. ഒരു പുതിയ കുടുംബത്തെ കിട്ടി. അവൻ അവളുടെ കൂടെ മുത്തച്ഛനെ കാണാൻ പോകുന്നു. താൻ വീട്ടിൽ മടങ്ങിച്ചെല്ലും.

"യാത്രയ്ക്കുള്ള തയ്യാറെടുപ്പിന് ഈ രാത്രി തന്നെ അധികം. നാളെ

രാവിലെ പുലർച്ചയ്ക്ക് നമ്മൾ ഏബലിലേക്കു പോകുന്നു."

ഫെർണാണ്ടസ് മിൽട്ടനെ ആലിംഗനം ചെയ്തു. സുഹൃത്തുക്കൾ കുറേക്കാലമായി കൊതിച്ചിരുന്ന ദൂരയാത്ര. പദ്ധതികൾ പലതുണ്ടായിരുന്നു. ഒന്നും നടന്നില്ല. ഈ യാത്ര നടത്താതിരിക്കാനാവില്ലല്ലോ.

ടോം ലോറയെ പതുക്കെ തലോടി. ചെവിയിൽ പതുക്കെ പറഞ്ഞു.

"നമ്മളേ, ഒരു മുത്തച്ഛനെ കാണാൻ പോകുവാ. അവിടെ നിറയെ പൂക്കളുള്ള വലിയ മലയുണ്ട്. നമുക്കു കളിക്കാൻ ഒരാട്ടിൻകുട്ടിയുണ്ട്. കുറേ കൂട്ടുകാരുണ്ട്. പിന്നെ നിനക്ക് നിന്റെ ചേട്ടനില്ലേ?"

ലോറ മധുരമുള്ള ഒരു ചിരിപൊഴിച്ചു, അവന്റെ ഉത്സാഹം ഇരട്ടിപ്പിക്കുന്ന ചിരി.

ഫെർണാണ്ടസിന്റെ സന്തോഷത്തിൽ പങ്കു കൊള്ളാൻ ആലീസിനു സാധിച്ചില്ല. വിചിത്രമായ ഒരു ഭയം അവളെ വിഴുങ്ങിക്കളഞ്ഞു. അതിന്റെ കടുത്ത വേദനയിൽ അവൾ നീറി. യാത്ര അശുഭകരമാണെന്ന് അവൾക്കുറപ്പായി. ഈ യാത്ര നികത്താത്ത നഷ്ടമുണ്ടാക്കും. ഒന്നും ചിന്തിക്കാതെ ഫെർണാണ്ടസിനെപ്പോലെ ആഘോഷിക്കാൻ അവളുടെ സ്ത്രീമനസ്സിനു പറ്റില്ലല്ലോ.

യാത്രയെക്കുറിച്ചു കേട്ടപ്പോൾ മൈക്കേലിന്റെ മുഖത്തു വിടർന്ന ചിരി ആലീസിനു പൊള്ളി. അവൻ തിരിച്ചു പോക്കിനെ സ്വപ്നം കാണുന്നു!. തന്നെ വിട്ട് ഏബലെന്ന വിദൂര ഗ്രാമത്തിലേക്കു പോകാൻ മൈക്കേൽ ആഗ്രഹിക്കുന്നു. ഇതൊക്കെ വിശ്വസിക്കാൻ ആലീസിനു കഴിഞ്ഞില്ല. ഏതോ ദുഃസ്വപ്നത്തിലാണു താൻ. ആരെങ്കിലും തന്നെയൊന്നു തട്ടി വിളിച്ചിരുന്നെങ്കിൽ.

മൈക്കേലിന്റെ മുഖം ഒന്നുകൂടി വിടർന്നു. അവൻ സ്വപ്നങ്ങൾ നെയ്യുകയാണ്. അവന്റെ സങ്കല്പങ്ങളിൽ താനില്ലായെന്ന് ആലീസ് വേദനിച്ചു. അവന് മുത്തച്ഛനോടു മാത്രമായിരിക്കും സ്നേഹം. അവനെ കുറ്റപ്പെടുത്തരുതെന്നും അറിയാം. കുട്ടിയാണ്. ദുഷ്കരമായ ജീവിതസാഹചര്യത്തിൽ നിന്നു കടന്നു വന്ന അവന് താനൊരു ആശാകേന്ദ്രം മാത്രമായിരുന്നിരിക്കണം. ആവശ്യമില്ലാതെ ആശിച്ചത് താനാണ്.

ടോം മിൽട്ടൺ കുടുംബത്തിന്റെ ഭാഗമാകുന്നതിൽ ആലീസിന് വിസമ്മതം തോന്നിയില്ല. അവർ ഇവിടെയടുത്താണ്. അവനെ വല്ലപ്പോഴും കാണുകയെങ്കിലും ചെയ്യാം. അല്ലെങ്കിലും, ലോറയുടെ വികാരങ്ങൾ മാനിച്ച ഉത്തമമായ തീരുമാനമാണത്. വളരെ ദൂരെയുള്ള ഒറ്റപ്പെട്ട നാടാണ് ഏബൽ. അവിടെ പ്രായമായ മുത്തച്ഛന്റെ കൂടെ തനിച്ച് തന്റെ നിരീക്ഷണ വലയത്തിൽ നിന്നകന്ന് മൈക്കേൽ പോകുന്നത് ചിന്തിക്കാനേ കഴിയുന്നില്ല.

മൈക്കേലിന്റെ കൂടെയിരിക്കുമ്പോൾ തോന്നിയിരുന്ന ഒരു തരം അനുഭൂതിയുണ്ട്. അവന്റെ വർത്തമാനം കേൾക്കുമ്പോൾ താൻ പ്രാർത്ഥിക്കുകയാണെന്ന് വിശ്വസിച്ചു. അവനെ നഷ്ടപ്പെട്ടാൽ താങ്ങാനാവില്ല.

എല്ലാവരും യാത്ര പറഞ്ഞിറങ്ങിയപ്പോൾ ഫെർണാണ്ടസ് ആലീസിന്റെയടുത്ത് വന്നിരുന്നു. അവർ മിഴിച്ചു നോക്കി. അയാളുടെ കൈ വിറയ്ക്കുന്നു. അയാളും മനോവേദന തിന്നുന്നു.

"നമുക്ക് സന്തോഷിച്ചുകൂടെ, ഇനിയെങ്കിലും?"

മുഖത്ത് ദു:ഖത്തിന്റെ രേഖകൾ. ചോദ്യം ഉൾത്തട്ടിൽ നിന്നു പുറത്തു വന്നതാണ്. ആലീസിനു സഹിക്കാനായില്ല. ഫെർണാണ്ടസിനു സമാധാനം കൊടുക്കാനായി മനസ്സിൽ തോന്നിയതെല്ലാം പറഞ്ഞു.

"അതെ. നമുക്കു സന്തോഷിക്കണം. മൈക്കേലിനെ തിരിച്ചു കൊണ്ടാക്കണം. അവനെ സ്നേഹിക്കുന്നവർക്ക് മടക്കിക്കൊടുത്താൽ അവർക്കും അവനും സന്തോഷമാകും. അവരുടെ പ്രാർത്ഥനകൾ നമ്മുടെ ജീവിതത്തിലും വെട്ടം കൊണ്ടുവരും. എഴുന്നേല്ക്കൂ. നമുക്ക് പുറപ്പെടാം."

ഫെർണാണ്ടസ് എഴുന്നേറ്റു. യാന്ത്രികമായ ഒരു ചലനം. ആലീസിനെ പൂർണ്ണമായും മനസ്സിലായപ്പോൾ ചെയ്യേണ്ടതെന്തെന്നു പിടികിട്ടി. അവർക്കു നേരെ നോക്കുമ്പോൾ ഫെർണാണ്ടസിന് അല്പം പോലും ചാഞ്ചല്യം തോന്നിയില്ല.

"അതെ. അങ്ങനെ തന്നെയാണു വേണ്ടത്."

# പതിമൂന്ന്

ഉറക്കം വരുന്നേതേയില്ല. തുറന്നു തന്നെയിരിക്കണമെന്ന് കണ്ണുകൾ വാശിപിടിക്കുന്നു. അങ്ങനെയിരിക്കുമ്പോൾ സങ്കല്പലോകത്ത് അലയുന്നതാണിഷ്ടം. അല്ലെങ്കിൽ ഉറങ്ങിപ്പോയേക്കും. സങ്കല്പങ്ങൾ മറന്നു പോകുന്ന സ്വപ്നങ്ങളായി മാറും. ഇരുട്ടിൽ കണ്ണു തുറന്നു പിടിച്ച് മൈക്കേൽ വെറുതെയങ്ങനെ കിടന്നു.

വിചാരിക്കാത്തതെല്ലാമാണ് ജീവിതത്തിൽ സംഭവിക്കുന്നത്. ഏബലിനു പുറത്ത് പോകണമെന്നു കരുതിയതല്ല. എന്നിട്ടും പോകേണ്ടി വന്നു. പള്ളി കർത്താവനുഗ്രഹിച്ച സുരക്ഷിതസ്ഥാനമാണ്. പക്ഷേ, സുരക്ഷയെ കരുതി അവിടെനിന്നും രക്ഷപ്പെടേണ്ടി വന്നു. എത്തിപ്പെട്ടത് ക്രൂരനായ ലൊറെൻസോയുടെ കൈയിൽ. അവിടെ നിന്ന് സന്തോഷത്തിലേക്കൊരു കാൽവെപ്പ്. വീണ്ടുമിതാ മുത്തച്ഛന്റെ അരികിലേക്കുള്ള മടക്കം.

ടോമിന് ലോറയെ തിരിച്ചു കിട്ടിയത് അവിശ്വസനീയം തന്നെ. ആരെങ്കിലും കരുതിയിരുന്നതാണോ? ലൂയിസ് സുഹൃത്തിന്റെ വീട്ടിൽ മിൽട്ടൻ ലോറയോടൊപ്പം വരുന്നു. തിരിച്ചു നടക്കാൻ തുടങ്ങുകയായിരുന്ന ടോം തിരിഞ്ഞ് അവളെ കാണുന്നു. ഓടിച്ചെല്ലുന്നു. എല്ലാം അത്ഭുതമാണ്. ഒറ്റ രാത്രി കൊണ്ട് ഇതെല്ലാം സംഭവിച്ചതിലെ മാന്ത്രികതയാണ് മനസ്സിലാകാത്തത്.

ടോമിന് ലൂയിസ് കുടുംബത്തിലേക്ക് ക്ഷണം കിട്ടിയപ്പോൾ മൈക്കേലിന് ശ്വാസമെടുക്കാനായില്ല. അവൻ തലകുലുക്കിയിരുന്നെങ്കിൽ തന്റെ എല്ലാ സ്വപ്നങ്ങളും തീർന്നേനെ. മനസ്സ് പിരിമുറുക്കത്തിൽ കൈവിടുമെന്നായപ്പോൾ ടോമിനോട് അരുതെന്നു പറയാൻ നോട്ടത്തിലൂടെ കെഞ്ചി. അവരുടെ സ്വപ്നങ്ങൾ ഓർത്തു നോക്കാനാവശ്യപ്പെട്ടു. അതു ഫലം ചെയ്തു. ടോമിന്റെ മുഖത്ത് സ്വപ്നാടനത്തിന്റെ ലക്ഷണങ്ങൾ

തെളിഞ്ഞു. അവൻ ഏബലിൽ പോകണമെന്നു പറഞ്ഞു. ആ നിമിഷം താൻ സ്വർഗ്ഗത്തിലേക്കുയർന്നുവെന്നു തോന്നി. അതെ, തിരിച്ചു പോകു കയാണ്.

ആദ്യം വീടിനു പുറത്തു നിന്ന് മുത്തച്ഛായെന്നു നീട്ടി വിളിക്കും. അദ്ദേഹം ഞെട്ടിപ്പോകും. ഓടി വന്നു വാതിൽ തുറക്കുമ്പോൾ നൂറു മ്മകൾ കൊടുക്കും. മുത്തച്ഛൻ കരയുകയായിരിക്കും. ടോം, ലോറ, ജനറൽ, ആലീസമ്മ, മിൾട്ടൻ, കിറ്റി ഇവരെയൊക്കെ പരിചയപ്പെടുത്തും. മുത്തച്ഛനിടുന്ന ആവി പാറുന്ന കാപ്പി കുടിച്ചിട്ട് ടോമിനെയും ലോറയെയും കൂട്ടി കാരലിനെ കാണാൻ പോകും. അവൾ തന്നോടു പിണങ്ങിയിട്ടുണ്ടാകും. അനുനയിപ്പിക്കാൻ പാടൊന്നുമില്ലല്ലോ. കിഴവൻ മലയിലൊന്നു കയറ്റിയാൽ മതി. അവൾ താനേ തണുക്കും.

കിഴവൻമലയിൽ കയറുന്ന കാര്യമോർത്തപ്പോഴാ – അമ്മൂമ്മയെയും കൊണ്ടു പോണം. വയ്യെന്നൊക്കെപ്പറയും. ഏബലിലെ കാറ്റു കൊണ്ടാൽ മാറാത്ത വയ്യായ്മയുണ്ടോ? അവിടെ കുറച്ചു നാൾ നിന്നാൽ എല്ലാം ഭേദമാകും. നാളെയാകട്ടെ, അമ്മൂമ്മയെ പറഞ്ഞു സമ്മതിപ്പിക്കണം. ടോമൊന്നു പറഞ്ഞാൽ നടക്കാത്ത കാര്യമുണ്ടോ?

ജോർജിയാനയെക്കാൾ ചെറുതാണ് ലോറ. അവർ നല്ല കൂട്ടു കാരാകും. പെൺകുട്ടികൾ വല്ലാത്ത തരക്കാരാണ്. അവർക്കെപ്പോഴും അവരോടു തന്നെയാണ് കൂടുതൽ സ്നേഹം. അവർ രണ്ടുപേരും കരയാതിരിക്കാനും ശ്രദ്ധിക്കേണ്ടി വരും. അതു വലിയ പ്രശ്നമല്ല. അവർ കരയുന്നതിലും ഭേദം തോറ്റു കൊടുക്കുന്നതാണ്.

ഡോക്ടർ വന്നതു കണ്ടപ്പോൾ വേലക്കാരൻ ഓടി അടുത്തെത്തി. വിയർത്തൊലിക്കുന്നുണ്ട്. മുഖം വിളറിയിരിക്കുന്നു. കാര്യമെന്തെന്നു പറയുന്നുമില്ല. ഡോക്ടർ പരിഭ്രാന്തനായി. അവനെയൊന്നു മിണ്ടിക്കാൻ ശക്തിയോടെ കുലുക്കേണ്ടി വന്നു.

അകത്ത് ..... അയാൾ എന്തൊക്കെയോ പുലമ്പുന്നു. എന്നെ നിലത്തേക്കു ചവിട്ടി വീഴ്ത്തി. എന്തൊക്കെയോ എറിഞ്ഞുടച്ചു. പേടി കൊണ്ട് ഞാൻ പുറത്തിറങ്ങി വാതിലടച്ചു. സാർ വരാൻ കാത്തിരിക്കുക യായിരുന്നു.

ഡോക്ടർക്കും പേടി ബാധിച്ചു. ലൊറെൻസോ വൈകുന്നേരം വരെ ശാന്തനായിരുന്നല്ലോ. ജനറലിന്റെ വീട്ടിൽ പോകുന്നുവെന്നു പറ ഞ്ഞപ്പോൾ ഒന്ന് അസ്വസ്ഥനായി. പക്ഷേ, കുഴപ്പമുണ്ടാക്കുന്ന മട്ടി ല്ലായിരുന്നു. പെട്ടെന്ന് എന്തായിരിക്കും അയാളെ പ്രകോപിപ്പിച്ചത്? ചിന്തിച്ചു കാടുപൂകാനുള്ള സമയമല്ല. അയാളെ കൈകാര്യം ചെയ്യണം. താൻ മനഃശാസ്ത്ര വിദഗ്ദ്ധനൊന്നുമല്ല. എന്നാലും ഒരു മനുഷ്യനെ കൈ കാര്യം ചെയ്യേണ്ട വിധം അറിയാം.

“സാർ അകത്തേക്ക് പോകണ്ട. അയാൾ എന്ത് ചെയ്യുമെന്ന് പറയാനാകില്ല.”

എതിർപ്പിനെ തള്ളി പതുക്കെ വാതിൽ തുറന്നു. ഇരുട്ടല്ലാതെ

മറ്റൊന്നുമില്ല. മേശപ്പുറത്ത് പതിവായി വയ്ക്കാറുള്ള മെഴുകുതിരി കത്തിച്ചു. മുറിയാകെ നശിപ്പിച്ചിട്ടുണ്ട്. സാധനങ്ങൾ വലിച്ചു വാരിയിട്ടിരിക്കുന്നു. സാധാരണക്കാരന് ഒരിഞ്ച് അനക്കാനാകാത്ത കീബോർഡു പോലും സ്ഥാനം മാറ്റിയിട്ടുണ്ട്. ഡോക്ടർ ചുറ്റിലും വിശദമായി പരിശോധിച്ചു. ഒന്നും തല്ലിപ്പൊട്ടിക്കാനോ കത്തിക്കുവാനോ ശ്രമിച്ചിട്ടില്ല. ദേഷ്യം വന്നപ്പോൾ വലിച്ചിട്ടതാകും.

ഒരു മൂലയ്ക്ക് തള്ളിയിട്ട കസേരമേൽ കൈവെച്ച് ലൊറെൻസോ നിലത്ത് ഇരിക്കുന്നു. മുഖം ശാന്തമാണ്. വെളിച്ചവുമായി അടുത്തേക്കു ചെന്നിട്ടും ഒച്ച വയ്ക്കുകയോ അനങ്ങുകയോ ചെയ്തില്ല. സാധാരണമെന്ന പോലെ തലപൊക്കി നോക്കി. പിന്നെ ഇതു വരെ ചെയ്തിട്ടില്ലാത്ത ഒന്നു ചെയ്തു. പുഞ്ചിരിച്ചു. ഏറ്റവും ഭംഗിയായി!

ആദ്യമായി അയാളെ പുഞ്ചിരിച്ചു കണ്ടപ്പോൾ ഡോക്ടറുടെ ഉള്ളിൽ ഭയം പൊങ്ങി. എന്തിനുള്ള പുറപ്പാടാണ്? പുഞ്ചിരി പൊട്ടിച്ചിരിയിലേക്ക് മാറുന്നത് ഡോക്ടർ അമ്പരപ്പോടെ കണ്ടു. പെട്ടെന്ന് എണീറ്റ് കൈയുയർത്തി തന്റെ തോളിലമർത്തിയപ്പോൾ ഡോക്ടർ ഞെട്ടി. എപ്പോഴാണ് ആ കൈ കഴുത്തിലമരുക?

അയാൾ കൈ അനക്കിയതേയില്ല. തട്ടിമാറ്റാനുള്ള ശക്തി ഡോക്ടർക്കു സമാഹരിക്കാൻ കഴിഞ്ഞുമില്ല. അങ്ങനെ വിറങ്ങലിച്ച് നിന്നു പോയി.

"അവൻ, ആ ഫെർണാണ്ടസ് ശരിക്കും സന്തോഷിക്കുകയാണോ? സമാധാനമായി. സംസാരിച്ചു തുടങ്ങിയല്ലോ.

"അതെ."

ഡോക്ടർ പറഞ്ഞു. ലൊറെൻസോ കുറച്ചു നേരം ആലോചനയിൽ സ്വയം മറന്നപോലെ നിന്നു. ഡോക്ടറുടെ മുഖത്ത് കണ്ണുകളുറപ്പിച്ച് ആകാംക്ഷയോടെ ചോദിച്ചു. അതിന് അവനെന്തുണ്ട്? അവനും അവന്റെ ഭാര്യയും മാത്രമുള്ള വീട്ടിൽ എന്തിനു സന്തോഷിക്കണം?

ലൊറെൻസോ കൈയെടുത്തു. ഡോക്ടർ നിന്നിടത്തു നിന്നു നീങ്ങിയതേയില്ല. ലൊറെൻസോയെത്തന്നെ നോക്കിനിന്നു. എവിടെ നിന്നോ ഇരച്ചു വന്ന ഭീഷണഭാവം ചോദ്യത്തിൽ വെറുപ്പും പുച്ഛവും നിഴലിച്ചിട്ടുണ്ട്. ഡോക്ടർക്ക് ഒന്നും വ്യക്തമായില്ല. കൂടുതലെന്തെങ്കിലും കേൾക്കാനെന്നോണം അയാളെത്തന്നെ നോക്കിയിരുന്നു. അയാൾ ക്രുദ്ധനായി നില്ക്കുകയാണ്.

"നിങ്ങൾക്ക് അവന്റെയും എന്റെയും പഴയ കഥയറിയുമോ?"

"അറിയാം."

"എത്രമാത്രം?"

അതു ഡോക്ടർക്കറിയില്ലല്ലോ. കൈ മലർത്തി.

"ഫെർണാണ്ടസ് പറഞ്ഞതുവരെ."

മറുപടി ലൊറെൻസോയ്ക്ക് തൃപ്തികരമായില്ല. ഡോക്ടറുടെ തൊട്ടടുത്ത് വന്നു നിന്ന് പ്രസ്താവിച്ചു. "അതു പോരാ. നിങ്ങളിനിയും

അറിയണം. ഞാൻ പറഞ്ഞുതരാം. ആർക്കുമറിയാത്ത പലതും."

വലിയ ശബ്ദത്തോടെ നിലത്തു കാൽ മടക്കിയിരുന്നു. പേടി കൊണ്ട് ഡോക്ടർക്ക് അനങ്ങാൻ പോലുമായില്ല. ലൊറെൻസോ തൊട്ടടുത്താണ്. ഇനി അടുത്തു വരാനുള്ള ശ്രമമാണ്. എന്തു രഹസ്യമാണ് ഇത്ര ഗൗരവമായി സൂക്ഷിച്ചതാവോ?

"പറയട്ടെ?"

ഡോക്ടർക്ക് തല കുലുക്കാനല്ലാതെ മറ്റൊന്നും ചെയ്യാനായില്ല.

"അവന്റെ തന്ത ജനറലിനെയും കൊച്ചിനെയും അമ്മയെയും അനുജനെയും ഒരാൾ കൊന്നു."

ഡോക്ടർ സ്തംഭിച്ചു നിന്നു. എന്തൊക്കെയാണിയാൾ വിളിച്ചു കൂവുന്നത്? പുറത്തിറങ്ങി വാതിലടയ്ക്കുകയാണു വേണ്ടത്.

"ജനറലിന്റെ ഭാര്യയെയും മകനെയും ആരോ കൊന്നതാണ്. ആരെന്നറിയില്ല. എന്നാൽ ജനറലിന്റേത് അപകടമരണമാണ്."

ലൊറെൻസോ പിന്നെയും ചിരിച്ചു. അയാൾക്കു ഭ്രാന്തു മൂത്തു കഴിഞ്ഞു.

"അല്ലല്ല, അതൊക്കെ നിങ്ങളുടെ തോന്നലാണ്. എല്ലാവരെയും കൊന്നതാണ്."

ലൊറെൻസോയുടെ കരുത്തുറ്റ കൈകൾ ഡോക്ടറെ നിലത്തു പിടിച്ചിരുത്തി.

"ഞാൻ പറയുന്നത് ശ്രദ്ധിച്ചു കേൾക്കണം. അവർ മരിച്ചതല്ല, കൊന്നതാണ്." ഡോക്ടറുടെ ക്ഷമ നശിച്ചു. സർവ്വശക്തിയുമെടുത്ത് ലൊറെൻസോയെ പിന്നിലേക്കു തള്ളി. നിയന്ത്രിക്കേണ്ട സമയമടുത്തിരിക്കുന്നു. അല്ല, അവരെ ആരും കൊന്നതല്ല.

ലൊറെൻസോ പ്രതികരിച്ചില്ല. സഹതാപത്തോടെ ഡോക്ടറെ അടിമുടി നോക്കി.അയാൾക്ക് ചിരി വരുന്നുണ്ട്. വിറങ്ങലിച്ചു പോയ ശരീരം ഒന്നനങ്ങിക്കിട്ടിയാൽ മതിയെന്നു ഡോക്ടർക്കു തോന്നി. തന്നെ വളർത്തി വലുതാക്കിയ കുടുംബത്തെ മുഴുവൻ ആരോ കൊന്നുവെന്ന നിന്ദ്യമായ ആരോപണം. അത് ഉന്നയിക്കുന്നവനോട് വെറുപ്പു വർദ്ധിച്ചു. മനുഷ്യനല്ല ഇയാൾ. മറ്റെന്തോ ആണ്.

ചിരിയുടെ കിതപ്പടങ്ങിയപ്പോൾ ലൊറെൻസോ ഡോക്ടർക്കടുത്തേക്കു നീങ്ങിയിരുന്നു. "ഞാൻ പറയുന്നത് സത്യമാണ്. ഇതാണു സത്യം. അവർ കൊല്ലപ്പെട്ടതാണ്. ഒരാൾ അവരെയെല്ലാം പദ്ധതിയിട്ടു കൊന്നു." സത്യത്തിന്റെ ഗന്ധമറിഞ്ഞപ്പോൾ ഡോക്ടറുടെ ഉള്ളം വിറച്ചു. ലൊറെൻസോ സ്വബോധത്തിലാണെന്ന് വ്യക്തം.

"ആര്?"

കൈകാലുകൾ ഇപ്പോഴും വിറയ്ക്കുന്നുണ്ട്. പെട്ടെന്നാണെല്ലാം സംഭവിച്ചത്. എന്താണു നടന്നതെന്ന് ജിയോയ്ക്കു മനസ്സിലായിട്ടില്ല. സാർ വീട്ടിൽ നിന്നിറങ്ങിയ ഉടൻ അതിഥി മുറിവിട്ടു പുറത്തേക്കു വന്നു. അയാൾ കാപ്പി ആവശ്യപ്പെട്ടു. കാപ്പി തയ്യാറാക്കാൻ ജിയോയ്ക്ക് സ്വന്തം എളുപ്പമാർഗ്ഗമുണ്ട്. അതിനാണ് അടുക്കളയിലേക്കു ചെന്നത്.

സംസാരിക്കാനുള്ളതുകൊണ്ടായിരിക്കും അയാളും പിന്നാലെ ചെന്നു.

ഡോക്ടറുടെ വീട്ടിൽ വന്നിട്ട് രണ്ടു വർഷമായി. ഇതിലും നല്ലൊരു മുതലാളി നാട്ടിലില്ലെന്ന് ആണയിടാൻ കഴിയും. ജീവിതത്തിലൊരിക്കലും ഇവിടം വിട്ടുപോകാനില്ല. കാര്യമായ ചിട്ടകളാണ് ഡോക്ടർക്കെങ്കിലും അതുമായെല്ലാം ചേർന്നു പോകാനാകുന്നുണ്ട്. എന്തെങ്കിലും അബദ്ധം പിണഞ്ഞാലും ഡോക്ടർ കാര്യമായെടുക്കില്ല. ചെറിയ ഓർമ്മപ്പെടുത്തൽ മാത്രം.

അതിഥി വന്നിട്ട് രണ്ടാഴ്ചയായി. അയാൾ മുറിവിട്ടു പുറത്തേക്കിറങ്ങാറേയില്ല. പെരുമാറ്റത്തിലും ചില പൊരുത്തമില്ലായ്മ ജിയോയ്ക്കു തോന്നി. സംഗതി അത്ര പന്തിയല്ല. ഡോക്ടറും ജനറലും കൂടി അയാളെക്കുറിച്ചു പറയുന്നതും രഹസ്യമായാണ്. അതുകൊണ്ട് അങ്ങോട്ട് ഇടിച്ചു കയറി സംസാരിക്കാൻ ജിയോയും പോയില്ല. അയാൾ വർത്തമാനം പറയാൻ ചെന്നപ്പോൾ സന്തോഷിച്ചതും ഇതുകൊണ്ടൊക്കെത്തന്നെ.

കാപ്പിയിൽ പാൽ ചേർത്തു തുടങ്ങിയപ്പോൾ അറിയാതെ ഒരു കുഴപ്പം പിടിച്ച ചോദ്യം ചോദിച്ചു പോയി. “നിങ്ങൾക്ക് ജനറൽ ഫെർണാണ്ടസിനെ അറിയാമല്ലോ, അല്ലേ? അയാൾ രണ്ടു കുട്ടികളെ വീട്ടിൽ കൊണ്ടു വന്നു വളർത്തുന്നുവത്രെ! ഇപ്പോഴത്തെ കാലത്ത് ഇങ്ങനെ നല്ല മനുഷ്യരുണ്ടാകുമോ?”

സാധാരണ സംഭാഷണത്തിൽ പ്രശ്നങ്ങളുണ്ടാക്കാത്ത ചോദ്യം. എന്നാൽ ചോദ്യത്തിന്റെ പ്രത്യാഘാതം ഭീകരമായിരുന്നു.

അയാൾ അവനെ ചുമരോട് ചേർത്ത് അമർത്തി. നട്ടെല്ല് വല്ലാതെ നിവരുന്നുവെന്ന് തോന്നിയപ്പോൾ നിലത്തേക്ക് വലിച്ചെറേറ്. ഏതോ പാഴ് വസ്തുവെന്ന മട്ടിൽ. എന്നിട്ടും കലിയടങ്ങാതെ ആഞ്ഞു ചവിട്ടി. ഒത്തിരി നോവിച്ചു. അവൻ ഉറക്കെ കരയാൻ തുടങ്ങി. അയാൾക്കു ശരിക്കും ഭ്രാന്തായി. കണ്ടതെല്ലാം വലിച്ചെറിയാൻ തുടങ്ങി. സ്ഫടികപ്പാത്രത്തിന്റെ ചീള് മുടിയിഴ വ്യത്യാസത്തിലാണ് കണ്ണിൽ തറയ്ക്കാതെ പോയത്.

പിന്നെ എങ്ങനെയാണ് എഴുന്നേറ്റ് ഓടിയതെന്ന് ജിയോയ്ക്ക് ഓർമ്മയില്ല. വാതിൽ സുരക്ഷിതമായി പൂട്ടാൻ ശ്രദ്ധിച്ചിരുന്നു. ഗെയ്റ്റിൽ തല ചായ്ച്ചുറങ്ങുകയായിരുന്ന കാവൽക്കാരനെ വിളിച്ചുണർത്തി. സാർ വരുന്നതു വരെ പുറത്ത് ശ്രദ്ധയോടെ നിന്നു. വൈകുന്തോറും അയാൾ പുറത്തേയ്ക്കു വന്നു ആക്രമിക്കുമോ എന്ന പേടിയായിരുന്നു. അകത്ത് എന്തൊക്കെയോ നടക്കുന്നുവെന്ന് ശബ്ദം കേട്ടാലറിയാം. ജനാലയിലൂടെ നോക്കാൻ പോലും ധൈര്യം വന്നില്ല.

കുറച്ചു കഴിഞ്ഞപ്പോൾ അകത്തു നിന്ന് ശബ്ദമൊന്നും വരാതായി. എന്നിട്ടും, വാതിൽ തുറന്നില്ല. അവസാനം ഡോക്ടർ വന്നു. പോകേണ്ടെന്നു വിലക്കിയിട്ടും അദ്ദേഹം അകത്തേക്കു പോയിട്ടുണ്ട്. കുറേ നേരമായി അവൻ കുരിശു വരയ്ക്കുന്നു. ഒച്ചയനക്കമില്ല. മനസ്സ് പുറത്തു നില്ക്കാനോ അകത്തേക്കു കയറാനോ സമ്മതിക്കുന്നുമില്ല. ആ ഭ്രാന്തൻ

ഡോക്ടറെ വല്ലതും ചെയ്യുമോ എന്ന പേടി ജിയോയെ കാർന്നു തിന്നാൻ തുടങ്ങി.

കന്യാമറിയത്തെ മനസ്സിൽ വിചാരിച്ച് ഒരു പടി മുന്നോട്ടു വെച്ചു. വാതിൽ മെല്ലെ തുറന്നു. മെഴുകുതിരി കത്തുന്നുണ്ട്. ഡോക്ടറും ലൊറെൻസോയും മുഖാമുഖം ഇരിക്കുന്നു. അവരുടെ സംഭാഷണത്തിനു മുടക്കം വരുത്തരുതെന്ന മര്യാദാബോധം അവനിൽ വേരൂന്നി. ഇവിടെ ത്തന്നെ നില്ക്കാം. ഭ്രാന്തന്റെ വിധം മാറിയാൽ ഡോക്ടറെ സഹായി ക്കാനുമാകും. കുറച്ചു നേരത്തെ തന്നെ ക്രൂരമായി ചവിട്ടിയ ലൊറെൻസോ അലസഭാവത്തിൽ ഇരിക്കുന്നത് അവന് തീരെ സന്തോഷം നല്കിയില്ല. ഓടിച്ചെന്ന് അയാളുടെ മുഖത്ത് വിരൽ പതിയും വിധത്തിൽ അടിക്കു കയാണു വേണ്ടത്.

ലൊറെൻസോ നെഞ്ചിൽ കൈ വെച്ച് അഭിമാനത്തോടെ പറയുന്നു.

"ഞാൻ ........"

ഡോക്ടറുടെ മുഖം വെളുത്ത് കടലാസു പോലെയായി. അയാളുടെ പറച്ചിൽ കേട്ടാൽ ഏതോ മഹാകാര്യം സാധിച്ചവനെപ്പോലുണ്ട്. ലൊറെൻസോ വാചകം മുഴുമിപ്പിച്ചു. ഞാനതു ചെയ്തു. ആ കുടുംബ ത്തിലെ നാലു പേരെയും കൊന്നത് ഞാനാണ്. എന്റെ കൈകൊണ്ടാ ണവരൊക്കെ മരിച്ചത്.

ചെറുപ്പത്തിൽ വിട്ടുപോയ അപസ്മാര രോഗം തിരികെ വരുന്നതായി ജിയോയ്ക്ക് അനുഭവപ്പെട്ടു. ഞരമ്പുകൾ പിടിമുറുക്കുന്നു. കാലുകൾക്ക് തളർച്ച. ഒരു കൊലപാതകിയിൽ നിന്നും തന്നെ രക്ഷിച്ച കർത്താവിന് അവൻ നന്ദി പറഞ്ഞു. ഡോക്ടറുടെ ജീവൻ എടുക്കാൻ അയാളെ ഒരിക്കലും അനുവദിക്കില്ല. വേണമെങ്കിൽ തന്നെ ബലികൊടുക്കും. ഡോക്ടറുടെ രക്ഷയ്ക്കെന്നോണം കുറച്ചു കൂടി മുന്നിലേക്കു നിന്നു.

ലൊറെൻസോയുടെ പെട്ടെന്നുള്ള അട്ടഹാസം ജിയോയെ പിറകോട്ടു നടത്തിച്ചു. വീടാകെ നിറഞ്ഞുകൊണ്ടുള്ള അട്ടഹാസം. നിസ്സഹായനായി അമ്പരന്നിരിക്കുന്ന ഡോക്ടറെപ്പോലെ അവനും നിന്നു. ഒരു കൊലപാതകിയുടെ വിജയാഹ്ലാദം. നാലുപേരെ ദയവില്ലാതെ കൊന്നത് അയാൾ ചിരിച്ചു തള്ളുന്നു.

ഡോക്ടറും എഴുന്നേറ്റു. അദ്ദേഹം പുറത്തേക്കു വരണമെന്ന് ജിയോ പ്രാർത്ഥിച്ചു. അദ്ദേഹത്തിന്റെ ജീവനു ഭീഷണിയുണ്ട്. എങ്കിലും അദ്ദേഹം ധൈര്യപൂർവ്വം ലൊറെൻസോയുടെ പിന്നിലേക്കു നിന്നു. പിറകിൽ അനക്കം കേട്ടപ്പോൾ ലൊറെൻസോ തിരിഞ്ഞുനോക്കി. ഒരിക്കൽക്കൂടി ചങ്കൂറ്റത്തോടെ പ്രഖ്യാപിച്ചു.

"ഞാൻ..... ഞാനവരെ കൊന്നു. ഒരു കുടുംബത്തിലെ നാലു പേരെ. എനിക്കാവശ്യങ്ങളുണ്ടായിരുന്നു. അതെല്ലാം ഞാൻ സാധിച്ചു. ഒരുപാട് ആലോചിച്ചും ചിന്തിച്ചും ഞാൻ ശ്രമിച്ചു. എന്നിട്ടും."

അയാൾ നിർത്തി. കൂടുതൽ പറയാൻ പറ്റിയില്ല. ഒരു വലിയ അലർച്ചയോടെ നിലത്തേക്കു വീണു. വീണിടത്തു കിടന്നു പിടഞ്ഞുകൊ

ണ്ടിരുന്നു. കഠിനമായ വേദനയനുഭവിക്കും പോലെ അയാളുടെ കൈകൾ മുറുക്കെ പിടിച്ചിരുന്നു. ഡോക്ടർക്ക് എന്തെങ്കിലും ചെയ്യാനാകും മുമ്പ് അയാളുടെ ചലനം നിന്നു. ഒരു ചെറിയ മൂളൽ പോലുമില്ല. അന്തിച്ചു നില്ക്കുന്ന ഡോക്ടറുടെ അടുത്തേക്ക് ജിയോ കുതിച്ചു ചെന്നു.

ലൊറെൻസോയുടെ ശരീരം ചലനരഹിതമാകുന്നത് ഡോക്ടർ കണ്ടു നിന്നു. എന്താണു ചെയ്യേണ്ടതെന്ന് അയാൾ മറന്നു പോയിരുന്നു. ജിയോയുടെ സാമീപ്യം കിട്ടിയപ്പോൾ സ്വബോധം വീണ്ടെടുത്തു. കുനിഞ്ഞ് ലൊറെൻസോയെ വിളിച്ചു. അയാൾ കണ്ണു തുറന്നില്ല അനങ്ങിയില്ല.

ലൊറെൻസോയുടെ കൈത്തണ്ട പിടിച്ച ഡോക്ടർ അന്ധാളിച്ചു നിന്നു. അയാൾക്കു ഹൃദയസ്പന്ദനമില്ല. ശ്വാസോച്ഛ്വാസം നടക്കുന്നില്ല. ക്രൂരമായ ഒരറിവ് ഡോക്ടർക്കു വെളിവായി. ലൊറെൻസോ മരിച്ചു. ഒരുപാടു മരണങ്ങൾ സ്വന്തം കൈയാൽ നടത്തിയ ലൊറെൻസോയെ ഒടുവിൽ മരണം കൂട്ടിക്കൊണ്ടു പോയി. അയാൾ പോലും നിനയ്ക്കാതെ.

പ്രാഥമിക നിരീക്ഷണത്തിൽ ഹൃദയസ്തംഭനമാണ്. ലൊറെൻസോയ്ക്ക് അങ്ങനെയൊന്നുണ്ടെന്ന് കരുതുക തന്നെ വിഷമകരം. ഫെർണാണ്ടസിനെ അറിയിക്കണമല്ലോ. നേരിട്ടു പോകാൻ ഡോക്ടർക്കു മടി തോന്നി. അയാളോട് പറഞ്ഞു പോകും. പഴയ മുറിവുകൾ വീണ്ടും കുത്തിക്കീറുന്നത് നല്ലതിനല്ല. വിവരമറിയിക്കാൻ ജിയോയെ വിടാം.

ലൊറെൻസോയുടെ കിടപ്പ് കാണുമ്പോൾ വിഷമമാകുന്നു. തന്നെ സ്നേഹിച്ച, എല്ലാവരെയും ദു:ഖിപ്പിച്ച, ക്രൂരൻ പരാജിതനായി നേടിയെടുത്തതെല്ലാം പിടിച്ചെടുക്കപ്പെട്ട് മരിച്ചുകിടക്കുന്നു. മനുഷ്യന് വേണ്ടത് ഇത്തിരി മണ്ണാണ്. അതയാൾ മനസ്സിലാക്കിയില്ല. ഈ കാട്ടിയതെല്ലാം വ്യർത്ഥമായിരുന്നുവെന്ന് അയാളുടെ ആത്മാവ് ചിലപ്പോൾ മനസ്സിലാക്കിയേക്കും.

അയാളുടെ അഴിഞ്ഞുലഞ്ഞു കിടന്ന മേൽക്കുപ്പായം നേരെയാക്കി. വന്ന ദിവസം മുതൽ ഇതേവരെ അതു മാറ്റിയില്ല എന്നതിൽ അത്ഭുതം തോന്നി. ഉള്ളിൽ എന്തോ തടഞ്ഞു. സ്വകാര്യതയിലേക്കൊരു കടന്നു കയറ്റം നടത്തിയതിന്റെ കുറ്റബോധത്തോടെ ഡോക്ടർ കൈയിട്ട് അതു പുറത്തെടുത്തു. ഒരു കവർ.

പൊട്ടിച്ചു വായിക്കുമ്പോൾ ചെറിയൊരു ശരികേട് തോന്നാതിരുന്നില്ല. എന്തെങ്കിലും ഉത്തരവോ സന്ദേശമോ ആണെങ്കിൽ നല്ല കാര്യമാകും.

അജ്ഞാതന്റെ കത്ത് വായിച്ചു തീർന്നപ്പോൾ കാര്യങ്ങളെല്ലാം ഒറ്റയടിക്കു മനസ്സിലായി. ശരീരത്തിലൂടെ വൈദ്യുതി പ്രവഹിച്ചതുപോലെ. തിരിഞ്ഞ് ജിയോയെ നോക്കി ഇങ്ങനെ പറഞ്ഞു.

“ഞാൻ തന്നെ ഫെർണാണ്ടസിനെ കാണാൻ പോകുന്നു. വളരെ അത്യാവശ്യമാണ്.”

# പതിനാല്

**ഡോ**ക്ടറുടെ കുതിര ഇത്ര വേഗത്തിൽ ഇതുവരെ പാഞ്ഞിട്ടില്ല. ഒരു നിമിഷം പോലും പാഴാക്കാതെ അതു കിതച്ചോടി. എന്നിട്ടും തൃപ്തി വരാതെ വണ്ടിക്കാരന്റെ ചുമലിൽ തട്ടിക്കൊണ്ടിരുന്നു. മുതലാളിയുടെ ഇച്ഛയ്ക്കൊത്ത് കഴിയുന്നത്ര വേഗം അയാൾ കുതിരയെ പായിച്ചു.

വഴിയിൽ ഒന്നുരണ്ടപകടങ്ങൾ ഭാഗ്യവശാൽ ഒഴിഞ്ഞു പോയി. വണ്ടിയിൽ നിന്നു തലയിട്ട് ക്ഷമാപണം നടത്താനൊന്നും ഡോക്ടർ മെനക്കെട്ടില്ല. അങ്ങനെയല്ല സ്വഭാവം. തല്ക്കാലം മറ്റൊന്നിലേക്കും ശ്രദ്ധ തിരിയുന്നില്ല. എത്രയും വേഗം ഫെർണാണ്ടസിന്റെ വീട്ടിലെത്തണം. വർഷങ്ങളായി മൂടിവയ്ക്കപ്പെട്ട സത്യങ്ങൾ പുറത്തെത്തിക്കേണ്ട ചുമതല കർത്താവു തനിക്കാണു തന്നത്. അല്ലെങ്കിൽ ലൊറെൻസോ എല്ലാം തന്നോടു തന്നെ പറയുമോ?

ചിന്തിച്ചു നോക്കുമ്പോൾ എല്ലാം ഒത്തു വരുന്നു. ഒരു കുടുംബത്തിൽ നാലു മരണം. എല്ലാം നിഗൂഢവും. അതുവരെ കുടുംബത്തിലൊട്ടി നിന്ന ലൊറെൻസോ പെട്ടെന്നു മനം മടുത്ത് സ്ഥലം വിടുന്നു. ഒറ്റയ്ക്കു നങ്കൂരമിട്ടപ്പോൾ അയാൾ തികച്ചും വ്യത്യസ്തനായ ക്രൂരനായ ഒരാളായി മാറി. ഹൃദയമുള്ളവർ ചെയ്യുന്നതല്ല അയാളുടെ ഒരു പ്രവൃത്തിയും. മനസ്സിലെ ദയാവായ്പ് പെട്ടെന്നു വറ്റി വരണ്ടു പോകുന്ന ഒന്നല്ല.

ലൊറെൻസോയെക്കുറിച്ച് കുറച്ചേ ചിന്തിച്ചുള്ളൂ. ആ കത്തിനെക്കുറിച്ച് ആലോചിക്കുമ്പോഴാണ് അത്ഭുതം! സത്യത്തിന്റെ കരുത്ത് എത്ര മാത്രമാണെന്ന് ബോദ്ധ്യമാവുന്നു. എങ്ങനെ കുഴിച്ചു മൂടിയാലും സത്യം പുറത്തു വരും. എത്ര കള്ളങ്ങൾ കൊണ്ട് ഒളിപ്പിച്ചു വെച്ചാലും ഒരു നാൾ തെളിഞ്ഞു കാണും. ഇത്രയും ഗൗരവമായി മറ്റൊന്നിലും ലൊറെൻസോ ശ്രദ്ധിച്ചിട്ടുണ്ടാവില്ല. ഒരിക്കലും സത്യം പുറത്തറിയാതിരിക്കാനാണ് അയാൾ ആഗ്രഹിച്ചത്. എന്നിട്ടും സമനില തെറ്റിയപ്പോൾ എല്ലാം സ്വയം വെളിപ്പെടുത്തി. മൃതദേഹത്തിൽ നിന്നും പരമവിശുദ്ധമായ സത്യത്തിന്റെ

പ്രമാണം തനിക്കു ലഭിച്ചു.

ഫെർണാണ്ടസിനെ നന്നായറിയാം. ഒരു പട്ടാളക്കാരനു ചേർന്നതല്ല അയാളുടെ മനസ്സ്. വികാരജീവിയാണയാൾ. ഭാവനയിൽ മുഴുകുന്ന തനി കാല്പനികൻ. ലൊറെൻസോയുടെ സത്യം പറഞ്ഞാൽ തന്റെ സമനില തെറ്റിയെന്ന് അയാൾ സംശയിച്ചേക്കാം. ലൊറെൻസോ നഷ്ടം വരുത്തുമെന്ന് അയാൾക്കു ചിന്തിക്കാനാകില്ല. എല്ലാവരും നല്ലവരാണെന്നാണ് വിചാരം. സത്യത്തിൽ, അയാളെപ്പോലെ അയാൾ മാത്രമേയുള്ളൂ.

ഫെർണാണ്ടസിനെ വിശ്വസിപ്പിക്കാൻ കൈയിലുള്ള കത്തു തന്നെ ധാരാളം. അതിനെ തള്ളിക്കളയാൻ അയാൾക്കു കഴിയില്ല. സത്യമറിഞ്ഞാൽ ഒരേ സമയം സന്തോഷവും ദുഃഖവും തോന്നും. അയാളുടെ സ്ഥാനത്ത് ഡോക്ടർ സ്വയം പ്രതിഷ്ഠിച്ചു നോക്കി. അതെ, താനാണെങ്കിൽ രണ്ടു വികാരങ്ങളും കൂടിക്കുഴയും. ആലീസ് കരയും. അവളെ താൻ നന്നായി മനസ്സിലാക്കിയിട്ടുണ്ട്. കുട്ടികളെക്കാൾ കളങ്കരഹിതമാണ് ആലീസിന്റെ മനസ്സ്.

ചുണക്കുട്ടിയായ കുതിര ഫെർണാണ്ടസിന്റെ വീടിനു മുന്നിലെത്തിയപ്പോഴാണ് ഓട്ടം നിർത്തിയത്. വണ്ടിയിൽനിന്നും ഡോക്ടർ ഉത്സാഹത്തോടെ ചാടിയിറങ്ങി. കുപ്പായം തുറന്നു കിടന്നിരുന്നു. തൊപ്പി ഒരു വശത്തേക്ക് ചരിഞ്ഞു നിന്നു.

"ഫെർണാണ്ടസ്..."

ഉറക്കെ വിളിച്ചു. വാതിൽ ഉടനടി തുറന്നു. സാലിയമ്മയാണ് പുറത്ത് വന്നത്. എഴുന്നേറ്റിട്ട് ഏറെ നേരമായെന്നു കണ്ടാലറിയാം. ഡോക്ടറെ കണ്ടപ്പോൾ അത്ഭുതമായി. ആ സമയത്ത് തീരെ പ്രതീക്ഷിച്ചില്ലെന്ന് വ്യക്തം. തലേന്നു രാത്രിയിലെ അതേ കുപ്പായമാണ് ഡോക്ടർ ധരിച്ചിരുന്നത്. എന്താ പ്രശ്നം എന്നു ചോദിക്കും പോലെ അവർ പുരികമുയർത്തി.

"ഫെർണാണ്ടസിനെ കാണണം, ഇപ്പോൾ."

തിടുക്കം അവർ ശ്രദ്ധിക്കാതിരുന്നില്ല. മുന്നോട്ടു നീങ്ങി നിന്നിട്ട് ഖേദത്തോടെ പറഞ്ഞു. "അവർ പോയി, കുറച്ചു നേരം മുമ്പെ."

താൻ ക്ഷീണിച്ചിരിക്കുന്നു എന്നു ഡോക്ടർക്കു മനസ്സിലായി. ഒന്നും പറയാൻ കിട്ടിയില്ല. കുറച്ചു നേരം കൂടി നിന്നനില്പു നിന്നു.

"അകത്തു വാ, അക്സ്.."

സാലിയമ്മ വിളിച്ചു. വൈകിപ്പോയി. ഫെർണാണ്ടസിനെ ഇനി കണ്ടാൽ ഇതുപോലെ പറയാനാകുമെന്നു തോന്നുന്നില്ല. കൂടുതലെന്തു പറയാൻ? പിന്നെ തോന്നി. പോയെങ്കിൽ പോട്ടെ. ഈ യാത്രയും സത്യത്തിന്റെ വഴിയിലാണ്. ആരും അറിയിച്ചില്ലെങ്കിലും അയാൾ യാഥാർത്ഥ്യം സ്വയം കണ്ടെത്തും. ഇത്രയ്ക്കു തിടുക്കവും ആവേശവും കാണിക്കേണ്ട കാര്യം തനിക്കില്ലായിരുന്നു.

ഡോക്ടർ അകത്തേക്കു കയറിയില്ല. മടങ്ങണം. ലൊറെൻസോയുടെ ശവം കാത്തു കിടക്കുന്നു. വിശ്വസിച്ചേല്പിക്കാൻ സാലിയമ്മയുണ്ട്. പോക്കറ്റിൽ കൈയിട്ട് കത്തു പുറത്തെടുത്തു. പ്രാർത്ഥനയോടെയും

വിശ്വാസത്തോടെയും സാലിയമ്മയുടെ കൈയിൽ വെച്ചു കൊടുത്തു. “ഫെർണാണ്ടസ് വന്നയുടൻ ഇതു കൊടുക്കണം. മറന്നു പോകരുത്. വളരെ പ്രധാനപ്പെട്ടതാണ്.” അവർ കത്ത് സൂക്ഷ്മതയോടെ കൈയിൽ വാങ്ങി. എന്നെ വിശ്വസിക്കുക.

യാത്ര പറഞ്ഞ് വണ്ടിയിൽ കയറിയിരുന്നു. വലിയൊരു ഭാരം ഇറക്കി വച്ചതുപോലെ. കൈയിലുണ്ടായിരുന്ന അമൂല്യ രേഖയാണ് വിശ്വസ്ത കരങ്ങളിൽ ഏൽപ്പിച്ചത്. ശാന്തിയും സമാധാനവും അനുഭവപ്പെട്ടു. കുതിര പതുക്കെ നീങ്ങിത്തുടങ്ങിയപ്പോൾ ഡോക്ടർ ഭക്തിയോടെ ആകാശത്തേക്കു കണ്ണു നട്ടു.

സാലിക്കിത് സങ്കട ദിവസമാണ്. രാവിലെ എഴുന്നേറ്റു. യാത്രയ്ക്കുള്ള പുറപ്പാടിൽ ആരും ഒന്നും മറന്നു പോകാതിരിക്കാൻ എല്ലാം പരിശോധിക്കണം. ഫെർണാണ്ടസ് എന്തെങ്കിലും മറക്കാതിരിക്കില്ല. മറവി അവന്റെ കൂടപ്പിറപ്പാണ്. സ്കൂളിൽ പോയിരുന്ന കാലത്ത് പുസ്തകങ്ങൾ മറക്കും. പിന്നെ ഭക്ഷണം എടുക്കാൻ മറന്നു തുടങ്ങി. കുറേയൊക്കെ ആലീസ് ശ്രദ്ധിക്കും. എന്നാലും തനിക്ക് സ്വന്തം പരിശോധനയിലാണു തൃപ്തി.

പതിവിനു വിപരീതം. ഫെർണാണ്ടസ് ഒന്നും മറന്നിട്ടില്ല. എന്നേ തയ്യാറെടുത്തു എന്ന മട്ട്. എത്ര ഒളിപ്പിച്ചിട്ടും സാലി അത് പിടിച്ചെടുത്തു. ആ കണ്ണുകളിലെ വേദന. മൈക്കേലിനെ പിരിയാൻ വയ്യാത്ത വേദന. ആലീസും നിശ്ശബ്ദയാണ്. നഷ്ടപ്പെട്ട മകനെ സങ്കല്പിച്ചെടുക്കാൻ തുടങ്ങിയതാണ് ഇരുവരും. ലൂയിസ് കുടുംബത്തിൽ ടോം കൺവെട്ടത്തുണ്ട്. മൈക്കേലോ? അവൻ അകന്നു പോവുകയാണ്. ആ ദു:ഖം അവരെ ഉള്ളിൽ കുത്തിനോവിക്കുകയാണ്.

സാലിക്കും വിഷമമുണ്ട്. പേരക്കുട്ടികളെപ്പോലെയാണ് മൈക്കേലിനെയും ടോമിനെയും കണ്ടിരുന്നത്. അവരുടെ ചിരി കാണുമ്പോൾ ഇല്ലാത്ത കുടുംബത്തെ ഭാവന ചെയ്തു നോക്കിയിട്ടുണ്ട്. ടോമിന്റെ വേർപാടിന് സ്വയം സമാധാനിപ്പിക്കാവുന്ന കാരണങ്ങളുണ്ട്. മൈക്കേലിനെ പിരിയുന്നത് ചിലപ്പോൾ താല്ക്കാലികമായിരിക്കില്ല. ആ തിരിച്ചറിവാണ് കൂടുതൽ ദു:ഖിപ്പിക്കുന്നത്.

ഉറക്കം വിടാത്ത മുഖവുമായി മൈക്കേൽ പുറത്തേക്കിറങ്ങിവന്നു. എന്ത് ഓമനത്തമുള്ള കുട്ടി! കാണാതിരിക്കാൻ കഴിയുമോ ഇവനെ? ആ മുഖത്ത് വിഷമം കത്തി നില്ക്കുന്നുണ്ട്. സ്നേഹമുള്ള കുട്ടിയാണവൻ. എല്ലാവരെയും പിരിയുന്നത് വല്ലാതെ വിഷമിപ്പിക്കുന്നുണ്ടാകും. മൈക്കേലിന് ഉമ്മ കൊടുക്കുമ്പോൾ കരയാതിരിക്കാൻ സാലി പാടുപെട്ടു.

കെട്ടിപ്പിടിക്കുമ്പോൾ അവൻ ചോദിച്ചു. “അമ്മൂമ്മയും വരോ? അമ്മൂമ്മയും വരണം. എന്തു രസമായിരിക്കും?” സങ്കടം തികട്ടി വന്നു. കുറച്ചു നേരം കൂടി ഇവനെ കണ്ടുകൊണ്ടിരുന്നാൽ വിട്ടുകൊടുക്കാൻ തോന്നില്ല. “ഇല്ല, മൈക്കേൽ... അമ്മൂമ്മക്കു വയ്യ. അത്രയും ദൂരം വരികയെന്നു വെച്ചാൽ എനിക്കു വയ്യാണ്ടാകും.” അവൻ സമ്മതിക്കുന്ന ഭാവമില്ല. നിർബ്ബന്ധത്തോടെ വീണ്ടും വീണ്ടും ചോദിച്ചു. ഓരോ തവണയും വേദനയോടെ നിരസിച്ചു. മൈക്കേൽ ടോമിനു നേരെ

തിരിഞ്ഞു. "ഒന്നു പറയെടോ." ടോമിന് എന്തെങ്കിലും പറയാനാകും മുമ്പെ സാലി നിഷേധിച്ചു. "ഞാൻ വരുന്നില്ല."

മൈക്കേൽ പിന്നെയൊന്നും പറഞ്ഞില്ല. അവനു വിഷമമായെന്നു സാലിക്കു മനസ്സിലായി. ടോമും നിശ്ശബ്ദനായി. ലോറയ്ക്ക് എന്തെങ്കിലും പറയാനുള്ള പരിചയമായിട്ടില്ല. വാതില്ക്കൽ നിന്നു കൈ വീശി യാത്ര പറയുമ്പോൾ മൈക്കേലും ടോമും വിങ്ങിപ്പൊട്ടി. അവർക്കൊപ്പം കരഞ്ഞുവെന്ന് മനസ്സിലാക്കാൻ സാലിക്കു കുറച്ചു സമയമെടുത്തു. മുഖം തുടച്ച് മനസ്സു ശാന്തമാക്കാൻ കസേരയിലിരുന്നു. കണ്ണീരടക്കാൻ തന്നെ കുറേ പണിപ്പെട്ടു.

അതിനു ശേഷമാണ് പുറത്തൊരു വിളി കേട്ടത്. അലക്സ്. അവൻ വെപ്രാളത്തിലായിരുന്നു. വേഷവും മാറ്റിയിട്ടില്ല. ഇല്ലാത്ത ഫെർണാണ്ടസിനെ താനെങ്ങനെ കാട്ടിക്കൊടുക്കാനാണ്? ഒരു കവർ സൂക്ഷിക്കാൻ തന്നിട്ടാണവൻ പോയത്. വളരെ വിലപിടിച്ച എന്തോ ആണ് ഭദ്രമായി മേശയ്ക്കുള്ളിൽ വെച്ചു. മറവി തനിക്കും ബാധിക്കരുതല്ലോ..

ആളൊഴിഞ്ഞ വീട്ടിലാണു താനെന്ന് സാലിക്കു തോന്നി. കുട്ടികളില്ലാത്ത വീട്, ശൂന്യമാണ് സർവ്വതും. യാത്ര കഴിഞ്ഞ് വീട്ടുകാർ മടങ്ങി വരും വരെ ഈ ഏകാന്തത നിലനില്ക്കും. അവരെത്തിയാൽ ജീവിതം പഴയ പാളത്തിലേക്കു കയറും. ജീവിതത്തിൽ ഒരു നല്ല അദ്ധ്യായമായി മൈക്കേലിനെ ഓർക്കാനാകും. അവൻ എന്നും അങ്ങനെ തന്നെ ആയിരിക്കും.

മൈക്കേൽ ആനന്ദത്തിന്റെ അത്യുന്നതങ്ങളിൽ എവിടെയോ ആണ്. അവന് ഉറക്കെയുറക്കെ ചിരിക്കണമെന്നും ആകാശത്തുയർന്നു പറക്കണമെന്നും കൊതി തോന്നി. ചിരിക്കുക സാദ്ധ്യമാണ്. എന്നാൽ ആകാശത്തിലുയർന്ന് ചിറകു വിരിച്ച് മേഘങ്ങളെ ഉമ്മ വെച്ചു പറക്കുക അസാദ്ധ്യമാണ്. അങ്ങനെ ചെയ്യാനാകാത്തതിൽ വീർപ്പുമുട്ടൽ തോന്നി.

സാലി അമ്മൂമ്മയോട് യാത്ര പറയുമ്പോൾ കരഞ്ഞു പോയി. കുറച്ചു ദൂരം താണ്ടിയപ്പോൾ കണ്ണു തുടച്ച് പുറത്തേക്കു നോക്കി. അതോടെ വിഷമങ്ങൾ മൊത്തമായും മറന്നു പോയി. വഴിയോരക്കാഴ്ചകൾ അത്ര ആകർഷകമായിരുന്നു. പിറകോട്ടു പോകുന്ന പച്ചപ്പ് മത്തു പിടിപ്പിക്കുന്നു. ചിലപ്പോൾ അറിയാതെ എഴുന്നേറ്റു പോകും. അപ്പോഴെല്ലാം ആലീസ് ആന്റി പിടിച്ചിരുത്തും.

പുറകിലത്തെ വണ്ടിയിൽ ടോമും ലോറയും മിൽട്ടൻ ദമ്പതിമാർക്കൊപ്പമുണ്ട്. അവരും കാഴ്ചകൾ കണ്ടിരിക്കുകയാകും. ലോറയെ മടിയിലിരുത്തി പുറത്തേയ്ക്കു വിരൽ ചൂണ്ടി ടോം പറയുന്നുണ്ടാകും "ലോറ അതു നോക്കൂ." തിരിഞ്ഞു നോക്കാതെ അങ്ങനെയാണെന്നു വിശ്വസിക്കാൻ മൈക്കേലിനു ഹരം തോന്നി. അവനൊരു സ്വപ്നജീവിയായി പരിണമിച്ചു കഴിഞ്ഞു. എന്തും ഭാവന ചെയ്യുമ്പോഴാണ് കൂടുതൽ സൗന്ദര്യം.

മഞ്ഞുകാലം വസന്തത്തിനു വഴി മാറിയിട്ടുണ്ട്. പുല്ലു പോലും മനോഹരമായിട്ടുണ്ട്. ബിർച്ചു മരങ്ങൾ മഞ്ഞണിയാതെ ഇലകളേന്തി നില്ക്കുന്നു. പൈൻ മരങ്ങൾക്ക് ഉന്മേഷഭാവം. വായുവിന് പൂക്കളുടെ സുഗന്ധം. അത് മനസ്സിനെ പ്രശാന്തസുന്ദരമാക്കി മാറ്റുന്നു. പൂക്കൾ

ധാരാളമുള്ള സ്ഥലം കടന്നു പോയി. മൈക്കേലിന് പ്രകൃതിയെ മൊത്തം ആവാഹിച്ചെടുക്കണമെന്നു തോന്നി. അത്രയും അഴക് തനിക്കു വേണം. പൂമ്പാറ്റകളും കിളികളും എല്ലാം അടുത്തു വരട്ടെ. അവയുടെ ചിറകടിയിൽ ഉന്മത്തനായി നില്ക്കാം.

അതിരാവിലെ തുടങ്ങിയ യാത്രയാണ്. വൈകുന്നേരത്തിനടുത്ത് ഏബലിലെത്തുമെന്നാണ് വണ്ടിക്കാരൻ ചേട്ടൻ പറഞ്ഞത്. മൈക്കേലിനു സമയം നോക്കാനറിയില്ല. എന്നാലും വൈകുന്നേരം അറിയാമല്ലോ. സൂര്യനോട് പെട്ടെന്നു തിരിയുവാൻ അപേക്ഷിച്ചു. മൂപ്പരുടെ പോക്കിനനുസരിച്ചാണു സമയം പോകുന്നതെന്ന് ഫാദറാണ് അവനെ പഠിപ്പിച്ചത്.

പോകുന്ന വഴിക്ക് പള്ളിയിലെ സെമിത്തേരിയിലിറങ്ങണം. പ്രിയപ്പെട്ട ആരൊക്കെയോ അവിടെയുണ്ടാകും. കണ്ണീരിൽ വിട ചൊല്ലണം. അന്നത്തെ നശിച്ച രാത്രിയിൽ ചിന്തിക്കാനേ പറ്റിയില്ല. ബൈബിളിനൊപ്പം എരിഞ്ഞു തീർന്ന നല്ലവനായ ഫാദർ. മുത്തച്ഛന് എന്തു വിഷമമായിട്ടുണ്ടാവും? ആത്മാവുപോലെയായിരുന്നു അദ്ദേഹത്തിന് സുഹൃത്ത്. ഫാദറിന്റെ കുഴിമാടത്തിൽ പൂക്കൾ വയ്ക്കണം. അദ്ദേഹം ഏറെ സ്നേഹിച്ച മഞ്ഞ റോസാപൂക്കൾ.

തകർന്നടിഞ്ഞു പോയ പള്ളിയുടെ അവശിഷ്ടങ്ങൾ കാണണം. എവിടെയോ താനുണ്ടായിരുന്നു എന്നതിന്റെ തെളിവുകൾ കണ്ടെത്തണം. അതേക്കുറിച്ച് ചിന്തിച്ചപ്പോൾ താൻ വീണ്ടും കരയുകയാണെന്ന് മൈക്കേൽ തിരിച്ചറിഞ്ഞു. പിന്നെയും പുറത്തേക്കു നോക്കിയിരുന്നു. വർണ്ണക്കാഴ്ചകൾ താല്ക്കാലികമായ സന്തോഷം തരട്ടെ.

നിറയെ പാറക്കെട്ടുകൾ ഉള്ള ഒരിടത്താണ് അവർ ഭക്ഷണത്തിന് നിന്നത്. ഒറ്റപ്പെട്ട, സുന്ദരമായ പ്രദേശം. സോസേജുകൾക്ക് കൂടുതൽ രുചി തോന്നിയതും സ്ഥലത്തിന്റെ സവിശേഷത കൊണ്ടാണ്. കുതിരകൾ ഓടി തളർന്നിട്ടുണ്ട്. കുറച്ച് നേരം കൂടി അവിടെ നില്ക്കാൻ തീരുമാനിച്ചത് നന്നായി. സുന്ദരമായ വലിയ കറുത്ത പാറകളിൽ മുഖമമർത്തി നില്ക്കാൻ അവയ്ക്ക് സമയം കിട്ടുമല്ലോ.

ടോമിന്റെ ചുമലിൽ താങ്ങി മുതിർന്നവരുടെ ശ്രദ്ധയിൽപ്പെടാതെ വലിയ പാറപ്പുറത്ത് കേറി ദൂരക്കാഴ്ചകൾ ആസ്വദിക്കാമല്ലോ. സാഹസം വെറുതെയായില്ല. അങ്ങകലെ ആകാശത്തോളം തലപൊക്കി നില്ക്കുന്ന വയലറ്റുമല കണ്ണിൽപ്പെട്ടു. അതോടെ സന്തോഷത്തിന് വരമ്പുകൾ നഷ്ടപ്പെട്ടു. നില്ക്കുന്നതെവിടെയെന്നു പോലും മറന്ന് കൈചൂണ്ടി അലറി.

കിഴവൻമല. കിഴവൻമല.

ജനറൽ ഓടി വന്നു. അവനെ വാരിയെടുക്കുമ്പാൾ അയാളുടെ കണ്ണുകൾ വിദൂരതയിൽ നട്ടു നിന്നു. ആ മലയുടെ ലാവണ്യത്തെ കണ്ണിൽ കോരിയെടുക്കുന്നപോലെ. തനിക്കു ചുറ്റിലുമുള്ള എല്ലാ കണ്ണുകളും ധന്യമായെന്ന് മൈക്കേലിനു മനസ്സിലായി. അപകടകരമായ അവന്റെ സാഹസത്തെ ശകാരിക്കാൻ പോലും മറന്ന പോലെ. കുറേ നേരത്തിന് ശേഷം ജനറൽ ഒന്നേ പറഞ്ഞുള്ളൂ.

“നമുക്കു പോകാം.”

വിശ്രമത്തിനു ശേഷം കുതിരകൾ പൂർവ്വാധികം വേഗത്തിലോടി. ഓരോ നിമിഷവും ലക്ഷ്യത്തിലേക്കടുക്കുന്നുവെന്നത് മൈക്കേലിനെ ആനന്ദിപ്പിച്ചു. കിഴവൻമലയിലെ പൂക്കൾ മാടി വിളിക്കുന്നു. തന്നെ തഴുകുന്ന കാറ്റിൽ മുത്തച്ഛന്റെ വേദനയുണ്ട്. അദ്ദേഹത്തിന്റെ പരിഭവം വ്യക്തമായി കേൾക്കാം. ആകാശത്തിൽ ചിരപരിചയമുള്ള മേഘങ്ങൾ പുഞ്ചിരിക്കുന്നു. എല്ലാവരും തന്നെ കാത്തിരിക്കുകയാണ്.

വണ്ടി മറ്റൊരു പാതയിലേക്കു കടന്നു. വളരെ നന്നായി അറിയാവുന്ന വഴി. മാസങ്ങൾക്കു മുമ്പ് അലറിക്കരഞ്ഞു കൊണ്ട് താൻ താണ്ടിയ പാത. ഓർമ്മകളിലേക്കു പെട്ടെന്നുണ്ടായ മടക്കം ചിരിപ്പിക്കുകയോ നോവിപ്പിക്കുകയോ ചെയ്തു. കൂടുതൽ കാണാനുള്ള ആർത്തിയോടെ തല പുറത്തേക്കിട്ട് നോക്കി. പരിചയമുള്ള ഒട്ടേറെ കാഴ്ചകൾ.

പള്ളിയുടെ തകർന്ന കവാടം. അവിടെ വണ്ടി നിന്നു. മൈക്കേൽ ആലീസാന്റിയെ മുറുകെപ്പിടിച്ചാണ് ഇറങ്ങിയത്. എന്തോ ഭയം അവനെ ഗ്രസിച്ചതുപോലെ. അവരുടെ കൈയിൽ സുരക്ഷിതനാണെന്നൊരു തോന്നൽ. കെട്ടിടങ്ങളുടെ ഛിന്നഭിന്നമായ അവശേഷിപ്പ് അതൊരു ദേവാലയമാണെന്ന് അപരിചിതർക്ക് തോന്നിക്കില്ല. ഒരിക്കൽ അവിടെയുണ്ടായിരുന്ന വിശാലമായ അൾത്താരയും ആർക്കും സങ്കല്പിക്കാനാകില്ല. യാഥാർത്ഥ്യത്തിന് സാക്ഷിയായിരുന്ന മൈക്കേലിന് സഹിക്കാനായില്ല. നിഷ്കാസനം ചെയ്യപ്പെട്ട കർത്താവിനെക്കുറിച്ചും അവൻ ദുഃഖിച്ചു.

താമസം നഷ്ടപ്പെട്ട കിളികൾ ദുഃഖാർത്തമായി ആലപിച്ച് അവനെ വരവേറ്റു. തകർന്ന ശിലകൾക്കിടയിൽ ക്രൂശിത രൂപത്തിന്റെ അടർന്ന രൂപം കണ്ടു. മഞ്ഞും വെയിലും കൊണ്ട് മങ്ങിയ രൂപം. അറിയാതെ മുട്ടുകുത്തിപ്പോയി. പക്ഷേ, പ്രാർത്ഥിക്കുവാൻ കഴിഞ്ഞില്ല.

വെറുതെ തേങ്ങിക്കൊണ്ടിരുന്ന മൈക്കേലിനെ ആലീസ് പിടിച്ചെഴുന്നേല്പിച്ചു. അവരുടെ സാമീപ്യം സെമിത്തേരി വരെ നടക്കാൻ അവനെ പ്രാപ്തനാക്കി.

മരിച്ച മനുഷ്യരെയും യുദ്ധം വെറുതെ വിട്ടിരുന്നില്ല. പേരെഴുതി വെച്ചിരുന്ന ശിലകൾ കോറി വരച്ചിരിക്കുന്നു. ഭാഗികമായി തകർന്ന കല്ലറകളിൽ നിന്ന് ആത്മാവുകൾ വിലപിച്ചു. തനിക്കു ചുറ്റും പ്രതിഷേധത്തിന്റെ മുറുമുറുപ്പുകൾ ഉയരുന്നതായി മൈക്കേൽ കേട്ടു. മരിച്ചവർ മനുഷ്യർക്കെതിരെ അണിനിരക്കുന്നു. തനിക്കൊന്നും അറിയില്ലായിരുന്നുവെന്നു പറയാൻ മൈക്കേലിനു നാവു പൊന്തിയില്ല.

കണ്ണുകൾ പതുക്കെ തുറന്നപ്പോൾ താൻ ആലിസാന്റിയുടെ മടിയിലാണെന്ന് അവനു മനസ്സിലായി. അവർ അലിവോടെ നോക്കുന്നു. അവൻ എഴുന്നേറ്റിരുന്നു. ഇപ്പോൾ അല്പം കരുത്ത് തോന്നുന്നു. ആലീസാന്റി അവന്റെയടുത്തേക്ക് നീങ്ങിയിരുന്നു. അവർ തലയിൽ തടവിയപ്പോൾ ശക്തി കിട്ടിയെന്നു തോന്നി. നട്ടെല്ലു നിവർത്തി മുന്നോട്ടാഞ്ഞിരുന്നു. പിന്നെ, എഴുന്നേറ്റു. മഞ്ഞപ്പൂക്കൾ കൊടുക്കാൻ ഫാദർ എവിടെയുമില്ല.

ജനറൽ ആരോടോ സംസാരിക്കുന്നു. മൈക്കേലിനു മനസ്സിലായില്ല.

അവൻ ആലീസാന്റിയെ നോക്കി. മിൽട്ടനും ജനറലിന്റെ കൂടെയുണ്ട്. ഉറങ്ങിപ്പോയ ലോറയെ മടിയിൽ വെച്ച് കിറ്റിയും സംഭാഷണം കേൾക്കുന്നു. ടോമിന്റെ നിറഞ്ഞ കണ്ണുകൾ!! മൈക്കേൽ അവർക്കിടയിലേക്കു നടന്നു ചെന്നു. പറയുന്നത് തനിക്കും കേൾക്കണം.

മൈക്കേലിനെ പഴയ ദുരനുഭവങ്ങളിലേക്കു നടത്തണമെന്ന് ജനറൽ ആഗ്രഹിച്ചിരുന്നില്ല. അവന്റെ വാശി കൊണ്ടാണ്. എല്ലാം കണ്ടപ്പോൾ അവനു തന്നെ സ്വയം പിടി വിട്ടു. തല കറങ്ങി വീഴുകയായിരുന്ന മൈക്കേലിനെ താങ്ങിയെടുക്കുമ്പോൾ ജനറൽ സ്വയം ശപിച്ചു. എല്ലാം തന്റെ തെറ്റ്. കുട്ടിയുടെ മനസ്സ് നിർമ്മലവും നിഷ്കളങ്കവുമാണെന്ന് മനസ്സിലാക്കണമായിരുന്നു.

അവനെ ആലീസിന്റെ കൈയിൽ കൊടുത്തപ്പോൾ ജനറലിനു പൊട്ടിക്കരയാൻ തോന്നി. ഒരു പരിചയവുമില്ലാത്ത ഒരു കുട്ടിയെ എന്തിനാണിങ്ങനെ സ്നേഹിക്കുന്നത്? അവൻ പോയാലും തനിക്കു ജീവിക്കണ്ടേ? എന്തിനിങ്ങനെ പ്രതീക്ഷയില്ലാത്ത സ്നേഹബന്ധം സൃഷ്ടിച്ചു? മിൽട്ടന്റെ കൂടെ നിന്ന് അയാൾ സങ്കടത്താൽ ഉരുകിയൊലിച്ചു. സ്നേഹം വേദനയാണെന്ന് ഉരുവിട്ട് വിഷമം തീർക്കാൻ നോക്കി. അല്ലെങ്കിൽ മൈക്കേലിനെ വിട്ടു മടങ്ങി വരുമ്പോൾ പരാജയപ്പെടും. തടഞ്ഞുവച്ച കണ്ണീര് പുഴയായി ഒഴുകും.

അതു വഴി യാദൃച്ഛികമായി വന്ന വൃദ്ധനെ മിൽട്ടൻ ചൂണ്ടിക്കാട്ടിയത് അപ്പോഴാണ്. ഏബലിൽ എന്താണു കാത്തിരിക്കുന്നതെന്ന് വൃദ്ധന് പറയാൻ പറ്റിയേക്കും. ആ ഒരൊറ്റ പ്രതീക്ഷയിലാണ് ജനറൽ അയാളുമായൊരു സംഭാഷണത്തിനു മുതിർന്നത്. അപരിചിതരോടു സംസാരിക്കുന്ന ശീലം ഇല്ലാത്തതാണ്. സംസാരിക്കാൻ അയാൾക്ക് താല്പര്യമില്ലെന്ന് ഒറ്റ നോട്ടത്തിൽ മനസ്സിലാവുകയും ചെയ്തു.

മിൽട്ടൻ മുന്നോട്ടു വന്നത് ഭാഗ്യമായി. അയാൾക്ക് എങ്ങനെയും കാര്യം സാധിക്കാനറിയാം. വളരെ ഭവ്യമായി ആഗതനെ അഭിവാദ്യം ചെയ്തു. ദയനീയഭാവം കൈക്കൊണ്ടു. "ഒരു കുട്ടിയെ അവന്റെ മുത്തച്ഛനെ ഏല്പിക്കുവാനാണ്. ഏബലിൽ ഞങ്ങൾക്കു പരിചയക്കാരില്ല. ആ മാന്യ വൃദ്ധനെ ഞങ്ങൾക്കൊന്നു കാട്ടിത്തന്നാൽ വലിയ ഉപകാരമാകും."

മിൽട്ടന്റെ വിനയം വൃദ്ധന് പിടിച്ചു. അയാൾ ഒന്നയഞ്ഞു. "ക്ഷമിക്കണം. ഏബലിൽ നിങ്ങൾ പ്രതീക്ഷിക്കുന്നയാളെ കാണാൻ കഴിഞ്ഞെന്നു വരില്ല. അപ്രതീക്ഷിതമായ ആക്രമണത്തിൽ ഗ്രാമം തകർന്നു. കുട്ടികളും വൃദ്ധരും സ്ത്രീകളുമടക്കം ഭൂരിഭാഗവും അവിടെത്തന്നെ മരിച്ചു. പ്രായമുള്ള ആരും ശേഷിച്ചില്ലെന്നാണു കേട്ടത്. ഞാൻ അവിടുത്തുകാരനല്ല. എന്റെ വിധവയായ മകളെ കൂട്ടിക്കൊണ്ടു പോകാനാണ് ഞാൻ ഇറങ്ങിയത്."

അവരുടെ പേര്? ചോദിച്ചു തലവെട്ടിച്ചപ്പോഴാണ് മൈക്കേൽ കണ്ണിൽ പെട്ടത്. ജനറലിന് ആശങ്കയായി. ദു:ഖകരമായ സംഭാഷണം അവൻ കേട്ടിരിക്കില്ലെന്ന് പ്രതീക്ഷിച്ചു. അത് കനത്ത ആഘാതമാകും. അവന്റെ ചെറിയ ഹൃദയത്തിന് ഇത്രയും കരുത്തുണ്ടാകില്ല. നെഞ്ചിടിപ്പോടെ

അവനിൽ കണ്ണു നട്ടു നിന്നു. വൃദ്ധൻ അവനെ വിശദമായി നിരീക്ഷിച്ചിട്ടു പറഞ്ഞു. "ക്ലാര."

മൈക്കേലിന്റെ നെറ്റിയിലെ ഞരമ്പു പിടച്ചു. ജനറൽ ആധിയോടെ മുഷ്ടി ചുരുട്ടി. വ്യക്തതയ്ക്കായി പിന്നെയും ചോദിച്ചു. "അവരുടെ മക്കൾ?" വൃദ്ധൻ തലപൊക്കിയില്ല. "മരിച്ചു." മൈക്കേലിന്റെ മുഖത്തെ സ്തോഭം ജനറൽ വിങ്ങുന്ന ഹൃദയത്തോടെ കണ്ടു. അവനെ കൂടുതൽ പരിക്ഷീണനാക്കി വൃദ്ധൻ തുടർന്നു. "രണ്ടു പേരും മരിച്ചു. ഒരു ദയയുമില്ലാത്ത കുറേ ദുഷ്ടന്മാർ കൊന്നു കളഞ്ഞു. രക്ഷിക്കാൻ ചെന്ന അച്ഛനെയും കൊന്നു."

മൈക്കേൽ വീണില്ല. ഒന്നു വിറച്ചതു പോലുമില്ല. കണ്ണുകൾ ഉയർത്താതെ അവൻ മണ്ണിൽ തന്നെ നോക്കി. ജോർജ്ജ് .... ജോർജിയാന....

അസ്പഷ്ടമായ സ്വരം അവനിൽ നിന്നും ഉയർന്നു. അമൂല്യമായ സുഹൃദ്ബന്ധമാണ് അവനു നഷ്ടമായതെന്ന് ജനറലിനു മനസ്സിലായി. യാഥാർത്ഥ്യത്തിനു മുന്നിൽ ഒന്നും ചെയ്യാനില്ല. നഷ്ടപ്പെട്ടതൊന്നും തിരിച്ചു കൊടുക്കാനുള്ള ശക്തിയില്ല. മൈക്കേലിനു കരുത്തേകാൻ പ്രാർത്ഥിക്കാൻ മാത്രമേ കഴിയൂ.

വൃദ്ധൻ കരച്ചിലിന്റെ വക്കിലെത്തിയിരുന്നു. ഇടറിയ സ്വരത്തിൽ അയാൾ തുടർന്നു. "എല്ലാം നശിച്ചു. മക്കളും ഭർത്താവും മരിച്ച എന്റെ മകൾ എവിടെയോ അലയുന്നുണ്ടാകും. അച്ഛനെയൊന്നു വിളിക്കാൻ പോലും അവൾക്കു ശക്തിയില്ല. മറ്റൊരാൾ പറഞ്ഞാണിതെല്ലാം ഞാനറിയുന്നത്. ഞാനുണ്ടായിരുന്നെങ്കിൽ... എന്റെ കൊച്ചു മക്കളെയെങ്കിലും രക്ഷിച്ചേനെ." ഒന്നു നിർത്തി ശ്വാസം ആഞ്ഞു വലിച്ചിട്ട് അയാൾ തുടർന്നു. "ഇല്ല, അവരെ രക്ഷിക്കാൻ അവരുടെ അച്ഛൻ ശ്രമിച്ചിട്ടു നടന്നില്ല. അവരെ വെറുതെ വിടാൻ പറഞ്ഞ അയൽക്കാരൻ വയസ്സനെയും കൊന്നു. ആ നല്ല മനുഷ്യരുടെ ആത്മാവ് എന്നും സന്തോഷമായിരിക്കട്ടെ." വൃദ്ധൻ മുകളിലേക്കു നോക്കി കണ്ണടച്ചു.

"ഓ !! ജീസസ്.."

"ജീസസ്.."

മൈക്കേൽ ഹൃദയം തകർന്നു വിളിച്ചു. ആ ദുരന്ത നിമിഷത്തിൽ ഒരിക്കൽക്കൂടി അവൻ ജനറലിന്റെ കൈകളിൽ ഭദ്രമായി ഒതുങ്ങി. അവനെ വാരിയെടുത്ത് അയാൾ ആകാശത്തേക്കു നോക്കി. മേഘങ്ങൾ സ്വർഗ്ഗത്തിന്റെ വാതായനങ്ങൾ നിർദ്ദയം അടച്ചിട്ടിരിക്കുന്നു. ദയയുടെ സൂര്യകിരണങ്ങളൊന്നും പുറത്തേക്കു വരുന്നില്ല. ദൈവത്തിന്റെ ദൃഷ്ടിയിലും മൂടലുകളാണ്.

# പതിനഞ്ച്

**മു**ത്തച്ഛൻ അവന്റെയടുത്തേക്കു വന്നു. നരച്ച താടി മഞ്ഞുപോലെ തണുത്തിരുന്നു. തിളങ്ങുന്ന ചിരിക്കു മാറ്റമൊന്നും വന്നിട്ടില്ല. മുത്തച്ഛൻ അവനെ തലോടിയില്ല. ഉമ്മ വച്ചില്ല. അവനെ നോക്കി വെറുതെ അനങ്ങാതിരുന്നു. പിന്നെ വിളിച്ചു. മൈക്കേൽ ...

അവനു ദേഷ്യം വന്നു. അവനെ കൂടാതെ ദൂരേയ്ക്കു പോയിരിക്കുകയാണ് മുത്തച്ഛൻ. അവനെത്രമാത്രം ഒറ്റപ്പെടും എന്ന ചിന്തയില്ലാതെ. ഇങ്ങനെയും ഒരു മുത്തച്ഛനുണ്ടാകുമോ? അവൻ പിണക്കം നടിച്ച് മിണ്ടാതിരുന്നു. തന്നെ കൂട്ടാതെ പോയതല്ലേ. ഇനി മിണ്ടുന്ന പ്രശ്നമില്ല. മൈക്കേൽ കൈകെട്ടി തലതിരിച്ച് മറ്റെവിടെയോ നോക്കിയിരുന്നു.

എന്നിട്ടും മുത്തച്ഛൻ മിണ്ടിയില്ല. തലയിൽ വിരലോടിച്ചില്ല. ക്ഷമ നശിച്ചു തുടങ്ങിയിരുന്നു. അവൻ നഖം കടിക്കാൻ തുടങ്ങി. മുത്തച്ഛൻ വഴക്കു പറഞ്ഞേക്കുമെന്ന പ്രത്യാശയോടെ. വഴക്കും പറഞ്ഞില്ല. ഇനി അഭിനയം വയ്യ. മുഖം തിരിച്ച് നിറഞ്ഞ കണ്ണുകളോടെ നോക്കി. കരയുന്നത് കാണുമ്പോൾ സമാധാനിപ്പിക്കാനെങ്കിലും അടുത്തു വന്നു വർത്തമാനം പറയും.

എല്ലാം വെറുതെയായി. അദ്ദേഹത്തിൽ നിന്ന് ഒരു വാക്കുപോലും പുറപ്പെട്ടില്ല. മൈക്കേലിനു കടുത്ത കോപവും നിരാശയും സങ്കടവും ഒക്കെ തോന്നി. അലിവോടെ ഒന്നു നോക്കുകയെങ്കിലും വേണ്ടേ! കുറച്ചു ദൂരത്തേക്കു നീങ്ങിയിരുന്നു. അപ്പോഴതാ മുത്തച്ഛനും നീങ്ങിയിരിക്കുന്നു. പിന്നെയും വിട്ടിരുന്നു. അദ്ദേഹവും കൂടെ വന്നു. ഇനി എന്തു ചെയ്യാൻ! താനെന്തെങ്കിലും പറയാനായിരിക്കും അദ്ദേഹം ആഗ്രഹിക്കുന്നത്.

മുത്തച്ഛന്റെ ശബ്ദം കേൾക്കാനുള്ള കൊതിയോടെ പതിയെ വിളിച്ചു. മുത്തച്ഛാ.. ഒന്നു നോക്കി. ഒന്നും പറഞ്ഞില്ല. എങ്കിലും എന്തൊക്കെയോ ചിന്തിക്കുന്നുണ്ടെന്ന് മനസ്സിലായി. ആലോചനയിലിരിക്കുമ്പോൾ നെറ്റി

ചുളിയുന്നത് പതിവാണ്. എന്തു പറയണമെന്നാകും ആലോചിക്കുന്നത്. പാവം മുത്തച്ഛൻ. പിണക്കം കാട്ടിയതു ശരിയായില്ല.

മൈക്കേൽ തൊട്ടടുത്തു പോയിരുന്നു. മുഖത്തുനോക്കി പതുക്കെ കൈ പിടിക്കാൻ നോക്കി. ഒരേയൊരു നിമിഷം. മുത്തച്ഛന്റെ പുറകിൽ വെളുത്ത മഞ്ഞുപോലുള്ള രണ്ടു വലിയ ചിറകുകൾ. അവ വലിയ മുഴക്കത്തോടെ ഇളകി.

ആകാശത്തേക്കുയരുന്ന മുത്തച്ഛനെ അവൻ ഒരു മേഘശകലം പോലെ കണ്ടു. അവനു ചിറകുകൾ വന്നില്ല. കൺമുന്നിൽ നിന്നും മുത്തച്ഛൻ മായുന്നത് കനത്ത ആഘാതമായി.

"മുത്തച്ഛാ.."

അവൻ ഞെട്ടിയുണർന്നു. മുഖത്ത് വിയർപ്പുതുള്ളികൾ. ആലീസ് ആന്റിയുടെ മടിയിൽ അവൻ കിടക്കുകയാണ്. ചുറ്റിലും ആശങ്ക നിറഞ്ഞ മുഖങ്ങൾ. അവൻ എഴുന്നേറ്റിരുന്നു. ആരുടെയും പരിഭ്രമം കൂട്ടാതിരിക്കാൻ ശ്രദ്ധ വെച്ച് കഴിയുന്നത്ര സ്വാഭാവികമായി പറഞ്ഞു. "എനിക്ക് ഏബലിൽ പോണം."

വണ്ടി ഏബലിനോടടുത്തപ്പോൾ എന്തു ചെയ്യണമെന്നു സംശയമായി. ഏബൽ തന്റേതെന്ന് ഇനി പറയുക വയ്യ. സ്വന്തമായി ഏബലിൽ ഒന്നുമില്ല. തിരിച്ചറിയുന്നവരും അവിടെയില്ല. അപരിചിതമായ ഒരു ഗ്രാമത്തിലേക്കാണ് ഇപ്പോൾ പോകുന്നത്. ഒരിക്കൽ എല്ലാമായിരുന്ന ഒരിടം. പണ്ടത്തേതു പോലെ ചിരിച്ചുകൊണ്ട് അവിടുത്തെ മണ്ണിൽ ഇനിയൊരിക്കലും നടക്കാനാവില്ല.

ഒരു ഞരക്കത്തോടെ വണ്ടി നിശ്ചലമായപ്പോൾ ആലീസാന്റിയും ജനറലും പരസ്പരം നോക്കുന്നത് അവൻ കണ്ടു. ദുരന്ത ഭൂമിയിലേക്ക് തന്നെ ഇറക്കുവാൻ അവർക്ക് താല്പര്യമില്ല. ഇനി മറ്റു വഴികളില്ല. ഏബലിൽ തന്നെ നില്ക്കും. മുത്തച്ഛന്റെ ഓർമ്മകളുമായി. ഇവർക്കു വേദനയാകുമെന്ന് അറിയാം. എന്നാലും ശരിയായ വഴി അതു തന്നെയാണ്. യാതൊന്നും മടക്കി നല്കാനില്ലാതെ ഇവരുടെ തണലിൽ എങ്ങനെ കഴിയും?

ടോമിന്റെയും ലോറയുടെയും മനസ്സിൽ ഒരു മൂഢസ്വപ്നത്തിനു വിത്തിട്ടതും താനാണ്. തനിക്കു കാണാൻ കഴിയാത്ത മുത്തച്ഛനെ എങ്ങനെയാണ് അവർക്കു കാട്ടിക്കൊടുക്കുക? പറഞ്ഞു കൊതിപ്പിച്ചിട്ടുള്ള മുത്തച്ഛനും വീടും കാരലും ഒന്നുമിവിടില്ല. വലിയ ദുരന്തം ഏറ്റുവാങ്ങിയ നിശ്ശബ്ദനായ കിഴലൻമല മാത്രം ബാക്കി. മലയുടെ വശ്യതയ്ക്കും വയലറ്റ് പൂക്കളുടെ ഗന്ധത്തിനും ഇനിയാരെയും സന്തോഷിപ്പിക്കാൻ കഴിയില്ല.

ആലീസ് ആന്റി കൈയിൽ പിടിച്ചിട്ടുണ്ട്. തകർന്നുകിടക്കുന്ന വീടുകളും തലയറ്റ പൈൻ മരങ്ങളും വെടിയുണ്ട തിന്ന ബിർച്ചുകളും മൗനമായി വഴിവക്കിൽ തലതാഴ്ത്തി നിന്നു. താൻ കെട്ടിപ്പിടിച്ചിരുന്ന മരങ്ങൾക്കേറ്റ മുറിവുകൾ അവനെ കരയിച്ചു. പരിചിതമായിരുന്ന

വീടുകളിൽ പലതും അവശേഷിപ്പുകൾ മാത്രം. ഒരു മനുഷ്യജീവിയെ പ്പോലും കണ്ടില്ല. ചിറകടിയൊച്ചകളും കേട്ടില്ല.

മുന്നോട്ടുപോകരുതെന്ന് മനസ്സു പറഞ്ഞു. പക്ഷേ, വാശി പിടിക്കും പോലെ കാലുകൾ മുന്നോട്ടു നടത്തിച്ചു. ചിതറിക്കിടക്കുന്ന ഹാരിയുടെ വീട്! ഇനി വളരെ അടുത്താണ്. കാലുകൾ കഴച്ചു. തൊണ്ടയടഞ്ഞു. അധീരനായിപ്പോയിട്ടും മുന്നോട്ടു തന്നെ നടന്നു. അവന് കാണണ മായിരുന്നു. ജോർജ്ജിന്റെ വീടു കൂടി കഴിഞ്ഞപ്പോൾ രക്തയോട്ടം നിലച്ചതുപോലെ.

ഏറെത്താമസിയാതെ കണ്ടു. തന്റെ വീട്. ഉറങ്ങുകയും സ്വപ്നം കാണുകയും സ്നേഹിക്കുകയും സ്നേഹിക്കപ്പെടുകയും ചെയ്തിരുന്ന വീട്. ഭിത്തികൾ തകർന്നിരിക്കുന്നു. വാതിൽ നിലത്തേക്കു വീഴാതെ പൊളിഞ്ഞ ചുമരിൽ പറ്റി നിന്നു. ഉറങ്ങാൻ കിടന്നിരുന്ന മുറിയേതെന്നു പോലും മനസ്സിലായില്ല. കല്ലുകൾക്കിടയിൽ നിന്നും മരപ്പലകകൾക്കു മുകളിലേക്കു ചിതറിക്കിടക്കുന്ന നാൽക്കാലിയുടെ അസ്ഥികൂടം.

കാരൽ !!

കണ്ണുനീർ നിലച്ചു. കണ്ണീരൊലിപ്പിച്ച് തീർത്തുകളയാവുന്നതല്ലല്ലോ അവന്റെ ദു:ഖം. ഇനിയൊന്നും ചെയ്യാനില്ല. മുന്നിൽ ശൂന്യത മാത്രം. വഴിയറിയാത്ത യാത്രക്കാരന്റെ ശൂന്യത. ജീവിതത്തിന്റെ വരാനിരിക്കുന്ന നാൾവഴികളിൽ ആരുമില്ല. ഒറ്റയ്ക്കു മുന്നോട്ടു പോകാൻ മുകളിൽ മേൽക്കൂരയില്ല. അനാഥനായിത്തീർന്നിരിക്കുന്നു പൂർണ്ണമായും.

അവൻ വെറും നിലത്തിരുന്നു. ഭൂമി തുണയാണല്ലോ.

ആലീസാന്റിയും അവനൊപ്പമിരുന്നു. ടോമിന്റെ കൈ ചുമലിൽ അമരുന്നു. എവിടെയൊക്കെയോ അവൻ സനാഥനാണ്. ജനറലും മിൽട്ടനും കിറ്റിയും സ്നേഹോഷ്മളമായി നോക്കുന്നത് മുഖമുയർത്താ ത്തതുകൊണ്ട് കണ്ടില്ല. അവസാന തുള്ളി കണ്ണീർ തുടച്ചു മാറ്റിയത് ലോറയുടെ പിഞ്ചു കൈയാണ്. കളങ്കമില്ലാത്ത ആ സ്നേഹം അവനു മനസ്സിലായി.

അവനൊരുമ്മ കൊടുത്തിട്ട് ആലീസാന്റി പറഞ്ഞു. "ഇനി നീ എന്റെ കൂടെ എന്റെ മകനായിട്ട് വളരണം. നിന്നെ ഞാൻ നോക്കും. ഒരിക്കലും കരയിക്കാതെ. നീ വരില്ലേ?" ആ ചോദ്യത്തിനു മുന്നിൽ തലകുലുക്കുക യല്ലാതെ മറ്റൊന്നിനും കഴിഞ്ഞില്ല. സ്നേഹമില്ലാത്ത ജീവിതം നിരർത്ഥ കമാണെന്ന് തിരിച്ചറിഞ്ഞു കഴിഞ്ഞു. സ്നേഹത്തിനാണ് കരുത്ത്.

ജനറലിന്റെ ചുമലിൽ തല വെച്ച് കിടക്കുമ്പോൾ ഇനി കാണാൻ വരില്ലെന്ന് അവൻ ഏബലിനോടു തീർത്തു പറഞ്ഞു. നഷ്ടപ്പെട്ടുപോയ സൗഭാഗ്യമോർത്ത് കേഴാൻ ഇനി വരില്ല, ഒരിക്കലും. ജീവിതമോഹം പൂവണിയിക്കാൻ വന്നിട്ട് ഒന്നുമില്ലാത്തവനായാണു മടക്കം. ഒരിക്കലും കണ്ടിട്ടില്ലാത്ത മുത്തച്ഛനെ കാണാൻ ഇത്ര ദൂരം താണ്ടി നിരാശരായി മടങ്ങുന്ന ടോമിനെയും ലോറയെയും സങ്കടത്തോടെ നോക്കി. അവർക്ക് നഷ്ടമായ കാഴ്ചകൾ തന്റെ ജീവിതത്തിലെ അനശ്വരചിത്രങ്ങളാണ്.

എന്നും മോഹിപ്പിച്ച കിഴവൻ മലയുടെ നിഗൂഢസൗന്ദര്യത്തിന് വിട പറഞ്ഞു. ഇനി തമ്മിൽ കാണാതിരിക്കട്ടെ. ഓർമ്മയുടെ അറകളിൽ നിന്നും പഴയതൊന്നും ഉയിർത്തെഴുന്നേല്ക്കരുത്.

യാത്ര ചിരപരിചിതമായ വഴികളിൽ നിന്നും ഏറെ പിന്നിട്ടപ്പോൾ മാത്രം പുറത്തേക്കു കണ്ണു നട്ടു. ഒന്നിനും ഒരു സൗന്ദര്യവുമില്ലാത്തതു പോലെ. അങ്ങോട്ടു പോയപ്പോൾ കണ്ട അതേ പച്ചപ്പ് ഇപ്പോൾ വേദനിപ്പിക്കുകയാണ്. മരങ്ങളോ കിളികളോ ഒന്നും രസിപ്പിക്കുന്നില്ല. മനസ്സ് അസ്വസ്ഥവും വ്രണിതവുമാകുമ്പോൾ ബാഹ്യസൗന്ദര്യത്തിന് എന്തു പ്രസക്തി?

മുത്തച്ഛനെ ഇനി സ്വപ്നത്തിൽ മാത്രം കാണാം. ആ ശബ്ദം ഓർമ്മയുടെ ഉള്ളറകളിൽ മാത്രം കേൾക്കാം.

ഈ യാത്രയ്ക്ക് ഒരു ലക്ഷ്യമുണ്ടായിരുന്നു, മുത്തച്ഛൻ. അദ്ദേഹത്തെ കാണുക. മടക്കയാത്രയ്ക്ക് ഒരു ലക്ഷ്യവുമില്ല. പറയാൻ ഒരു കാരണവുമില്ല. യാത്ര എങ്ങനെ എവിടെ അവസാനിച്ചാലും ഒന്നുമില്ല. നഷ്ടപ്പെടാൻ ഒന്നും ശേഷിപ്പില്ലാത്തവൻ ആരെയാണ്, എന്തിനെയാണ് പേടിക്കേണ്ടത് ? ഒരാൾ മരിക്കാൻ ഭയക്കുന്നത് ജീവിതത്തോടുള്ള ഇഷ്ടം കൊണ്ടാണ്. ജീവിതം നഷ്ടപ്പെട്ടവന് ജീവനിൽ ഒരു ആർത്തിയുമില്ല.

തന്നെ പൊതിഞ്ഞു പിടിക്കുന്ന ആലീസാന്റിയുടെ കൈകളിൽ അവൻ തല ചായ്ച്ചു. ജീവിതം തന്നെ തനിക്കായി അർപ്പിച്ചുകൊണ്ടാണ് അവരുടെ ഹൃദയം മിടിക്കുന്നതെന്ന് തോന്നി. ആ സുരക്ഷിത ബോധം അവനെ ഉറക്കത്തിന്റെ കൈകളിലേക്ക് വിട്ടുകൊടുത്തു. ഭയാശങ്കകൾ നീക്കിവെച്ച് സ്വപ്നങ്ങളില്ലാത്ത നിദ്രയിലേക്ക് അവൻ അതിവേഗം കൂപ്പുകുത്തി. തളർന്ന മനസ്സിന് വിശ്രമം ആവശ്യമുണ്ടായിരുന്നു.

യാത്ര അവസാനിച്ചതും ജനറലിന്റെ കരങ്ങൾ തന്നെ താങ്ങിയെടുത്ത് കട്ടിലിൽ കിടത്തിയതും മൈക്കേലറിഞ്ഞില്ല. തൊട്ടടുത്ത് നെറ്റിയിൽ കൈ വെച്ചു കൊണ്ട് ആലീസാന്റി കിടക്കുന്നുണ്ടെന്നു മാത്രം ഉറക്കത്തിൽ തിരിച്ചറിഞ്ഞു. അവർക്കു മുകളിൽ കനത്ത കമ്പളിപ്പുതപ്പ് വലിച്ചിട്ട് മടങ്ങുന്ന ജനറലിന്റെ പാദപതനം അകന്നുപോകുന്നതും അറിഞ്ഞു.

സമയം പുലർച്ചെ നാലു മണി. ക്ലോക്കിനഭിമുഖമായി കസേരയിലിരുന്നിട്ടും ജനറൽ അതു ശ്രദ്ധിച്ചില്ല. സമയം ഒരു വിഷയമേ ആയി അവർക്കു തോന്നിയില്ല. മനുഷ്യന്റെ സമയമാണു പ്രധാനം. വഴിയിൽ വെച്ച് മിൽട്ടൻ പിരിഞ്ഞതു ജനറലിനു വിഷമമായി. അവനുണ്ടായിരുന്നെങ്കിൽ ഒത്തിരി ആശ്വാസമായേനെ. തനിക്കൊപ്പമിരുന്ന് നിശ്ശബ്ദമായി അവൻ മനസ്സിനെ തണുപ്പിച്ചെടുത്തേനെ. ആലീസ് ഉറക്കത്തിലാണ്. അങ്ങനെ തന്നെയിരിക്കട്ടെ. അവളുടെ ഹൃദയത്തിനു കനം വളരെ കുറവാണ്. ദു:ഖങ്ങൾ താങ്ങാൻ അതിനു കഴിവില്ല.

ഒരു സിഗരറ്റു പുകയ്ക്കാമായിരുന്നു. ജീവിതത്തിലിതേവരെ തുടങ്ങിയിട്ടില്ലാത്ത ദുശ്ശീലം. ആദ്യമായി ജനറൽ പശ്ചാത്തപിച്ചു. മനസ്സിത്തിരി തണുപ്പിക്കാൻ കഴിയുമെങ്കിൽ അതു നല്ലതല്ലേ.

മദ്യപിക്കാറുമില്ല. വർത്തമാനത്തിന് ആരെയും കിട്ടുന്നില്ല. കടുത്ത നിരാശാബോധത്തിൽ നെറ്റിയിലെ ഞരമ്പുകൾ എഴുന്നു നിന്നു. മുഷ്ടി ചുരുട്ടിപ്പിടിച്ച് കുറച്ചു നേരം ഇരുന്നപ്പോൾ അല്പമെങ്കിലും സമാധാനം കിട്ടി.

ശാന്തമായ മനസ്സോടെ കഴിഞ്ഞ കുറെ മണിക്കൂറുകളായി ജീവിതത്തിലുണ്ടായ അത്ഭുതകരമായ പരിവർത്തനങ്ങളെക്കുറിച്ചു ചിന്തിച്ചു. ഡോക്ടറെ കണ്ടു മടങ്ങവെ അവിചാരിതമായി കിട്ടിയ സന്തോഷ വാർത്ത. അതെത്തുടർന്ന് താൻ നടത്തിയ പാർട്ടി. പാർട്ടിയിൽ വെച്ചാണ് ടോമും ലോറയും കണ്ടുമുട്ടിയത്. മിൽട്ടൻ ഇരുവരെയും ദത്തെടുക്കാൻ തീരുമാനിച്ചതും അത്ഭുതം തന്നെ. തനിക്ക് ഏബലിൽ പോകണമെന്ന് ടോം പറഞ്ഞതാണു വഴിത്തിരിവായത്. ഒരു യാത്ര വേണ്ടി വന്നു. ദുരന്തമായിത്തീർന്ന ഒരു യാത്ര. അപ്രതീക്ഷിതമായ പലതും അറിഞ്ഞ, മറക്കാനാകാത്ത, യാത്ര.

മൈക്കേലിനെ നഷ്ടപ്പെടുമോ എന്ന ആധിയിൽ കുറെ നേരമായി വേദനിക്കുകയായിരുന്നു. അവൻ പ്രതീക്ഷിച്ച കണ്ടുമുട്ടൽ നടക്കില്ലെന്നു കേട്ടപ്പോൾ ദു:ഖമാണുണ്ടായത്. മുത്തച്ഛൻ മരിച്ചു. പേരക്കുട്ടിയും മുത്തച്ഛനും തമ്മിലുള്ള ബന്ധത്തിന്റെ ദൃഢത തനിക്കറിയാം. ബാല്യവും വാർദ്ധക്യവും തമ്മിലുള്ള അസാധാരണമായ സമാനതകൾക്ക് തെളിവു നല്കുന്ന ഊഷ്മള ബന്ധം. മൈക്കേലിനുണ്ടായ ആഘാതം വ്യക്തമായി അളക്കാൻ പറ്റി.

ആലീസിനോട് അവൻ സമ്മതം പറഞ്ഞപ്പോൾ സന്തോഷം കൊണ്ട് ഹൃദയം നിറഞ്ഞു. സ്വന്തമെന്നു കരുതിയത് തിരിച്ചു കിട്ടിയ സന്തോഷം. തന്റെ സ്വാർത്ഥത അതിരുകടക്കുന്നുവെന്ന് അറിയാഞ്ഞിട്ടല്ല. ഒത്തിരി സ്വാർത്ഥതയ്ക്ക് തനിക്ക് അർഹതയും അവകാശവും ഉണ്ടെന്ന ഒരു തോന്നൽ. മിൽട്ടന് ഒരു മകനെയും മകളെയും കിട്ടി. തനിക്കൊരു മകനെയും. ആലീസിന്റെ കണ്ണുകളിലും സന്തോഷമാണ്. അവളിനി ഒരിക്കലും ദു:ഖിക്കുകയുണ്ടാകില്ല.

സന്തോഷപ്രകടനത്തിന് പറ്റിയ അവസരമല്ലിത്. തകർച്ചകൾ ഒരുപാടു കണ്ട മൈക്കേലിന്റെ മനസ്സിന് കുളിരായി സ്നേഹം കൊടുക്കണം. പഴയ നഷ്ടങ്ങളും വിരഹങ്ങളും മറന്ന് അവനെ ബാല്യത്തിന്റെ നൈസർഗ്ഗികമായ ആനന്ദത്തിലേക്ക് മടക്കിക്കൊണ്ടു വരണം. അവനു ചുറ്റും സ്നേഹം കൊണ്ടൊരു വലയം തീർക്കണം. എല്ലാ ബന്ധങ്ങളും അവനുണ്ടാകണം. എല്ലാ സന്തോഷങ്ങളും. അവനെ ഒരിക്കലുമൊരു പട്ടാളക്കാരനാക്കില്ല. പ്രകൃതിയെയും മനുഷ്യരെയും സ്നേഹിക്കുന്ന സാധാരണ മനുഷ്യനായിത്തീരട്ടെ. സ്നേഹത്തിന്റെ മഹത്ത്വത്തെ വാഴ്ത്താൻ കാലത്തിന് നല്ല ഗായകരെ ആവശ്യമുണ്ട്.

കൈകൾ തലയ്ക്കു പിന്നിൽ കെട്ടി ജനറൽ നിവർന്നിരുന്നു. വിളക്കുകളൊന്നും തെളിയിച്ചിട്ടില്ല. വാതിൽ തുറന്നു തന്ന ജോലിക്കാരൻ വീണ്ടും ഗാഢനിദ്രയിലമർന്നിട്ടുണ്ട്. ജീവിതമെന്ന മഹാസമസ്യയെ നമിച്ച്

ഒരേ ഇരിപ്പിരുന്നു.

പിറകിൽ നിന്ന് തണുത്ത ശബ്ദം "ഫെർണാണ്ടസ്, നീ എപ്പോൾ വന്നു?" തിരിഞ്ഞു നോക്കുമ്പോൾ നിഴലിൽ നിന്നും രൂപം വ്യക്തമായി. സാലിയമ്മ!

അവർ മുന്നോട്ടു വന്നപ്പോൾ അല്പം കുറ്റബോധം തോന്നി. തണുപ്പുള്ള രാത്രിയിൽ ഇവരെ ഉണർത്തിയതു തെറ്റായിപ്പോയി. വിനയപൂർവ്വം പറഞ്ഞു. "ഈ രാത്രി വിളിച്ചുണർത്തിയതിൽ ക്ഷമിക്കണം. നമുക്കു രാവിലെ സംസാരിക്കാം. പോയി കിടന്നോളൂ. തണുപ്പത്ത് അസുഖങ്ങൾ വരുത്തിവെക്കേണ്ട." സാലിയമ്മ ഒന്നും മിണ്ടിയില്ല. അവരുടെ കണ്ണുകൾ ക്ലോക്കിലേക്ക് നീണ്ടു. ആറര. ജനറൽ പിന്നെയൊന്നും പറഞ്ഞില്ല.

സാലിയമ്മയ്ക്ക് കാര്യങ്ങളറിയാൻ ന്യായമായ അവകാശമുണ്ട്. അവർക്കും മൈക്കേലിനോട് ഗാഢമായ ആത്മബന്ധമുണ്ട്. ജനറൽ പതുക്കെ കാര്യങ്ങളിലേക്കു കടന്നു. "ഞങ്ങൾ ഏബലിൽ പോയി. അവിടെയെത്തും മുമ്പെ മൈക്കേലിന്റെ മുത്തച്ഛൻ മരിച്ചുവെന്ന് ഞങ്ങളറിഞ്ഞു. എന്നിട്ടും അവനവിടെ പോകണമെന്നു പറഞ്ഞു. തകർന്ന വീടും മറ്റും കണ്ട് അവനങ്ങു വല്ലാതായി. ഇനിയിവിടെ നില്ക്കട്ടെ. നമ്മുടെ വീട്ടിൽ. അവൻ ഇവിടത്തെ മകനായി വളരട്ടെ." ജനറലിന് കൂടുതലൊന്നും പറയാനില്ല. സാലിയമ്മ കണ്ണു തുടയ്ക്കുന്നത് കണ്ടു. അവർ പ്രാർത്ഥിക്കുന്നുമുണ്ട്. പ്രാർത്ഥനകൾ മൈക്കേലിനു വേണ്ടിയാണോ? മനസ്സിലായില്ല.

കഷ്ടം. പാവം കുട്ടി. ഈ ചെറുപ്രായത്തിനിടെ എന്തെല്ലാം അനുഭവിച്ചു? നിന്റെ തീരുമാനം എന്തുകൊണ്ടും നന്നായി. അവനെ ഇതിലും നന്നായി ആർക്കു സ്നേഹിക്കാനാകും? ആലീസിനും അവനെ ഇഷ്ടമാണ്. നിനക്കും വിഷമമുണ്ടായിരുന്നുവെന്ന് എനിക്കറിയാം. എല്ലാം പരിഹരിച്ചെങ്കിലും കർത്താവ് ദു:ഖങ്ങളും തന്നു. എല്ലാം നേരെയാകും. വിഷമിക്കാതിരിക്കൂ. സാലിയമ്മ ചുളിവുള്ള കൈകൾ പുറത്തുവെച്ചപ്പോൾ മനസ്സിന് ഭാരം കുറഞ്ഞു. താനിനി വെള്ളത്തിലും പൊങ്ങിക്കിടന്നേക്കാം.

ഉറക്കം പതുക്കെ വിളിക്കുന്നുണ്ട്. ഇപ്രാവശ്യം വിളി കേട്ടില്ലെന്നു നടിക്കാനായില്ല.

"ഞാൻ പോയി കിടക്കട്ടെ. നിങ്ങളും കുറച്ചുകൂടി വിശ്രമിച്ചോളൂ." ജനറലിന് ശരിക്കും ഉറക്കം വന്നു. കട്ടിലിലേക്ക് അയാൾ വീഴുകയാണുണ്ടായത്. യാത്രാക്ഷീണവും നേരിട്ട മാനസിക സംഘർഷങ്ങളും അയാളെ കിടത്തിയുറക്കി. കാലുകൾ കട്ടിലിനു പുറത്താണെന്നു പോലും ഓർത്തില്ല.

ആരോ കുലുക്കി വിളിച്ചപ്പോൾ ജനറലിനു കോപം വന്നു. ഉറങ്ങിത്തുടങ്ങിയതേയുള്ളൂ. ആർക്കാണിത്ര തിടുക്കം? ദേഷ്യത്തോടെ കണ്ണുമിഴിച്ചപ്പോൾ മുന്നിലതാ വീണ്ടും സാലിയമ്മ. അയാൾ എഴുന്നേറ്റിരുന്നു. തിടുക്കപ്പെട്ട് വിളിച്ചുണർത്തിയതിന്റെ കാരണം അവർ പറഞ്ഞു.

നിങ്ങൾ പോയ ഉടൻ അലക്സ് വന്നിരുന്നു. നിന്നെയൊന്നു കാണാനാണ് വന്നത്. വേഷം പോലും മാറ്റാതെ തിടുക്കത്തിലായിരുന്നു. ഈ കവർ തന്നു. വളരെ അത്യാവശ്യമായി നിന്നെ ഏല്പിക്കാൻ പറഞ്ഞു. കവർ വാങ്ങിയിട്ട് ജനറൽ അവരോട് വീണ്ടും പോയിക്കിടന്നോളാൻ പറഞ്ഞു.

കണ്ണുകൾ തിരുമ്മി, നല്ല വെളിച്ചത്തിൽ കവർ തുറന്നു. രണ്ടു മാസം മുമ്പ് എഴുതിയ കത്താണ്. അതും ലൊറെൻസോയ്ക്ക്. ഒരെത്തും പിടിയും കിട്ടിയില്ലെങ്കിലും വായിക്കാൻ തീരുമാനിച്ചു. അലക്സ് വെറുതെയൊന്നും ചെയ്യുന്നയാളല്ല. തിടുക്കപ്പെട്ട് ഇതിവിടെ ഏല്പിച്ചു പോകണമെങ്കിൽ സംഗതി ഗൗരവമുള്ളതു തന്നെ.

മിസ്റ്റർ ലൊറെൻസോ,

കഴിഞ്ഞ കുറെക്കാലങ്ങളായുള്ള നിങ്ങളുടെ ഏകാന്തവാസം എന്തിനെന്ന് എനിക്കറിയാം. നിങ്ങൾ അപഹരിക്കാൻ ശ്രമിച്ച നാലു ജീവനുകൾ. സ്വത്തിനും പദവിക്കും പ്രതാപത്തിനും വേണ്ടി വളർത്തി വലുതാക്കിയെടുത്ത കുടുംബത്തിലെ രണ്ടു പേരെ നിങ്ങൾ കൊന്നു. എന്നാൽ, വിധി നിങ്ങളെ തോല്പിച്ചിരിക്കുന്നു. നിങ്ങളുടെ സത്യം പുറത്തു വരും. നിങ്ങൾ കൊല്ലാൻ ശ്രമിച്ച ജനറലും പേരക്കുട്ടിയും ജീവനോടെയുണ്ട്.

ജനറൽ ആൽബസും പേരക്കുട്ടി മൈക്കേലും ഏബൽ ഗ്രാമത്തിൽ സന്തുഷ്ടരായിക്കഴിയുന്നു. നീ നേടിയെടുത്തതെല്ലാം തകരാൻ അയാളൊന്നു വാ തുറന്നാൽ മതി. നിന്റെ കഷ്ടകാലം ആരംഭിച്ചു കഴിഞ്ഞു. ദൈവവിധിയെ ഇനിയെങ്കിലും വെല്ലുവിളിക്കാതിരിക്കുക.

എന്ന്,
ഫാദർ റൂഫർ.

ജനറലിന്റെ കൈകളിൽ നിന്നും കത്ത് ചോർന്നുപോയി. എന്തൊക്കെയോ ചെയ്യാനുണ്ട്. തന്റെ കുടുംബത്തെ ഹീനമായി കൊന്ന ലൊറെൻസോയെ ശിക്ഷിക്കണം. അമ്മയെയും ജേക്കബിനെയും കൊന്നത് അയാളാണെന്ന തിരിച്ചറിവ് ജനറലിനെ അടിമുടി വിറപ്പിച്ചു. പിന്നെയാണ് അതുവരെ ആലോചിക്കാതിരുന്ന സത്യത്തിന്റെ സമസ്ത വശങ്ങളും അയാൾ തിരിച്ചറിഞ്ഞത്. ജനറലിന് ശരീരത്തിലൂടെ മിന്നൽ പാഞ്ഞു. മനസ്സിന് ശീതളിമ.

ജനറൽ ആൽബസും പേരക്കുട്ടി മൈക്കേലും ഏബൽ ഗ്രാമത്തിൽ സന്തുഷ്ടരായിക്കഴിയുന്നു..

അതെ. സത്യം താൻ കരുതുന്നതു തന്നെ. തനിക്കു തെറ്റിയിട്ടില്ല. സന്തോഷം കൊണ്ടാണോ ദു:ഖം കൊണ്ടാണോ കണ്ണീർ വരുന്നതെന്ന് ജനറലിന് വ്യക്തമായില്ല. ഒരു നിമിഷത്തേക്ക് അങ്ങനെ തന്നെ നിന്നു പോയി. മനസ്സു നിറഞ്ഞതു കൊണ്ട് ഒന്നുറക്കെ ചിരിക്കാനോ ശബ്ദിക്കാനോ കഴിഞ്ഞുമില്ല.

എട്ടു വർഷങ്ങൾക്കു മുമ്പ് പറിച്ചെടുക്കപ്പെട്ട മകനെ വിധി തിരിച്ചു തന്നിരിക്കുന്നു.! അവനാണ് തന്റെ കൂടെയുള്ളത്. മൈക്കേൽ തന്റെ മകനാണ്. തങ്ങൾക്കിടയിൽ വളർന്ന ആത്മബന്ധത്തിന് അർത്ഥമുണ്ട്. തനിക്ക് അവനെ സ്വന്തമാക്കാനുള്ള അവകാശമുണ്ട്. അവന്റെ മുഖം കാണുമ്പോൾ ആലീസ് പുഞ്ചിരിക്കുന്നത് മാതൃത്വത്തിന്റെ വിശുദ്ധിയാണ്. യാഥാർത്ഥ്യങ്ങൾ ഓരോന്നായി വെളിവാകുന്നു. ദൈവവിധിയിൽ അയാൾ ആശ്ചര്യവാനായി.

മൈക്കേലിന്റെ മുറിയിലേക്ക് ഓടിച്ചെല്ലുമ്പോൾ ജനറലിന്റെ ഹൃദയസ്പന്ദനം സംഗീതമായി. ഞരമ്പുകളിലൂടെ ആനന്ദം ത്രസിച്ചു. ആലീസിന്റെ മാറോടു ചേർന്ന് കിടന്നുറങ്ങുന്ന കുഞ്ഞുശരീരത്തിൽ സ്വന്തം ബാല്യം വ്യക്തമായി. അമ്മയുടെയും മകന്റെയും ആത്മസ്നേഹത്തിനു സാക്ഷിയായി, ഒരക്ഷരം ഉരിയാടാനാകാതെ, നിശ്ചലനായി, വാതില്ക്കൽ നിന്നു. ജനാലയിലൂടെ തഴുകിയെത്തുന്ന വെയിൽനാളത്തിൽ അച്ഛന്റെ ആത്മാവു ലയിച്ചിരിക്കുന്നത് ജനറൽ അനുഭവിച്ചു.

www.ingramcontent.com/pod-product-compliance
Lightning Source LLC
LaVergne TN
LVHW040814051026
849519LV00007BA/2625
* 9 7 8 9 3 8 5 0 4 5 1 8 9 *